తెలుగు కథా సాహిత్యంలో స్త్రీ

కూర్పు
డా॥పి.వరలక్ష్మి

తెలుగు కథా సాహిత్యంలో స్త్రీ
    – డా॥ పి.వరలక్ష్మి

ప్రతులు : 500
ప్రథమ ముద్రణ : 2015

ISBN :1514341212

వెల : 80/-

ప్రతులకు :
        జి. భవాని
        ఫ్లాట్ నెం. 302, సి– బ్లాక్,
        రఘునాథ రెసిడెన్సీ
        తనపల్లిరోడ్డు దగ్గర
        తిరుపతి, సెల్: 9000874713

డి.టి.పి.& ప్రింటింగ్
        శ్రీ ప్రభా గ్రాఫిక్స్
        షాప్ నెం. 3, బాలాజి కాలనీ
        తిరుపతి
        స్థిరవాణి: 0877- 6573777, 0877-6540777

ఆకాంక్ష

ఆచార్య జి. దామోదరనాయుడు,
విశ్రాంతాచార్యులు,తెలుగు అధ్యయన శాఖ,
శ్రీ వేంకటేశ్వర విశ్వ విద్యాలయం,తిరుపతి.
ప్రస్తుత హిందూ ధర్మ ప్రచార పరిషత్
ప్రత్యేకాధికారి, టి.టి.డి., తిరుపతి

డాక్టర్ శ్రీమతి పి.వరలక్ష్మి, శ్రీవేంకటేశ్వర విశ్వ విద్యాలయంలో నేను ఆచార్యుడుగా ఉన్న కాలంలో ఎమ్.ఎ.చదివింది. తరగతి గదిలో సాహిత్య విషయంలో చాలా చురుకుగా కనిపించేది. అందరి ఆచార్యుల మన్ననలు పొందింది.ఎమ్.ఎ.పూర్తి చేసుకున్న తరువాత నావద్ద పిహెచ్.డి.చేరింది.కాల క్రమంలో మాటల సందర్భాలలో నాకు తెలిసిన కొన్ని విషయాలు నా కెంతో ఆశ్చర్యాన్ని, ఆనందాన్ని కలిగించాయి. వరలక్ష్మికి 10 వ తరగతి లోనే వివాహమయ్యిందనీ, ఒక కొడుకు, ఇద్దరు కూతుర్లు ఉన్నారనే విషయం ఆశ్చర్యాన్ని కలిగిస్తే ఆమె ధ్యానం టీచరని అనేక ప్రాంతాలలో ధ్యానం, అనేక క్లాసులు జరిపిందనీ, అనేక ఉపన్యాసాలు ఇచ్చిందనే అంశాలు ఆశ్చర్యాన్ని ఆనందానుభూతిని కలిగించాయి.

కిన్నెర పత్రిక సాహిత్య సేవ అనే అంశంపై విమర్శకుల మెప్పు పొందే స్థాయిలో పిహెచ్.డి సిద్ధాంత గ్రంథాన్ని నిర్మించి దానికి శ్రీ వెంకటేశ్వర విశ్వవిద్యాలయం నుండి డాక్టరేటు పట్టా పొందింది. అంతేగాక ఆమెలో మెచ్చుకోదగిన ప్రత్యేకాంశాలు వినయం కలిగి ఉండడం, అహంకారం లేకపోవడం, సౌమ్యంగా మాట్లాడటం, ఎదుటి వ్యక్తులలోని లోపాలు కాకుండా గుణాలు గ్రహించడం ఈ మొదలైన గుణాలు నాకు ఎంతో బాగా నచ్చాయి.అందుకే ఆమెకు డాక్టరేటు పట్టా వచ్చి ఇంత కాలమైనా ఫోనులోను,నేరులోను ఇప్పటికీ తరచుగా మా మధ్య పలకరింపులు, సాహిత్య విషయ చర్చలు కొనసాగుతూనే ఉన్నాయి. ఈ మధ్యనే వరలక్ష్మి పరిశోధన మీద ఉండే ఆసక్తి తో డి.లిట్.చేయాలనే సంకల్పంతో రిజిస్టర్ చేయించుకొని దానికి తగిన కృషి చేస్తూ ఉంది. వరలక్ష్మి భర్త జయపాల్ రెడ్డి కూడా నాకు మంచి శ్రేయోభిలాషి. ఇతను మంచి వినయ, గుణ సంపన్నుడు.

ముఖ్యంగా వరలక్ష్మి విషయంలో ప్రతి వారూ అభినందించే అంశం పిల్లలపెంపకం. తాను వివాహితురాలై 6 సంవత్సరాల్లో ముగ్గురు పిల్లలకు జన్మనిచ్చిన తరువాత తాను మధ్యలో ఆపిన విద్యా వ్యవసాయాన్ని తిరిగి ప్రారంభించి పిహెచ్.డి పూర్తి చేసి డి.లిట్ స్థాయికి ఎదిగినా, ప్రభుత్వ ఉద్యోగినిగా డిగ్రీ,పి.జి కళాశాలలో అధ్యాపక వృత్తిని నిర్వహిస్తున్నా, పిల్లల విద్యాభ్యాసాది విషయాలలో ఎంత జాగ్రత్తలు తీసుకొనిందో తెలియదు కాని ఆ పిల్లలు ఎంతో సౌమ్యంగా ఉంటూ సంగీతాది కళల వైపు దూసుకెళ్తున్నారు. ప్రత్యేకించి వరలక్ష్మి కుమారుడు ఇప్పుడిప్పుడే ఆంధ్రదేశంలో ప్రత్యేక గాన కోవిదుడుగా పేరు సంపాదిస్తున్నాడు. ఆ అబ్బాయి అన్నమయ్య సంకీర్తనలు ఆలాపిస్తే సభలోని వారు మంత్ర ముగ్ధులవుతారు.ఆ చిరంజీవి అచిరకాలంలోనే ఆంధ్రదేశంలోనే కాక విశ్వవ్యాప్తి కీర్తిని పొందగలడని, పొందాలని నేను ఆశిస్తున్నాను.

ఇక గ్రంథం విషయానికి వస్తే ....

తెలుగు కథా సాహిత్యంలో స్త్రీ అనే గ్రంథం 30 మంది రచయితలు రాసిన 30 వ్యాసాలసంకలనం. అక్కడ ఇక్కడ ఉన్న వ్యాసాలని ఒక చోటకు చేర్చడం కూడా సంకలనమే. కాని వరలక్ష్మి అలా కాకుండా కేవలం ఒకే అంశం మీద అంతో ఇంతో సమగ్ర అవగాహన కలిగిన వ్యక్తులచేత వ్యాసాలు రాయించి, విమర్శకుల సూచనలతో మార్పులు చేర్పులు చేసి, ఒక గ్రంథ రూపంలోకి తీసుకొచ్చింది. ఇది ఎంతో శ్రమతో కూడుకొని ఉన్న పనే అయినా సాహిత్య వ్యవసాయం మీద అభిరుచి ఉండే వారికి ఈ పని ఎంతో ఆనందదాయకం.సంకలనం చేయటమే కాకుండా తాను ముందుండి గ్రంథానికి **తిలకం దిద్దింది** అనేట్లు తానూ ఒక వ్యాసం రాసి అందరి మన్ననలనూ పొందింది.

వరలక్ష్మి సంకలన కర్త గానే కాక ఒక ఉత్తమ విమర్శకురాలుగా,ఒక రచయిత్రిగా అనేక గ్రంథాలు వినిర్మించాలని నా ఆశ. ధ్యానం గురువుగా మరింత పేరు ప్రఖ్యాతులు గడించాలనేది నా కోరిక .శ్రీ వేంకటేశ్వరుడు చిరంజీవి వరలక్ష్మికి అన్ని విధాలా సహకరించాలనేది నా ఆకాంక్ష ----

ఇది ఆలోచనాత్మక వ్యాసాల సంకలనం

డా॥వి. ఆర్. రాసాని,

ప్రముఖ కథ,నవల,నాటక రచయిత.

డా॥ పి.వరలక్ష్మి మంచి ఇల్లాలు.మంచి స్నేహశీలి.మంచి పరిశోధకురాలు.అంతకు మించి మంచి సంస్కారం గల స్త్రీ. ఒక సారి తన పరిశోధన కోసం సలహాలు తీసుకోవడానికి మా కళాశాలకు వచ్చింది. అలాగే ఎదైనా సెమినార్‌లో వ్యాసం రాయాలన్నా నా దగ్గర సలహాలు తీసుకునేది. ఆ సమయంలో ఎన్నో సాహిత్య విశేషాలు చర్చించేది. అనుమానాలు అడిగి తీర్చుకునేది. అలా మాటల సందర్భంలో ఒక సారి ఆమె జీవింతం గురించి చెప్పింది. హైస్కూల్ చదిదే రోజుల్లోనే తన తల్లి చనిపోవడం, అతి చిన్న వయసులో తన మేన మామ కొడుకుతో జరిగిన వివాహం గురించి చెప్పింది. అయితే చిన్నప్పటి నుంచి చదుకోవాలనే తపనను తన భర్తకు చెపితే ఆయన మొదట తిరస్కరించినా, తరువాత ఆమె తపనను గ్రహించి స్వయంగా చదివించాడట. ఆ క్రమంలో ఆమె ప్రీడిగ్రీ తెలుగు, డిగ్రీ ఒరియంటల్ తెలుగు,(ఉస్మానియా విశ్వవిద్యాలయం,హైదరాబాద్) తెలుగు పండిత శిక్షణ (ఆంధ్ర మహిళా సభ,హైదరాబాద్)చదివి, ఎస్.వి.యు సెట్ రాసి ఎం.ఎ. తెలుగు, దానితో పాటే ప్రతిష్టాత్మక యుజీసి నెట్ పరీక్ష రాసి అర్హత సాధించింది.రీసెట్ రాసి పిహెచ్.డి లో చేరి అది పూర్తి చేసి డాక్టరేట్ పట్టా పొంది, అంతటితో ఆగక ప్రస్తుతం డి.లిట్ డిగ్రీ కోసం పరిశోధన చేస్తోంది. అంతేకాక డాక్టరేట్ పట్టా రాక మునుపే ఎ.పి.పి.ఎస్.సి వారు నిర్వహించే క్లిష్ట తరమైన పరీక్షరాసి ప్రభుత్వ డిగ్రీ,పిజి కళాశాలలో అధ్యాపకురాలిగా నియమితురాలైంది. తన ఇల్లాల్ని ఇంతస్థాయికి తీసుకొచ్చిన ఆమె భర్తను తప్పక అభినందించాల్సిందే. ఇందంతా విన్న తర్వాత ఆమె పై నాకెంతో గౌరవం కల్గింది. ఇప్పుడు ఈ పుస్తకం వేస్తోంది. అది ఆమె సొంత వ్యాసాలు కావు. తన లాంటి ఇతర పరిశోధకుల వ్యాసాలు సేకరించి ముద్రిస్తోంది . పైగా ఒక స్త్రీ గా తెలుగు కథల్లో స్త్రీ చిత్రీకరణ గురించి వ్యాసాలు సేకరించి సంకలనం తేవడం చూస్తుంటే ఆమె విశాల హృదయాన్ని , వ్యక్తిత్వ ఔన్నత్యాన్ని తప్పక అభినందించాలనిపించింది.

వరలక్ష్మి తన లోలి ప్రయత్నంగా తెస్తున్న ఈ వ్యాస సంకలనంలో మొత్తం ముప్పై వ్యాసాలున్నాయి.సమాజంలో సగం స్త్రీ, పుట్టినపటినుంచి పురుషుడికి తల్లిగా,చెల్లిగా,అక్కగా చేసే సేవ అపరిమితమైంది. ఇల్లాలిగా చేసే సేవకు విలువ కట్టలేనిది.మరి అలాంటి స్త్రీ కి పురుషుడితో సమానమైన గౌరవంగానీ ,స్వేచ్ఛగానీ ఈ సమాజంలో లేదు. అలాంటి స్త్రీ గురించి ఆధునిక సాహిత్యంలో ముఖ్యంగా కథ,నవలా,నాటక కర్తలు మాత్రమే ఎక్కువగా తమ రచనల్లో చోటు కల్పించారు. స్త్రీ బాధల్ని చిత్రీకరించడానికి ప్రయత్నంచేశారు. వీరు చిత్రించిన స్త్రీ పాత్రలన్నీ వాస్తవానికి దగ్గరగా ఉన్నవే.అంతే కాక ఆయా సామాజిక వర్గాలకవి ప్రతీకలే కాక ప్రాతినిధ్యం వహించేవి.ఇలాంటి పాత్రల గురించి " **Elements of Fiction**" అనే పుస్తకంలో Robert Scholes " In realistic fiction a character is likely to be representative of a social class" అంటాడు. (P-19)

తెలుగు కథా సాహిత్యంలో ఇలాంటి "Realistic women charecters" గురించి రాసిన వ్యాసాలు ఈ పుస్తకంలో ఉన్నాయి. ఆ వ్యాసాలు రాసిన వ్యాసకర్తలు లబ్ధప్రతిష్ఠులు కాకపోవచ్చు. కాని అందరూ మంచి వ్యాసం రాయడానికే ప్రయత్నిం చారు.పైగా మంచి వ్యాసం రాయడానికి లబ్ధప్రతిష్ఠులు కానక్కరలేదని వారు నిరూపించారు కూడాను. అయితే ఆయా వ్యాసకర్తలు తీసుకున్నకథలు మాత్రం చాలా వరకూ లబ్ధప్రతిష్ఠులవే. రాయలసీమలో కథా సాహిత్యానికి దీప ధారుడై నిలిచిన వారు కె.సభా. వీరి కథల్లోని "పురిటినొప్పులు" కథను ప్రధానంగా తీసుకొని అందులోని స్త్రీల సమస్యల గురించి విశ్లేషిస్తూ జి.విష్ణుసాయి మంచి వ్యాసం రాశారు.

కథకచక్రవర్తి గా పేరుగాంచిన శ్రీపాద కథల్లో స్త్రీ పాత్ర విశిష్టతను తెలియజేయడానికి వారి కథల్లో నుంచి "అన్నంత పనీ జరిగింది" కథను తీసుకొని పి.వెంకటేశన్, "ఇల్లు బట్టిన వెధవాడపడుచు" కథను ఆధారంచేసుకొని ఇ.వాసు వ్యాసాలు రాసారు. అలాగే చిత్తూరు జిల్లా రచయిత్రి అయిన ఎం.ఆర్ అరుణకుమారి కథల్లో స్త్రీ జీవిత చిత్రణ గురించి ఐ.సజని, ఎల్.కస్తూరి వ్యాసాలు రాసారు. స్త్రీ సమస్య దృష్టికోణం నుంచి అంచట శారదా దేవి కథల్ని వసంతకుమారి; కోడూరి కౌసల్యాదేవి కథల్ని సునీత; సత్యవతి కథల్ని బి.శివమ్మ ,కె.ఈశ్వరమ్మ;ఓల్గా కథల్ని

తీసుకొని డా రావికాల లక్ష్మికాంతం, డా॥ కృష్ణవేణి; వ్యాసాలు రాసారు. అత్తిలూరు విజయలక్ష్మి కథల్ని షర్మిలా ప్రతిమ, అబ్బూరి ఛాయా దేవి కథల పై డా డి.జ్యోతి రాసారు.

ఇంకా ఈ సంకలనంలో తెలుగు కథల్లో స్త్రీ వాదం గిరిజన స్త్రీ, దళిత కథల్లో మహిళ అనే అంశాలపైకూడా వ్యాసాలు ఉన్నాయి. కొడవటిగంటి కుటుంబరావు,హరికిషన్,చాసో,గురజాడ కథల్లోను స్త్రీ సమస్యల గురించిన వ్యాసాలున్నాయి. ఇంకా విడివిడిగా ఏడు వారాల కథలు చిత్తూరి జిల్లా కథాసంకలనంలోని కథలు, ఈ రాధేనా?వంటి వాటిలో స్త్రీల స్థితి గతుల గురించిన వ్యాసాలున్నాయి. ఈ సంకలనం మొదటి వ్యాసంగా ఈ సంకలన సంపాదకురాలు డా॥పి.వరలక్ష్మి రాసిన రాసాని కథల్లో మహిళా చైతన్యం అనే వ్యాసం మిగిలిన వ్యాసాల కంటే మొదట నిలబడగలిగిన వ్యాసం అనడంలో సందేహం లేదు.ఈ వ్యాసాలన్నీ చదివిన తర్వాత మనకు అర్థమైయ్యే విషయం ఒకటుంది. అదే మంటే మనచుట్టూ, మనతోపాటు జీవిస్తున్న స్త్రీల గురించి రచయితలు, రచయిత్రులు దృష్టి సారించారని ఇంకా సారించాల్సిన అవసరమెంతైనా ఉందని అనిపిస్తుంది. స్త్రీల పట్ల ఒక విధమైన గౌరవాన్ని సానుభూతిని ఈ వ్యాసాలు తప్పక కల్గిస్తాయి. స్త్రీ సమస్యల్ని కొత్త కొత్త కోణాలనుంచి కథాసాహిత్యం ఎలా చిత్రించిందో ఒక సదవగాహన కల్గించడంలో వరలక్ష్మి ప్రయత్నం సఫలమైనట్టే. ఇంత మంచి ప్రయత్నాన్ని ప్రతీ సాహిత్యాభిలాషి, స్త్రీ సాధికారతను ఆకాంక్షించే ప్రతి మనిషి ఆమెను అభినందించితీరాల్సిందే.

విన్నపం

సృష్ట్యాది నుంచి ఎన్నో మలుపులు తిరిగిన మానవ జీవితం నేటికి ఈ దశకు చేరుకుంది. మానవ జీవితంలో ఎన్నో రకాల అలజళ్ళు, ఆకలిదప్పులు, ఆటుపోట్లు, పడుబాట్లు.వీటికి ఎవరూ అతీతులు కారు. మనిషి పుట్టిన నాటినుండి తుదిశ్వాస విడిచే వరకూ కూడ అనేక రకాల అడ్డంకుల్ని, సవాళ్ళనూ ఎదుర్కొంటూనే, అంతర బాహ్య సమన్వయంతో హృదయాన్ని, మనస్సుని బుద్ధిని పెంచి పోషించుకుంటూ రావాలి. ఇందులో భాగంగా వ్యక్తి సంస్కరణకు సమాజ సంస్కరణకు ప్రధానంగా ఉ పకరించేది సాహిత్యం. మానవాళికి శాంతిని, విజ్ఞానాన్ని ప్రసాదించే పరమోద్దేశంతోనే సాహిత్యం ఆవిర్భవించింది. అయితే ఈ మానవ జీవన విదానానికి దిశా,నిర్దేశాన్నిచ్చి ఒక క్రమ పద్ధతిలో నడిపించేదే సాహిత్యం.నీతిని ఉపదేశించి మానవతా విలువల్ని పెంపొందించి, వ్యక్తిని ఒక పరిపూర్ణ శక్తిగా తీర్చిదిద్దడంలో సాహిత్యం ప్రధాన పాత్ర వహిస్తోందనేది తిరుగులేని సత్యం. అలా సమాజానికి సాహిత్యాన్ని అందించే సాహితీ వేత్తలు తమ సందేశాల్ని వివిధ సాహితీ ప్రక్రియల్లో అందిస్తూ ఉంటారు. అలా వెలువడిన అనేక తెలుగు సాహిత్య ప్రక్రియల్లో కథా సాహిత్యం విశిష్టమైన స్థానాన్ని సంతరించుకుంది. వేదకాలం నుంచి మనం చూసినట్లైతే గుణాఢ్యుడు బృహత్కత రాయడం, నన్నయ ప్రసన్నకథకు ప్రాధాన్యం ఇవ్వడం, కావ్యాల్లోని కథలు, జానపదకథలు, తెనాలి రామలింగడి కథలు, కాశీమజిలీ కథలు, పంచతంత్ర కథలు మొదలైన వాటితో ప్రారంభమైన కథా సాహిత్యం ఇంతింతై వటుడింతై అన్నట్లు తనదైన స్థానాన్ని నిలుపుకుంది. ఆధునిక కాలంలోనూ బండారు అచ్చమాంబ "స్త్రీ విద్య", గురజాడ "దిద్దుబాటు" తో మొదలైన కథా సాహిత్యం ఏరులా సెలయేరులా ప్రవహిస్తూ అన్ని కోణాల్నుంచి సమాజానికి కనువిప్పు కల్గిస్తూనే ఉంది."స్త్రీ మూలమిదం జగత్"సర్వం స్త్రీ పైనే ఆధారపడి ఉంది అంటారు పెద్దలు. గానానికి రాగం తాళం వలె, సౌందర్యానికి పూవుందావియు వలె. స్త్రీ పురుష సమైక్యత మానవ జీవితానికి మాధుర్యాన్ని స్రవింపజేస్తాయి.

స్త్రీవాదం అన్నా, స్త్రీలను గురించిన రచలన్నా స్త్రీలను ఎక్కువగానూ, పురుషుల్ని తక్కువగాను చేసి మాట్లాడటమే, చెప్పటమే అనే అపోహ చాలామందిలో ఉంది. అలా మాట్లాడేవారు ఒకరిద్దరూ లేకపోలేదు. ఏది ఏమైనా "ప్రత్యేకంగా మహిళల గురించి చెప్పే ఏ సాహిత్యమైనా స్త్రీ,పురుష సమైక్యతను చాటి చెప్పేదిగాను, స్త్రీ

సాధికారతను సాధించేదిగాను ఉండాలనేది నా అభిప్రాయం". ఆ ఉద్దేశంతోనే మన తెలుగు కథాసాహిత్యంలోని మహిళల జీవన స్థితి గతులు, సమస్యలు, వారి శక్తి, యుక్తి, ఓర్పు, నేర్పు, నైపుణ్యం, చైతన్య ప్రవాహం, ఇంకా మహిళలు సాధించాల్సిన అనేక అంశాల్ని బహుముఖకోణాల్లో ఆవిష్కరించడం ఈ అందులో భాగంగానే ఈ అంశంపై తెలుగు కథల్లోని మహిళల దృక్పథాల్ని ఆవిష్కరిస్తూ రచయితలు వివిధ శీర్షికల్ని ఎంపిక చేసుకొని అనేక వ్యాసాల్ని రాశారు. అందులో ఉత్తమమైన 30 వ్యాసాల్ని ఒక చోట చేర్చి ఈ వ్యాస సంకలనాన్ని పొందుపరిచాను.

ఉత్తమ సమాజాన్ని కోరే వివిధ వ్యాస కర్తలు ఎంతో విశాల దృక్పథంతో ఆధునిక తెలుగు కథా సాహిత్యంలోని మహిళల గురించి తమ సందేశాల్ని విశ్లేషణాత్మకంగా తమ తమ వ్యాసాల్లో తెలియ జేశారు. వారందరికీ పేరు పేరునా కృతజ్ఞతాంజలి సమర్పిస్తున్నాను.

అడిగిన వెంటనే ఎంతో అభిమానంతో ఈగ్రంథాన్ని చదివి వారి ఆకాంక్షను తెలియజేసి, ఆశీర్వదించిన మా గురువుగారు, నా పరిశోధనా పర్యవేక్షకులు, ప్రస్తుతం తిరుమల తిరుపతి దేవస్థానంలో ప్రత్యేక అధికారిగా సేవలందిస్తున్న ఆచార్య గార్లపాటిదామోదరనాయుడు గారికి నా హృదయపూర్వక నమస్సుమాంజలి సమర్పిస్తునాను.

అడిగిన వెంటనే అంగీకరించి, ఈ గ్రంథానికి తమ అమూల్యమైన సమయాన్ని వెచ్చించి, ఎంతో ఓర్పుతో ఆమూలాగ్రం చదివి "ఇది ఆలోచనాత్మక వ్యాసాల సంకలనం అనే శీర్షికతో" వారి అభిప్రాయాల్ని, సూచనల్ని తెలియజేసిన సుప్రసిద్ధ కథకులు,తెలుగు ఉపన్యాసకులు డా॥వి.ఆర్.రాసాని గారికి ప్రత్యేక కృతజ్ఞతాంజలి సమర్పిస్తున్నాను.

అనుక్షణం నా అభ్యున్నతిని కోరే నా జీవిత భాగస్వామి జయపాల్ రెడ్డి, నా పిల్లలు చిరంజీవి విష్ణు,భవాని,షర్మి లకు ధన్యవాదాలు..

ఈ గ్రంథాన్ని అందంగా ముద్రించిన ప్రభా గ్రాఫిక్స్ వారికి, టైప్ సహకారం అందించిన చిరంజీవి షర్మికి ప్రత్యేక ధన్యవాదాలు.....

– డా॥ పి. వరలక్ష్మి

విషయసూచిక

రాసాని కథల్లో మహిళా చైతన్యం

డా॥పి.వరలక్ష్మి

నేపథ్యం:

సమాజం ఏర్పడిన ఆదిమ దశలో సమాజాధిపత్యం స్త్రీకి ఉండేది. అదే మాతృస్వామిక వ్యవస్థ. ఈ వ్యవస్థలో మానవుడి మొట్టమొదటి సాధనమైన వ్యవసాయం కనుగొన్నది స్త్రీ. అయితే అనేక కారణాల వల్ల ఆధిపత్యాన్ని పురుషుడు తమ చేతుల్లోకి తీసుకున్న తర్వాత స్త్రీలు సాంఘికంగా, ఆర్థికంగా, లైంగికంగా అణచివేతకు దోపిడీకి గురౌతున్నారు. పాతివ్రత్యం పేరుతో ఒకప్పుడు సతీసహగమనం పేరుతో అనేక మూఢ సంప్రదాయాల పేరుతో గురౌతూ తన అస్థిత్వాన్ని కోల్పోతున్నారు. అన్ని రకాలుగా అభివృద్ధి చెందుతున్న ఆధునిక యుగంలోనూ అదనంగా మీడియాల దుష్ప్రభావం చేత ప్రభావితమవుతున్న నేటి యువకుల చేతుల్లో ఆసిడ్ దాడులకు అత్యాచారాలకు ఇంకా అనేక రకాల ఆవేదనకుతో ఆందోళనకు బలి అవుతూనే ఉన్నారు. ఈ విషయాలన్నింటినీ రాసాని వారు తమ కథల్లో చిత్రించారు. సాంఘిక, సాంస్కృతిక ఆర్థిక రంగాల్లో పురుషులతో సమానంగా స్త్రీలు సాధించాల్సిన ఎన్నో సమస్యల్ని రాసాని వారు తెలుగు కథల ద్వారా తెలియజేశారు. స్త్రీ చైతన్యమే వారి ప్రధాన ఉద్దేశంగా మనకు కన్పిస్తుంది.

అంతేకాక సమాజంలో స్త్రీలు మానసికంగా ఎదగడానికి , ధైర్యంగా నిలబడటానికి, తమ వ్యక్తిత్వాన్ని కాపాడుకోవడానికి, స్వేచ్ఛగా, గౌరవంగా జీవించడానికి అవసరమైన మార్గాల్ని అలాగే మహిళల ప్రతి సమస్యకు పరిష్కార మార్గాల్ని కూడా వీరి కథలు మనకు సూచిస్తాయి.

తెలుగు కథ ఆవిర్భావం:

మొట్టమొదటిగా బండారు అచ్చమాంబ, గురజాడ లాంటి కవులతో మొదలైన కథా సాహిత్యం సమాజంలోని అన్ని అంశాల్ని స్పృశించింది. స్త్రీ విద్య, ధన త్రయోదశి మొ॥ కథల్లో స్త్రీ చదువుకోవడానికి ఎన్ని కష్టాలు పడుతుందో

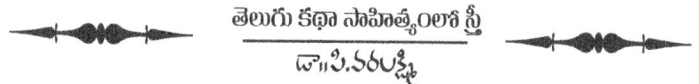

స్పష్టంగా చిత్రించారు. అపమార్గంలో పయనిస్తున్న తన భర్తను సక్రమ మార్గంలో పెట్టడానికి గురజాడ దిద్దుబాటు కథలో 'కమలిని' ఎంత వివేకంతో వ్యవహరిస్తుందో గమనిస్తే, ఇది స్త్రీ శక్తా? దైవశక్తా? అన్న ఆలోచనను తలపిస్తుంది. తర్వాత "శ్రీపాదతులసి మొక్కలు" కేతు విశ్వనాథరెడ్డి, నమ్ముకున్న నేల, వినోదిని జిలకరమ్మ, నామిని మొ॥న వారు స్త్రీని చిత్రించిన విధానం ద్వారా స్త్రీ స్థితిగతుల్ని మనం అర్థం చేసుకోవచ్చు.

రాసాని వారి కథా ప్రత్యేకత:

అయితే రాసాని వారు మరో అడుగు ముందుకేసి స్త్రీ జీవన విధానాన్ని, సమాజంలోని వాస్తవాల్ని తమ కథలో చిత్రించడంలో తనదైనస్థానాన్నే నిలుపుకున్నారు అనడంలో సందేహం లేదు. వీరి కథల్లో స్త్రీ జీవితాన్ని చిత్రించిన తీరు అద్వితీయం. అంతేకాకుండా నిరంతర శ్రమిస్తూ జీవనాన్ని కొనసాగిస్తున్న మహిళలోని నిజాయితీని, వారు ఎదుర్కొంటున్న సమస్యల్నే కాక సమస్యల్ని ఎలా అధిగమిస్తూ, ఎంతో మానసిక ధైర్యంతో తమ జీవితాన్ని ముందుకు నడిపించి మహిళలు సమాజంలో ఎటువంటి క్లిష్ట పరిస్థితుల్లో కూడా ఎలా ధైర్యంగా ఉండి ఉన్నత స్థాయికి చేరుకోవాలనే విషయాల్ని, వారి వారి జీవితాల్ని, ఎలా సరిదిద్దుకోవాలనే మేల్కొలుపును వారు చిత్రించడం వల్ల ఆదర్శవంతమైన స్త్రీ పాత్రల్ని వారు సృష్టించినట్లుగా మనకు నిరూపణవుతుంది. ఇక వారి కథా సృష్టి వివరాల్లోకి వెళ్తే....

నల్లపూసలు:

ఈ కథలో నాంచారి భర్త యాదన్న "వీట్ని ఎత్తక పొయ్యి పల్లెల్లో దిరిగి అమ్మకరా" అని చెప్తే ఆమె "సూదులే దబ్బనాలే, బొమ్మలే, మొల్తాల్లే, కంజుపిట్టలే" అంటూ పల్లెపల్లె తిరిగి అమ్ముకొని నిత్యం శ్రమించే మహిళ. ఈమెకు బిడ్డలు పుట్టకపోవడానికి కారణం తన భర్తకు పిల్లలు పుట్టే అవకాశం లేదు. కాబట్టి ఆ

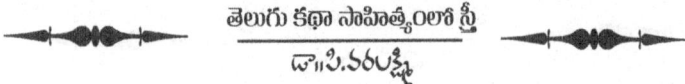

విషయం భర్తకు తెలుసు అయినా సరే అతను అందరిముందు "ఒసే సంతును కనలేని దెయ్యమా? గొడ్డుబోతుదానా? అని తిట్టడం, నానారకాలుగా హింసలు పెట్టి చివరకు బయటకు గెంటేస్తాడు. తరువాత "అంజప్ప" అనే ఆయన బాగా చూసుకుంటానని తండ్రితో చెప్పి రెండో పెళ్ళి చేసుకుంటాడు. ఇతనికీ బిడ్డనుకనే యోగ్యత లేకపోయినా ఆమెను ఎలా ఇబ్బంది పెట్టేవాడంటే ఆమె మాటల్లో "దినమూ తాగి వచ్చి గొడ్డును గుదిమినట్లు గుదమతా ఉండె, వళ్లంతా గదుములు గట్టుకొని పోతా ఉండె" అంటూ తన ఆవేదనను వెలిబుచ్చేది. అంతేకాదు "సవుటి నేలను నమ్ముకొని పంట బెడితే కడుపు నిండుతుందా? వగ అచ్చుటా ముచ్చుటా? దాంతో ఏం సుఖపడతావురా" అని ఇంట్లో వారు అనే సరికి వెంటనే తానుకూడా కట్టుకున్న భార్యను బయటకు గెంటేస్తాడు. తరువాత ఆమె మళ్ళీ నాన్నదగ్గరకు చేరుకుంటుంది. ఈమె అందంగా ఉండటం వల్ల తన ఊరి ప్రెసిడెంటు కామంతో గెంగినాయుడు బలత్కారం చెయ్యబోయినప్పుడు ఆమె నిజాయితీని చూడండి" వొరే పరా అడది వొగ సెల్లిరా! వొగతల్లిరా? నన్ను బట్టుకొనే బదులు నీ యమ్మను పట్టుకో. నీకూతుర్నిపట్టుకో" అంటూ ధైర్యంగా ఎదుర్కొంటుంది.

ఈ పరిస్థితుల్లో ఆమెకు ఎలాగైనా మళ్ళీ పెళ్ళి చేయాలని నిర్ణయించు కుంటాడు తండ్రి. సంబంధం చూసి పెళ్ళిచేస్తాడు. ఒక బిడ్డ పుట్టాక అతను మరొకామె మోజులో పడి వదిలేస్తాడు. మళ్ళీ తండ్రి దగ్గరకు చేరుకుంటుంది. కొన్నాళ్ళ తరువాత కోలుకొని కష్టపడి బాగా డబ్బు సంపాదించి బిడ్డను ఎంతో చక్కగా ప్రయోజకుడ్ని చేస్తుంది. ఆమె ఆస్థిని చూసి తన భర్తలు ముగ్గురు ఒక్కొరు వరుసగా వచ్చి జరిగిందేదో జరిగింది. ఇక నేను బాగా చూసుకుంటాను అని నమ్మించే ప్రయత్నం చేస్తాడు.

అప్పుడామె "నేనేమి తప్పుసెయ్యలేదు. నేను నిప్పులాంటిదాన్ని, మాకులంలో మొల్తాడు గట్టిన మగవాడు ఆడదాన్ని ఒక వస్తువు మాదిరి చూస్తాడు.

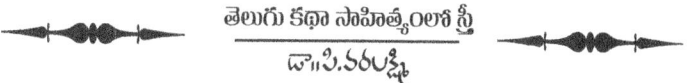

మాసిపోతానే వదిలేసే కట్టుగుడ్డలాగా కట్టుకున్నదాన్ని వదిలేస్తాడు. మొలకు మొలతాడు మార్చుకున్నట్లు ఆడదాన్ని మార్చేస్తాడు, ఇట్టే ఉంటే మా బతుకు లెప్పుడు బాగుపడతాయో ఏమో? మొగోడి సేతిలో ఆడది ఇలా ఎన్నిదినాలని అణగారి బతకాల్నో ఏమో సెప్పండయ్యా సెప్పండి? ఇట్టా ఎన్నిదినాలు? ఎన్నితరాలు? అంటూ విలపిస్తుంది. ఇలా రాసాని వారు స్త్రీ పరిస్థితిని గూర్చి ఒక ఆలోచనను, ప్రశ్నను సమాజానికి విసిరారు. వారి ఆవేదనను ఎంత ఆర్ద్రతతో గమనించి తమ దృష్టిని స్త్రీ సమస్యల వైపు సారించారో అనడానికి ఈ కథలే నిలువెత్తు సాక్ష్యాలు. స్త్రీల పట్ల వారికున్న గౌరవభావాలు ఎలాంటివో ఇలాంటి కథల ద్వారా వ్యక్తమౌతుంది. అంతేకాదు దాంపత్యజీవితం అనేది ఎంత పటిష్టంగా ఉండాలో, అలాలేకపోవడం వల్ల సమాజానికి జరిగే నష్టం ఎలా ఉంటుందో రాసానివారు చిత్రించిన తీరు అనన్యసామాన్యం.

సాలెగూడు:

ఈ కథలో జానకి అనే అమ్మాయి ఎంతో ఆదర్శవంతమైన కుటుంబంలో జన్మించింది. ఆ అమ్మాయిని చదువు ముగిశాక తన మేనమామ అయిన చంద్రంకిచ్చి పెళ్ళి చేయాలని పెద్దలందరూ నిర్ణయించుకున్నారు.

"ఏ నిమిషానికి" ఏమి జరుగునో ఎవరూహించెదరు అన్నట్లు విధి వక్రించి రోడ్డు ప్రమాదంలో తల్లి,తండ్రి, అన్న,వదిన శరీరం వదిలారు.

"శతవర్షములదాక మితము చెప్పిరిగాని
నమ్మరాదామాట నెమ్మనమున
బాల్యమందో మంచి ప్రాయమందో
ముదిమియందో లేక ముసలియందో
యూరనో యడవినో యుదక మధ్యముననో
ఎక్కడో విడుచుట ఏ క్షణంబొ"

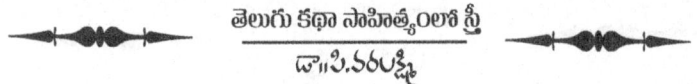

మనిషి జీవితకాలానికి గ్యారంటీ లేదు కదా! అందుకే ఈ పరిస్థితి, ఏది ఏమైనా ఇప్పుడు కుటుంబ బాధ్యత మొత్తం జానకీ పై పడింది. అటు తన తమ్ముడు చెల్లెలు, ఇటు అన్న పిల్లలిద్దరు మొత్తం నలుగుర్ని పెంచి పోషించాల్సిన పరిస్థితి. తను పెళ్ళి చేసుకొని వెళ్ళిపోతే పిల్లలంతా అనాథలవుతారని ఆలోచించింది. దానికితోడు ఇన్ని బాధ్యతలున్న జానకిని పెళ్ళి చేసుకుంటే కుటుంబ బరువంతా ఎక్కడ నెత్తిన పడుతుందేమోనని చంద్రం జారుకున్నాడు. అంతే "పెళ్ళి" అనే విషయాన్ని తన జీవితం నుంచి తొలగించింది. కుటుంబ ధర్మాన్ని కాపాడటానికి నడుం బిగించింది.ఒక స్త్రీ కున్నంత మానసిక ధైర్యం అంతా ఇంతా కాదు. అదో మహత్తరమైన శక్తి. కనుకనే మహాత్మాగాంధీ ఇలా అంటారు.

"పశుబలమే శక్తికి చిహ్నమయితే మగవాడే
బలవంతుడు. అలాగాక బలమన్నది
నైతికమూ, మానసికమూ అయితే
నిస్సందేహంగా మహిళలే శక్తివంతులు"

ఈమె వయసులో ఉన్నా, ఏ మాత్రం శరీర కోరికల్ని లెక్క చేయకుండా అరిషడ్వరాల్ని జయించింది. భారతీయ సంస్కృతి సంప్రదాయ పరిరక్షణకు ఊపిరి పోసింది. కుటుంబమే సర్వస్వం అనుకుంది. అంతే ఒక ప్రైవేటు సంస్థలో టైపిస్టుగా ఉద్యోగం సంపాదించి పిల్లల్ని పోషిస్తూ వచ్చింది. అన్నబిడ్డల్ని తన తమ్ముడినీ చెల్లెలినీ తన సొంత బిడ్డలుగా భావించుకుంది. ఆ నలుగురికీ తల్లీ, తండ్రీ, గురువూ, దైవం అయింది. చేస్తున్న ఉద్యోగం ఊడిపోయినా తిరిగి ఏదో ఒక చోట చిన్న ఉద్యోగం చేస్తూనో ట్యూషన్లు చెబుతూనో కూడా తాను పస్తులుండి వారిని పెంచి పెద్ద చేసింది. కాస్త ఆలస్యంగానైనా అందరికీ పెళ్ళిళ్ళు చేసి బాధ్యతా యుతంగా నడుచుకొంది.

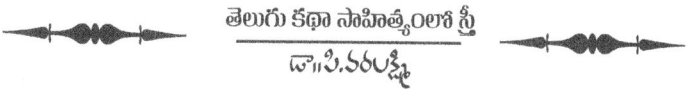

రాత్రి, పగలూ విశ్రాంతి లేకుండా కష్టపడటంతో కాస్త ముందుగానే వృద్ధాప్య దశకు చేరుకుంది. అయినా కూడా ఆ దశలో వారి వారి చిన్నపిల్లలందరికీ సేవ చేసేది. ఇలా కొన్నాళ్ళు గడిచాక ఆమె మరీ ముసలిదై నడుంవంగి ఏ పనీ చేయలేని పరిస్థితికి చేరుకుంది. ఆమెకు ప్రత్యేకంగా ఒక సత్తుగిన్నె, గ్లాసు, ఒక పాతదుప్పటి, గోనె నుంచి ఇవి ఇప్పుడు ఆమె ఆస్థి. పిల్లలే ఆస్థిగా, ఆభరణంగా వారే సర్వస్వం అనుకొని పెంచిన పిల్లలు, వారి పిల్లలు అంతా కలిసి ఆమె కిచ్చిన బహుమానం. చంద్రం లాగా నేనూ నాదారి చూసుకొని ఉంటే ఈ పిల్లల పరిస్థితేంటి? అని అప్పుడప్పుడూ తలచుకొని బాధపడేది కూడా. అంతటి బాధతో పెంచిన జానకిని వారంతా తిట్టుకుంటూ అంతమెతుకులు గిన్నెలో వేస్తే తినేది లేకపోతే పస్తులుండేది. అంతేకానీ ఎవర్నీ ఏమీ అనేదికాదు. అది మాతృత్వం అంటే. మాతృత్వం అంటే పిల్లల్ని కంటేనే వచ్చేది కాదు. అదొక భావన. ఈ విషయం జానకి పాత్రతోనే నిరూపణ అవుతోంది. ఇది స్త్రీకి ప్రకృతి ప్రసాదించిన వరం. అంటే ఒక మహిళ ఎలాంటి సమస్య, కష్టం వచ్చినా ఎంతో ధైర్యంగా వాటిని అధిగమించి గమ్యాన్ని చేరుకోగలదనడానికి ఈ కథలోని జానకి నిదర్శనం. ఇదో చైతన్యవంతమైన, ఆదర్శ ప్రాయమైన పాత్ర అని మనం చెప్పుకోవచ్చు.

“భౌతికమైన కోటానుకోట్ల ఆస్తులు మనశ్శాంతిని ఇవ్వలేవు కొనిపెట్టనూలేవు, నిత్యం బాధ్యతాయుతంగా నడుచుకొని అనుక్షణం ఆత్మ నిగ్రహంతో తనను తాను ప్రశాంతంగా ఉంచు కున్నవారే నిజమైన ధనవంతులు. అటువంటి క్లిష్టపరిస్థితుల్లో కూడా ఇంటి నుంచి బయటకు పొమ్మన్న సందర్భాల్లో కూడా జానకి చలించలేదు. ఇదే చైతన్య స్థితి అంటే. “మనస్సును ఉన్నత స్థాయికి తీసుకొని వెళ్ళాలి. ధర్మ నియమాలను ఉల్లఘించకూడదు నీ సుఖం, ఆనందం బాహ్య వస్తువుల్లో కాక నీ మనస్సుపైనే ఆధారపడి ఉందని గ్రహించు” అన్న బుద్ధుని మాటల్ని సాక్షాత్కారం చేసిన పాత్ర జానకిది.

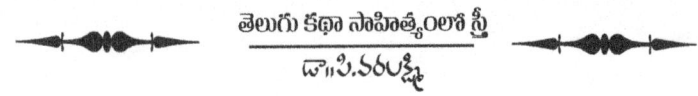

తీర్పు:

ఈ కథలో గౌరవమ్మ పాత్ర ఎంతో నీతి నిజాయితీ, అంకిత భావం మొదలైన ఉన్నతమైన లక్షణాల్ని సంతరించుకున్న పాత్ర. గౌరవమ్మ, రాజు వీరిద్దరి కుటుంబ పెద్దలకూ అప్పుడప్పుడూ పక్కనే ఉన్న పొలాల కారణంగా చిన్న తగాదాలు వచ్చేవి. అందులో భాగంగానే రాజు, గౌరవమ్మ వారి పొలంలో చెట్టెక్కి టెంకాయలు దొంగిలించేవాడు. ఒక రోజు రాజు పట్టపగలే ఎవరూ లేనప్పుడు చూసి చెట్టెక్కి కొబ్బరికాయలు కోస్తుంటే ఆ ఇంటి కొత్త కోడలు గౌరవమ్మ చూస్తుంది. ఏమీ అనకుండా దగ్గరకెళ్ళి బుద్ధిమాటలతో చెప్పి, ఇకపై అలా చేయవద్దని మంచిగానే చెప్పింది.

అప్పటి నుంచి ఆమెలోని మంచితనానికి మేధస్సుకి మెచ్చి రాజు ఆమె కనిపించి నప్పుడల్లా ఆమెను గౌరవంతో పలకరించేవాడు. ఈ విషయాన్ని గమనించిన కుటుంబ సభ్యులు ఆమెను నిలదీస్తే ఆమె కూడా ఎంతో వినయంతో "అయ్యా నేనలాంటి దాన్ని కాదయ్యా" అని చెప్పింది. ఆమె మాటలు ఏ మాత్రం వినకుండా అటు భర్త, ఇటు అత్తమామలూ, బంధువులూ అనుమానించారు. కేవలం రెండు కుటుంబాల మధ్య ఉన్న పాత కక్షల కారణంగా రగడకాస్త ఎక్కువైంది. అంతేకాక గౌరవమ్మ ఇంట్లో కూడా రాజు విషయంలో గొడవలు జరుగుతూనే ఉండేది. ఒక రోజు రాజుకు నడుములు విరిగిపోయి ఆసుపత్రిలో ఉండటంతో గౌరవమ్మ వారే చేతపని చేసి రాజుని చంపించే ప్రయత్నం చేశారని ఆనోటా, ఈనోటా పాకుతూ ఊరందరికి తెలిసింది.

ఇరుకుటుంబాల అనుమానం పంచాయితీ దాకా వెళ్ళింది. గౌరవమ్మను అక్కడికి పిలిపించి పంచాయితీలో నిలదీశారు. "రాజుతో అక్రమ సంబంధం ఎందుకు పెట్టుకున్నావు" అని ప్రశ్నించారు. అందుకు ఆమె తనకే పాపం తెలియదనంది. ఆమెను గురించి అంత నీచంగా మాట్లాడుతుంటే అలనాడు కౌరవ

సభలో ద్రౌపదికి జరిగిన అవమానం తనకూ జరుగుతున్నట్లనిపించింది. అక్కడ ఆమెకు వారి మాటల్తోనే వస్త్రాపహరణం మానభంగం జరుగుతున్నట్లు బాధపడ్తూ ఉంది. పెద్దలు మళ్ళీ, చెప్తావా? కులానికి వెలేద్దుమా? అన్నారు. అయినా నోరు తెరవలేదు. ఎందుకంటే స్త్రీ మూర్తికున్న ఓర్పు, నేర్పు నైపుణ్యం అంతా ఇంతా కాదు అది అసామాన్యం అద్వితీయం.

పంచాయితీలోని పెద్దలే కాకుండా భర్త, ఇంట్లో వారందరూ కూడా నలుగుర్లో తలవంపులు తెస్తివే, ఈ రోజుతో నిన్ను చంపేస్తానంటూ చెడా పడా తిట్టారు, కొట్టారు. అందరూ నవ్వుకున్నారు కూడా. “అయిందా మంగళ హారతి ఇంకన్నా నోరు తెరు” అన్నాడో పెద్ద మనిషి. మళ్ళీ కొట్టడానికి ముందుకొచ్చాడామె భర్త.“ఆగవయ్యా!” గట్టిగా అరిచింది గౌరవమ్మ. అతనలాగే ఆగిపోయాడు. కొలువు దీరిన శిలా ప్రతిమల్లా అందరూ మౌనంగా చూస్తున్నారు. “వొగ ఆడదాన్ని కొట్టేదానికి నీకు సిగ్గు లేదా? పెండ్లాన్ని కొట్టేది వీరత్వం అనుకుంటివా? ఇంక నిలు చాలుగానీ... ” అంది. మహిళ మాట్లాడనంతవరకే ఆమెపై మగాడి అర్థం, పర్థంలేని ఆధిపత్యం సాగుతుంది ప్రశ్నించడం ప్రారంభిస్తే పురుషులు (స్త్రీపై చేయి చేసుకొనేవారు, స్త్రీని చిన్నచూపు చూసే భావజాలం ఉన్న వారెవరైనాసరే) పునరాలోచించుకోక తప్పదు.

“మీరందరూ పెద్ద మనుషులే మీకూ ఆడపిల్లలున్నారు. ఒక ఆడపిల్లపైన ఇట్లా అపనిందలేసి నడివీధిలో నిలబెట్టడం మీకు న్యాయంగా ఉండాదా? చెప్పండి?” అని పంచాయితీ మొత్తాన్ని ప్రశ్నిస్తుంది, నిలదీస్తుంది. ఎవరూ నోరు మెదపలేదు. “ఏమయ్యా నేను రాజుతో రంకుపని చేసేటప్పుడు ఎవ్వరయినా చూశారా అని అందర్నీ చూస్తూ సభలోని ప్రతి ఒక్కర్నీ ప్రశ్నించింది. ఇలాంటి వాటికి సాక్ష్యాలుండవు” అన్నాడు మరో పెద్దమనిషి “కోర్టులో సాక్ష్యాలే గదా ముఖ్యం.

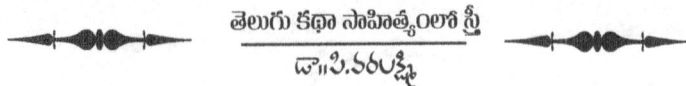

మరి సాక్ష్యం లేకనే నాది తప్పని ఎలా నిర్ణయిస్తారు?" అని ఎంతో చాకచక్యంగా న్యాయాన్ని చట్టాన్నీ గురించి కూడా చెప్తూ ప్రశ్నిస్తుంది.

"నీ గురించి అందరికీ తెలుసులే దినం మీ ఇంట్లోవోళ్ళే నిన్ను కొడ్తూ ఉ న్నారు గదా అంతకంటే ఏం సాక్ష్యం కావాలి" అంటూ తలా ఒక మాట అంటారు."నోర్లు ముయ్యండయ్యా సాక్ష్యం చెప్పించమంటే ఇంట్లో గలాటాల గురించి చెప్తారా. వొగ మొగోడు. వొగ ఆడది మాట్లాడుకుంటానే రంకు అంటగడతారా? కులానికి యెలేస్తారా? అంటూ ఎంతో చైతన్యవంతంగా నాటి ద్రౌపదిలా ప్రశ్నిస్తుంది. భర్త మళ్ళీ కొట్టడానికి చెయ్యెత్తుతాడు.

"య్యోవ్! ఆగవయ్యా భలే ఎగిరెగిరి పడతా ఉండావే... ఎవరో ఏదో చెప్పినారని బతుకును పంచుకున్న పెండ్లాన్ని అందరిముందర అగుడు జేస్తావా, అడుగడుగునా అనుమానించి కొడతావా,నీలాంటోడితో కాపురం నరకమే. మంచీ చెడూ తెలుసుకోకుండానే పంతాలకుపోయి కోడల్ని అవమానించి ఆడిపోసుకునే మీ మద్దెన బతకడమంటే రాక్షసుల మద్దెన ఉండటమే.. ఇక నీతో నేను కాపురం చెయ్యలేను నువ్వూ నీ వాళ్ళు వద్దు. ఈ మనుషులూ వద్దుపో" అంటూ ఏ మాత్రం భయపడకుండా గొంతెత్తి చెప్పి తన నిజాయితీని ప్రకటించుకుంది. ఇదే మహిళా చైతన్యం. గౌరవమ్మ ఎలాంటి పొరపాటు చేయలేదు. కేవలం అపోహ కనుకనే ఆమె ఎంతో సమర్ధవంతంగా పంచాయితీని ఎదుర్కోవడం, ఈమెలోని చైతన్యస్థాయి మనకి ప్రస్ఫుటంగా కన్పిస్తుంది.

అంతవరకూ పంచాయితీలో మౌనంగా ఉన్న గౌరవమ్మ తండ్రి జయిరామయ్య ముందుకొచ్చి అందరికీ నమస్కరించాడు.ఎప్పుడో ఎక్కడో టెంకాయలు దొంగిలించే సమయంలో చెట్టెక్కి కిందపడి నడుము విరిగిపోయింది, కొంచెం కూడా కనికరం లేకుండా ఆడబిడ్డను ఒంటరిదాన్ని చేసి కాకులు పొడిచినట్లు పొడుస్తారా? చెట్టుకు కాయలు, కన్నోళ్ళకు బిడ్డలూ బరువుగాదు అంటూ తనతో పాటు తీసుకెళ్ళిపోతాడు.

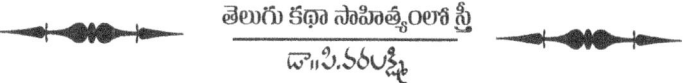

మెట్టినింటినే దేవాలయంగా నమ్మి కన్నవాళ్ళనీ, ఉన్నవాళ్ళనీ వదులుకొని జీవితమంతా త్రికరణ శుద్ధిగా సర్వం అర్పించి మమేకం చెందడానికి వచ్చిన మహిళస్థితి ఇది. ఏ మాత్రం ముందుచూపు గాని ఆలోచనగాని లేకుండా భర్తతోపాటు ఇంట్లోవారితో సహా ఆమె గుండెల్ని గాయం చేస్తే ఆమె పరిస్థితేంటి? నిరంతరం తనతో జీవితాన్ని పంచుకుంటున్న భర్త కనీసం కూడా భార్య ఇలా చేయగలదా? అని ఒక్కసారి తనతో తాను ప్రశ్నించుకొని ఉంటే ఈ పరిస్థితి వచ్చేదా? అంటే ఆమెతో సంసారం చేస్తూ కూడా ఆమెస్వభావాన్ని అవగాహన చేసుకోని భర్తల్ని ఏమనాలి? అసలు ఆమె ఆలోచనలెలా ఉన్నాయి? నిత్యం నా కుటుంబ సేవలలోనే లీనమైన భార్యకు అలాంటి భావనెందుకొస్తుంది. అనే వివేచన కూడా భర్తకు కల్గలేదంటే అతను నిజంగా ఆమెలో పూర్తిగా లీనమై, మమేకమై సంసారం చేస్తున్నట్టా? లేదా కేవలం యాంత్రికంగా గడుపు తున్నట్టా? అంటే ఆమెను ఒక వస్తువుగా చూస్తున్నాడు. కుటుంబానికి పని చేయడానికి, అతని కోరికలు తీర్చడానికి ఉపయోగపడే యంత్రంలా చూస్తున్నాడే తప్ప అంతకంటే ఒక అడుగు కూడా ముందుకేసి ఆలోచించలేని అథోస్థాయిలో ఉన్నాడు గౌరవమ్మ భర్త. అతను తన భార్యలో లీనమై ఇద్దరూ ఒకటే అనే ఏకత్వభావన ఉంటే ఇలా జరిగేది కాదు.

సంసారం అనే మహాసంగ్రామంలో ఎన్నో అలజళ్ళు, ఆందోళనలు, కష్టాలు, సుఖాలు. ఏది ఏమైనా మనిషి ఎప్పుడూ మహోన్నతమైన ఆలోచనలతో ముందుకుసాగాలి. అంతేకాని కనీసం శరీర స్థాయిని, భౌతిక స్థాయిని దాటి ఒక్క అంగుళం కూడా మన ఆలోచనల్ని కదల్చక పోతే పరిస్థితి ఇలాగే ఉంటుంది. అందుకే మన ఆలోచనల్ని అథోస్థాయి నుంచి మహోన్నత స్థాయికి తీసుకెళ్ళాలి. లేకపోతే మానవ జీవన గమనంలో అన్నీ సుడిగాలులే ఆవహించి జీవితాన్ని ఉక్కిరి బిక్కిరి చేస్తాయి. ఆ ఉక్కిరి బిక్కిరిలో మనిషి జీవితానికి అర్థం ఉండదు,

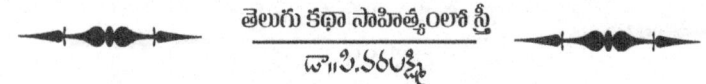

ఆలోచన ఉండదు, అర్థం కాని మానవ జీవితం వ్యర్థమై పోతుంది. అందుకే వ్యక్తి అంతరాంతరాళలోకెళ్ళి ఆలోచించి అంతర చైతన్య సీమల్ని అందిపుచ్చుకోవాలి. అంతర బాహ్య సమన్వయాన్ని ఏర్పరుచుకోవాలి.

"సంతుష్టో భార్యయా భర్తా భార్యా తథైవచ
యస్మిన్నేవ కులే నిత్యం కళ్యాణం తత్ర వై ధ్రువం"

భార్యభర్తలు సుఖంగా ఉండే ఇంటిలోనే నిత్యం మంగళం శోభిస్తుంది అన్నట్లు ప్రతి ఒక్కరూ ఆలోచించి సంపూర్ణమైన దాంపత్య జీవితాన్ని నడపగల్గాలి. దాంపత్య జీవితం ఎలాంటి ఒడిదుడుకులు లేకుండా కొనసాగినప్పుడే కుటుంబం సమాజం అందరూ ప్రశాంతంగా ఉంటారు. "మనశ్శాంతే ప్రపంచ శాంతి"

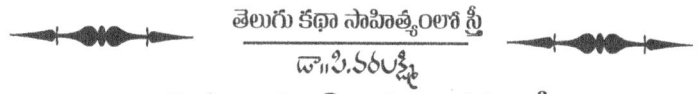

కె. సభా "పురిటి నొప్పులు" కథలో స్త్రీ

జి. విష్ణుసాయి

ఆధునిక తెలుగకథ ఆవిర్భావం:

ఆధునిక తెలుగు కథా సాహిత్యం 1910లో ప్రారంభమై, నేటికీ దినదిన ప్రవర్ధమానం అవుతూ సమాజంలోని అన్ని అంశాల్ని స్పృశిస్తోంది. ఇలా బండారు అచ్చమాంబ, గురజాడలాంటి కవులతో మొదలైన కథా సాహిత్యం సమాజంలోని అన్నీ అంశాలతో పాటు స్త్రీ సమస్యల్ని, జీవన విధానాన్ని వారిలోని అమాయకత్వాన్ని అనేక కథల్లో చిత్రించింది. అంతేకాక సాంఘిక, సాంస్కృతిక ఆర్థిక రంగాలలో పురుషులతో సమానంగా స్త్రీలు సాధించాల్సిన ఎన్నో సమస్యల్ని తెలుగు కథ చిత్రించింది, చిత్రిస్తూనే వుంది.

గురజాడ దిద్దుబాటు కథలో "కమలిని" తన భర్తను సరిదిద్దడానికి ఎంత శ్రమ పడుతుందో, ఎంత వివేకంతో వ్యవహరించి తన కుటుంబాన్ని సరి దిద్దుకుంటుందో మనం గమనించవచ్చు. అలాగే శ్రీపాద "తులసి మొక్కలు"; కె.సభా "పురిటినొప్పులు, అపూర్వం"; రాసాని "రెక్కల గుర్రం, భిక్షువర్షీయసి, నల్లపూసలు"; కేతువిశ్వనాథ రెడ్డి నమ్ముకున్ననేల; వినోదిని "జిలకరమ్మ" మొ॥ కథల్లోనూ, నామిని, బాలాజి మొ॥వారి అనేక కథల్లో స్త్రీని చిత్రించిన విధానం మనం చూడవచ్చు. అందులో భాగంగానే కె. సభా రచించిన "పురిటినొప్పులు" కథలోని స్త్రీని, వారి సమస్యల్ని వారి జీవన విధానాన్ని విశ్లేషణాత్మకంగా పరిశీలించడమే ఈ వ్యాసం ఉద్దేశం.

సభావారి కథారచనా ప్రత్యేకత:

కె.సభా భారతదేశంలో గ్రామీణ వ్యవసాయక జీవన మూలాల్ని చిత్రించిన తొలితరం కథారచయితల్లో ఒకరు. ఆంధ్రప్రదేశ్‌లోని రాయలసీమ ప్రాంత, ప్రాంతీయ ప్రాతినిధ్య కథా రచయితగా ఒక చారిత్రాత్మక భూమికను నిర్వహించారు.

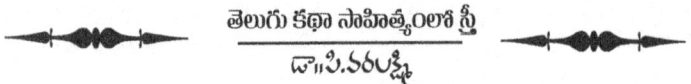

వ్యవసాయ రంగంలోని సంక్షోభాల్ని, జనజీవన విధ్వంసాన్ని, ప్రకృతి బీభత్సాన్ని, కరువుకాటకాల్ని, రోజురోజుకూ అడుగంటి పోతున్న భూగర్భ జలాల వల్ల కొండెక్కిపోతున్న రైతు కుటుంబాల కన్నీటి గాథల్ని కథల రూపంలో నిక్షిప్తం చేసిన కథకుడు కె.సభా. అంతటితో ఆగక సమాజంలోని స్త్రీల జీవితాల్ని వారి నిరంతర శ్రమను, పనికత్తెలుగా కుడా పని చేసుకోవడానికి పనిదొరకక స్త్రీలు పడే ఇబ్బందులను, వాస్తవ సమాజంలోని స్త్రీల సర్వ సమస్యల్ని అనేక కథలో మనం గమనించవచ్చు. సీమకథా రచయిత గా ప్రసిద్ధిగాంచిన సభా రాయలసీమ కరువు కాటకాల్ని సంక్షోభాన్ని తన కథల్లో చిత్రించడం ఒక ఎత్తైతే స్త్రీల జీవన విధానం మొ॥ అనేక విషయాల్ని స్పృశిస్తూ రచన చేయడం మరో ఎత్తు. కె.సభా తన జీవితకాలంలో వారు చూసిన సమాజంలోని ప్రతి అంశంపై స్పందించారు కనుకనే ఇలాంటి రచనలు చేశారు. వారి హృదయావేదన నుంచి వెలువడిన వెల్లువలే వారి కథలు అలాంటి కథల్లో ప్రధానమైన "పురిటి నొప్పులు" కథలోని స్త్రీని చిత్రించిన వైనం ఈవ్యాసంలో చూద్దాం.

ఈ కథలో "నానమ్మ" అనే అమ్మాయి పుట్టిన నాలుగేళ్ళకే తల్లిని కోల్పోతుంది. "ఆమెను పెంచి పెద్దయ్యాక ఒకయ్యకు ముడిపెట్టి ఒక ఇంటి దానిని చేసి ఆ ఇంట్లో లక్షణంగా దీపం వెలుగుతున్నప్పుడు నువ్వు పెళ్ళిచేసుకో కొడుకా" అని ఊపిరి విడిచిన తన తల్లిమాటల్ని తుచ తప్పకుండా పాటిస్తూ చెల్లెని కంటికి రెప్పలా వేయికళ్ళతో కాచుకొని పెంచుకుంటున్నాడు తన అన్న కన్నయ్య. ఒకరింటికి పంపకుండా ఒకరి దగ్గర పని చెయ్యనీకుండా గారాబంగా పెంచసాగాడు. పగలంతా పశువులు కాచినా రాత్రి పూట కూలీకి వెళ్ళేవాడు. రాత్రులలో గడ్డిని తొక్కించడం మోటతోలడం.. బరువులు మోయడం లాంటి భారమైన పనులు చేసి ఆ వచ్చిన డబ్బుతో బట్టలు తీసి ఇచ్చేవాడు.

నానమ్మ స్వరం ఎంతో ప్రత్యేకమైంది. ఆమె వందలాది పాటలు పాడగలదు. ఆమెకున్న ఎంతో మధురమైన గొంతు గురించి ఆమెకే తెలియదు. ఆమె ఎంతో చక్కగా పాడగలదు కాని ప్రతిఫలం కోరదు. ఆమెలోని గొప్పతనాన్ని గుర్తించే మనసు కూడా ఆమెకు లేదు. ఆమె పాటను గురించి "సన్నని నాగుపాములా మెలికలు తిరుగుతూ పారిజాతాల పరిమళాల్ని పెంచుతూ తిన్నగా ఇసుక తిన్నెల్ని ఒరుసుకుంటూ ఒయ్యారంగా సముద్రుని ఒడిలో వాలినట్లుంది. "ఎంత పాటగత్తె !ఈ పిల్ల లచ్చిమికి "ఏ పుణ్యాత్ముడున్నాడో""? అనే వారు ఇరుగుపొరుగు వారంతాకూడా. ఎంతటి స్త్రీ కన్నా వివాహ జీవితం అనేది సామాజిక బాధ్యత. అందులో భాగంగానే ఈ నానమ్మకు కూడా అందరూ అనుకున్నట్టు ఓ పుణ్యాత్ముడితో తన శక్తి కొద్దీ ఖర్చు పెట్టి వివాహం జరిపించాడు తనను కంటికిరెప్పలా కాపాడుకునే అన్న. నానమ్మ భర్త మూడు నెలలు ఇంటి పట్టునేవుండి ఒకరోజు సంతకు వెళ్ళివస్తానని చెప్పి వెళ్ళినవాడు మళ్ళీ తిరిగి రాలేదు. రెండు మూడు నెలలు గడిచాయి. చివరికి కాశ్మీరం నుండి మిలటరీలో చేరిపోయానని ఉత్తరం రాశాడు.

అప్పుడే చిగుళ్ళు తొడిగి ఎండలో మిలమిలలాడుతున్న బంగారు వన్నె ఆకులతో విరిసీ విరియని మొగ్గలతో కులుకుతున్న నందివర్ధనం కూకటి వేళ్ళతో పెకలించిన పరిస్థితి. మరి ఆ రోజు నుండి ఆమె కోకిల కంఠంలో ముల్లుగుచ్చుకున్నట్లయింది. అందుకే ఆమె గొంతు మూగబోయింది. ఆ బాధ గుండెల దాకా వెళ్ళింది నరనరాల్లో వ్యాపించింది. ఈ పరిస్థితిలో తన అన్న గురించి తీవ్రంగా ఆలోచించి అన్న ఒంటరి వాడైపోతాడని చింతాయమ్మ అను అమ్మాయిని చూసి ఇద్దరికీ పెళ్ళి చేసింది. గుండె జబ్బుతో తన బాధ్యత ముగిసిందనుకొన్న నానమ్మ, భర్త ఆవేదనతో మంచం పట్టింది. చెల్లెకు వైద్యం కూడా చేయించలేని పరిస్థితి అన్నది.

చింతాయమ్మ కూడా ఎంతో సభ్యత సంస్కారయుతమైన ఇల్లాలు. ఇంటిలో అడుగుపెట్టిన ప్పటి నుండి ఒక్క రోజు కూడా తన ఆడబిడ్డ అయిన నానమ్మతో పేచీ పెట్టుకోలేదు. కలిగింది తిని పస్తులున్నా ఆనందంగా జీవితాన్ని గడిపేది. ఏ రోజూ నగలు గురించి గాని, చీరల గురించి గాని ఏమి పట్టించుకోని ఆదర్శవంతమైన మహిళ. అలాంటి చింతాయమ్మ నిండు గర్భవతి అయిన తరువాత కనీసం తాను ప్రసవించడానికి సరైన సదుపాయాలు లేక ఎన్నో ఇబ్బందులు పడుతుంది. ఆ పరిస్థితుల్లో చింతాయమ్మ భర్త తనలో తానే ఇలా అనుకుంటాడు. "తనకు సొమ్ములు చేయించలేదని కనీసం ఒక్క నాడైనా అడిగిన పాపాన పోలేదు. నిండు మనిషి, అయినా నెలలు నిండక ముందే ఈ నొప్పులేమిటి? కలికాలం! అమ్మచెపుతుండేది ఏ పొలంలోనో పని చేస్తూ ఏ చెట్టు కిందికో వెళ్ళి సుఖంగా ప్రసవించేవారట ముందుకాలంలో. పొద్దున తట్టెడు ఎరువు పొలానికి తీసుకెళ్ళి వస్తూ వస్తూ బిడ్డను చంకన వేసుకువచ్చేవారట, ఇప్పుడూ ఎందరు లేరలాగా, మొన్ననే పాపయ్య మరదలు రాగి కోతకోస్తూ నొప్పులు పడి పదినిమిషాలకల్లా పండంటి మగశిశువును కన్నది. పాడు దేవుడు నా మీదే పంతం బట్టాలా? ఏ వంద ఎకరాలవాడో ఏ నాలుగు పాదుల ఫలితాన్నో ఏడుకొండల వాడికి విడిచి పెడుతాడుగాని నా బోటి వాడే మిచ్చుకోగలడు? భగవంతుడు కూడా నా మీద పగసాధిస్తున్నాడు"

అటు పురిటి నొప్పులతో బాధపడుతున్న చింతాయమ్మ ఇటు గుండె జబ్బుతో మంచంపట్టిన నానమ్మ ఇది ఈ కుటుంబంలోని స్త్రీల పరిస్థితి. చింతాయమ్మ పురిటి నొప్పులలో బాధపడుతుంటే "ఏం భయపడకన్నా! ఏల్యమోడున్నాడు. ఒదినె కడుపులో ఒక కాయకాస్తే కళ్ళ చూసి ఆనందిస్తాను. నా బతుకేమో తెల్లారిపోయిందనుకో" అంటూ కన్నీరు పెట్టుకుంటుంది. ఒక పురుషుని కారణంగా ఆమె, తన జీవితం బలైపోయింది. భర్త ఎప్పుడు వస్తాడో

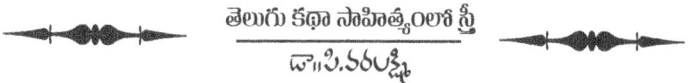

రాడో ఎక్కడ ఉన్నాడో కూడా తెలియక ఆ స్త్రీ పడే ఆవేదన అంతా ఇంతా కాదు. అది కేవలం స్త్రీకి మాత్రమే తెలుసు. అగ్ని సాక్షిగా పెళ్ళి చేసుకున్న భర్త ఏ మాత్రం బాధ్యత లేకుండా అలా ఒంటరిదాన్ని చేసి పోవడం ఎంత నేరమో? ఆమెలో రగిలే దావాగ్ని జ్వాలలకి సమాధానం ఏమిటి? ఇదే మన సమాజంలోని దుస్థితి. ఏది ఏమైనా ప్రస్తుతం చావు బతుకుల్లో ఉన్న ఇద్దరినీ అతికష్టం మీద బండిపై ఆస్పత్రిలో చేర్చుతాడు.

అక్కడ ఆడవారికోసం కేటాయించిన ప్రత్యేక విభాగం ఏదో తెలుసుకోవడానికి చాలా సమయం పట్టింది. తరువాత అక్కడ ఒకే ఒక మంచం మాత్రమే ఉన్నందున చింతాయమ్మ నానమ్మకిమ్మని తాను వసారాలో ఉండసాగింది.

చింతాయమ్మతో పాటు దిక్కులేని పక్షుల్లాగా దాదాపు 20 మంది పల్లెటూరి స్త్రీలు కూడా ఆ వసారాలోనే పురిటి నొప్పులతో మూలుగుతున్నారు. ఆ ముందు భాగంలో డాక్టరు దొరగారు, దొరసానిలా ఉన్న నర్సమ్మ చీట్లపేక ఆడుకుంటున్నారు. ఇంకొంచెం దూరంలో ఉన్నవార్డులో ఎడం పక్క ఒక కాంపౌండరూ, నర్సూ చాలా అవసరమైన విషయాన్ని చర్చించుకుంటున్నారు. ఇదీ ప్రభుత్వాసుపత్రిలోని పేషంట్ల పరిస్థితి. వైద్యాలయాన్నే దేవాలయంగా భావించి వచ్చే రోగుల పరిస్థితిని ప్రత్యేకించి పురిటి నొప్పులతో బాధపడే స్త్రీల పరిస్థితిని ఈ కథలో కళ్ళకు కట్టినట్టు చూపించారు సభా.

అంతేకాదు ఈ పరిస్థితిలో వారిని చూడడానికి వచ్చి వెర్రివానిలా బిక్కరిస్తూ చూస్తున్న కన్నయ్యను "ఏయ్! ఎవరికోసం?" అంటూ గదమాయించారు. సేవ అనే పునాదులతో త్యాగమనే గోడలతో నిర్మించిన వైద్యశాల ప్రాంగణంలో మానవత్వం లోపించి అంధకారం ఆవరించి చీకటితో నిండిపోయింది. స్వార్థం నిలువెల్లా నడయాడుతూ రోగుల దృష్టిలో అదో యమలోకాన్ని తలపిస్తుంది.

ఆ అమ్మాయి అంతటితో ఆగలేదు "ఏయ్ గబ్బిలం నిన్నే" అంటూ అడ్డు వచ్చి "చీ.. దారికడ్డం తొలుగు, దయ్యాలు... దయ్యాలు ... " అంటూ చీదరించుకుంటూ టకటకా వెళ్ళిపోయింది.వసారాలో ఉన్న చింతాయమ్మ ఇదంతా గమనించి ఆ అమ్మాయి పాదాలు పట్టుకోబోయింది. విషయం గమనించిన ఆమె దగ్గరకు రమ్మన్నది. కన్నయ్య సమీపించి "మీ పాదాలు పట్టుకుంటాను రెక్కల మీద ఆధారపడ్డ పిట్టలం ఈ ఇద్దర్నీ రక్షించమ్మా" అంటాడు.

"లాభం లేదు ఆమెకు గుండెజబ్బు, వచ్చేపోయే ప్రాణంలా ఉంది" అని చెప్పి ఇక్కడే ఉండు వస్తానని లోపలికెళ్ళింది.

చింతాయమ్మ ముఖంలో జీవకళ లేదు. కనుపాపలలో వెలుగులేదు. ఎనిమిది రోజుల నుండి వసారాలో పడి ఉన్నా చుక్క ముందు పోసిన పాపాన పోలేదు, పట్టించుకున్నవారు లేదు. చుశారా! ఇక్కడ ఉన్న వారందరూ ఆడవారే. అయినా ఆడవారికి ఆడవారే శత్రువులు అంటారు పెద్దలు. ఈ విషయం ఈ కథలో అక్షరాలా నిజమైంది. ఇన్ని రోజులుగా ఇంత మంది రోగులు రకరకాల రోగాలతోను, మరెంతో మంది స్త్రీలు పురిటి నొప్పులతోనూ, దిక్కు మొక్కు లేకుండా కొట్టుమిట్టాడుతుంటే పట్టించుకోనేవాళ్ళు లేరు. అదో ప్రభుత్వ వైద్యశాల అయి ఉండి అంతమంది ప్రభుత్వం సొమ్ము అనబడే ప్రజల సొమ్మును జీతంగా తీసుకుంటూ ప్రజల్ని హీనంగా చూస్తున్న పరిస్థితికి కారణం ఎవరు?

ఈ ఆసుపత్రిలో పరిస్థితి ఏమంటే రొక్కంగా డబ్బు రూపంలో ఇవ్వకున్నా ఏ వేలి ఉంగరాలో, కాలి మెట్టెలో, ముక్కు పుడకలో చేతిలో పెట్టిన వారికీ మాత్రమే ఆదరణ లభిస్తుందట. ఇదీ ఇక్కడి దీన స్థితి. ఈ విషయాన్ని చూసి తల్లడిల్లిన చింతాయమ్మ "పొరపాటు చేశాము, ఇంటి వద్దనే ఉండి ఏ నల్లాకో, పుల్లాకో తిని ఉంటే మన పరిస్థితి ఇంత వరకు వచ్చేది కాదు. నా విషయం మరచిపోండి. ఇక్కడ రాగి పైసాలేంది ఎవరి ముఖము చూడరు. మన వద్ద నల్ల

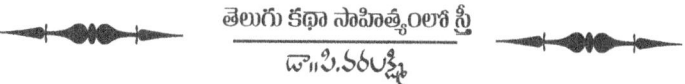

పూసైనా లేదు. ఇదిగో ఈ గిన్నెబొట్టును అయినా ఇచ్చి నానమ్మను కాపాడుకోండి. అంటూ ఆమె గిన్నె బొట్టును విప్పి ఇస్తుంది. ఆడవాళ్ళ అనారోగ్యానికి, పురుడుపోయడానికి మందు గిన్నెబొట్టు కావడం బాధాకరం. విషయాన్ని గమనించిన నర్సు వెంటనే వచ్చి ఇదిగో ఈ రెండు మందులు తీసుకురా. ఒకటి నీ చెల్లెలకూ, ఒకటి నీ భార్యకూ, ఇవి లేకుంటే ఏమీ సాగదు ఈ సాయంకాలమే వేయాలి" అని చీటి ఇచ్చి వెళ్ళిపోయింది.

చింతాయమ్మ నెమ్మదిగా పాకుతూ కన్నయ్యను నానమ్మ దగ్గరకు తీసు కెళ్తుంది. కొన ఊపిరితో ఉన్న నానమ్మ కళ్ళు తెరిచి అన్నను చూసి సైగ చేస్తుంది. ఆ సైగకు భావం ఏమంటే "నా ప్రాణం ఎటూ పోతున్నది వదినెను కాపాడుకో, ఆమె నిండు కడుపుతో ఉన్నది, అంతేకాదు ఆమె తన వైపు ఒక వేలిని చూపింది. వదినె వైపు రెండు వేళ్ళను చూపింది. "అంటే ఏంటి? నా దొక్కటే ప్రాణం, వదినెలో రెండు ప్రాణాలున్నాయి. గర్భంలో ఉన్న శిశువును కాపాడుకో ఒక ఇంటి వాడవుతావు అన్నా! వంశం నిలబెట్టే కొడుకు పుట్టచ్చునని, అంతే కాదు ఆమెకు తన మెడలోని మాంగల్యాన్ని విప్పే శక్తిలేక తన వద్ద ఉన్న మాంగల్యాన్ని చూపి దాన్ని తీసుకెళ్ళి వదినెను కాపాడుకోమని భావం స్ఫురించేట్లుగా సైగ చేస్తుంది.

ఎందుకంటే అక్కడ అందరూ వేలికీ, కాలికీ, మెడకూ ఉన్నది ఇప్పి ఇచ్చిన వారికే ట్రీట్మెంట్ చేస్తారని గ్రహించింది కాబట్టి. ఇదీ చింతాయమ్మ, నానమ్మ ఇద్దరి స్త్రీమూర్తులు పరిస్థితి. విషయాన్ని గ్రహించిన చింతాయమ్మ నెమ్మదిగా పాకుతూ వచ్చి నానమ్మ మెడలోని మంగళ సూత్రాన్ని విప్పి కన్నయ్య చేతిలో పెట్టి మందు తెమ్మంటుంది. అప్పటికే ఆ పరిస్థితుల్ని గమనించిన కన్నయ్యకు పాదాలు అదిరిపోయింది, నడుము విరిగి వెన్నెముక వంగినంతపనైంది. గుండెలు నీరై వాడిన నరాలలో ఇంకిపోయింది.

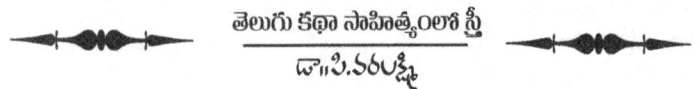

అయిదు నిమిషాల పాటు స్వస్థితి కోల్పోయాడు. అతి ప్రయాసతో నెమ్మదిగా కోలుకొని చింతాయమ్మ చేతిలో మంగళ సూత్రం తీసుకొని మందులు తేవడానికి బయలుదేరుతాడు. ఇదిలా ఉండగా వార్డు ముందు భాగంలో చీట్లపేక ఆడుకుంటున్న జంట విరగబడి నవ్వు కుంటున్నారు. ఆ నవ్వులు కన్నయ్య కర్ణపుటాలకు వేయి ఉరుముల మోతగా వినిపించాయి. అక్కడున్న రోగుల్ని ఓదార్చాల్సిన వైద్యులు ప్రవర్తించాల్సిన తీరా ఇది? చింతాయమ్మ నానమ్మను గూర్చి కంగారు పడుతూ "త్వరగా వెళ్ళు"! అంటూ తొందర పెట్టింది.

అప్పటికే ఈతముల్లు గుచ్చుకొని బాధపడుతున్న కన్నయ్యకు ఆసుపత్రి గేటు దాటుకోగానే సీసా ముక్క గుచ్చుకుంది. వంగి ఆముక్కను తీసే సమయంగానీ ఓపికగానీ లేదు. పైగా ఆ మందు తేవడానికి 24 రూపాయలు కావాలి. మంగళసూత్రం అమ్మితే అంత డబ్బురాదు. ఈ స్థితిలో మందు ఎవరికి కొనాలో దిక్కుతోచని స్థితి, చిన్న నాటి నుంచి తన చేతుల మీదుగా పెంచుతూ వచ్చిన చెల్లెలికా? తనువులో సగమై తనలో లీనమైన భార్యకా? ఎవరుకావాలి? ఎవరో ఒక్కరే అంటూ అంతరాత్మ హెచ్చరిస్తూ వుంది.

దారిలో కారు దూసుకుపోతోంది, తృటిలో ప్రమాదం తప్పింది. "వన్య మృగాలైనా మనిషి మీదకు రావడానికి జంకుతాయోమోగాని, హృదయాలు లేని లారీలు సైకిళ్ళు, కార్లు బస్సులు మాత్రం మానవుల్ని అమాంతం నలిపేస్తూ వెళ్తుంటాయి". అని తనలో తాను అనుకుంటూ పక్కగా వెళ్తూ ఒక నగల దుకాణంలో ఆగాడు. అంతలో

"జ్ఞానం ఉన్న వాడెవ్వడూ మాగల్యం కొనేటప్పుడూ, అమ్మేటప్పుడూ, బేరమాడడు, అసలు భగవంతుడు మిమ్మల్నీ పరిస్థితిలో పెట్టిందిందుకే" అన్నాడు షాపుయజమాని. అంతే కాదు పక్కనే ఉన్న మరో కామందు " చాలా బాగా

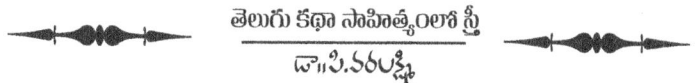

చెప్పారు. ఒక తాళిబొట్టు వద్దనే కాదు, పూలు, పసుపు కుంకం ఇలాంటి మంగళ ద్రవ్యాలు కొనేటప్పుడు కూడా బేరమాడడం అనుచితం" అన్నాడు.

ఇవన్నీ విన్న కన్నయ్యకు ముందే కాలిలో ముల్లు, సీసా గుచ్చుకున్న బాధ, అంతకంటే భార్య, చెల్లెలు కొన ఊపిరితో కొట్టు మిట్టాడుతున్నారనే ఆవేదన వెరసి ఏం పాలుపోలేదు.

తన దగ్గరున్న రెండు చీటిల్లో ఏ చీటి ఎవరికి సంబంధించిందో ఆలోచించే శక్తిగానీ గర్తు పట్టే ఓపిక గానీ అతనికి లేదు. ఆ మంగళ సూత్రం ఇచ్చి వారిచ్చిన 16 రూపాయలు తీసుకొని తన వద్ద ఉన్న రెండు చీటీలలో చెల్లెలదే అనుకున్న ఒక దాన్నిచ్చి మందుతీసుకొని ఆసుపత్రికొచ్చాడు. వసారాలో చింతాయమ్మలేదు. కళ్ళు తిరిగి పడిపోతే లోపలికి తీసుకెళ్ళారని పక్కనే ఉన్న ఒకామె చెప్పింది. బహుశా నొప్పులు ఎక్కువైందేమో అనుకున్నాడు. ఇంతలో నర్సు వచ్చి మందులు తీసుకొని మరో చీటిలోని మందులేదని అడిగింది. డబ్బులేక తేలేదంటాడు.

కానీ ఈ సూదితో చెల్లెలు బతికిపోయిందని నొప్పులు ప్రారంభమైనందు వల్ల భార్య కూడా ప్రసవిస్తే అందరూ క్షేమంగా ఇంటికి చేరుకుంటే చాలనుకొని లోలోపల ధ్యానిస్తూ ఉంటాడు కన్నయ్య. ఇంతలో లోపలి నుండి కెవ్వుమంటూ ఏడుపు, నర్సు వచ్చి మగవాడెప్పుడు ఇంతే, రెండు ఇంజక్షన్లు తెమ్మంటే భార్యకు తెచ్చావు, చెల్లెకు తేవడానికి డబ్బుల్లేదన్నావు, అందుకే నీకు ఈ గతి పట్టింది. ఇప్పుడేం లాభం బిడ్డప్రాణంతో బయట పడింది, కానీ తల్లిపోయింది, అంటుంది. నిజానికి ఆ మగవాడిలో మూర్తీభవించిన నీతి, నిజాయితీలో ఒక్కశాతం ఉన్నా ఆ నర్సు ఆ ఇద్దర్ని బతికించేది. కనీసం మానవత్వం కూడా కోల్పోయి ఆమె ఏమాత్రం ఓదార్చకుండా తిరిగి కన్నయ్యను దూషించడం అమానుషం. అమ్మా నేను తెచ్చింది నా చెల్లెలికేనమ్మా... అంటూ అక్కడే కుప్పకూలిపోయాడు. నానమ్మా... అంటూ లోపలికి వెళుతాడు. అక్కడేవున్న పాకీపిల్ల ఏ మాత్రం

ఓదార్చకుండా అమానుషంగా, పరుషంగా ఏయ్... నిన్నే........... ఆస్పత్రిలో ఏడవకూడదు... అంటూ శవాన్ని కప్పివేసింది. రెండు శవాల్ని చూసి 'ఓరీ భగవంతుడా ఈ నరక కూపంలో నన్నెందుకు పడవేశావు అని విలపిస్తుండగానే ఆపసికూనను అతనికి అప్పగించారు. కన్నయ్య వెర్రిగా నవ్వుతూ ఒరేయ్ నీకు పెళ్ళాం కావాలా? చెల్లి కావాలా?...అంటూ గట్టిగా, పిచ్చిగా అరుస్తూనే ఉన్నాడు.

దాదాపు పదిరోజుల పాటు ఆస్పత్రిలో ఉన్నా వారి ప్రాణాల్ని కాపాడలేని వైద్యుల, నర్సుల దైన్యస్థితిని ఎంతో వివరంగా రచయిత ఈ కథలో చిత్రించారు. ఎంతో ప్రేమాభిమానాలతో చూసుకొనే అన్న , భార్యను గుండెల్లో దాచుకొనే భర్త ఉండికూడా నానమ్మకు, చింతాయమ్మకు జీవించే అవకాశం లేకుండాపోయింది. ప్రభుత్వాసుపత్రిలో జరిగే అనేక సంఘటనల్ని ఎంతో వివరంగా మన కళ్ళమందుంచాడు రచయిత. ఈకథ ఇటు ప్రజలకు అటు వైద్యాధికారులకు కూడా ఒక కనువిప్పులాంటిది.

ఇలాంటి పరిస్థితులలో ప్రజలు ఎలా అప్రమత్తంగా ఉండాలో, తమతమ ఆరోగ్యాల్ని ఎలా కాపాడుకోవాలో, ఒకవేళ ఆసుప్రతికే వెళ్ళాల్సి వస్తే రోగులు ఎంత జాగురూకతతో మెలగాలో ఇదో గుణపాఠం లాంటిదని చెప్పవచ్చు.

నిండు యవ్వనంలో ఉన్న నానమ్మ జీవితాన్ని నాశనం చేసిన ఓ మోసగాడు. అలాగే వీరిఇద్దరి జీవితాల్లో వెలుగునింపాలని ప్రతిక్షణం తపించిన కన్యయ్య, ప్రభుత్వా సుత్రిలో వైద్య సేవలందిచాల్సిన డాక్టర్లూ ,నర్సులూ చీటీ పేకాటతో కబుర్లతో గడుపుతూ రోగుల్ని నిర్లక్ష్యం చేసే వైఖరి మొ ॥ అనేక విషయాలు ఈ కథలో మనకి కన్పిస్తాయి. పురిటినొప్పులతో బాధపడ్తున్నా ఏమాత్రం పట్టించుకోని అధికారుల్ని, గుండె జబ్బుతో సతమతమైపోతూ తల్లడిల్లుతున్న రోగిని కాపాడటానికి కనీసపు ప్రయత్నమైనా చేయని నర్సుల దైన్యస్థితిని మనం ఈ కథలో గమనించవచ్చు.

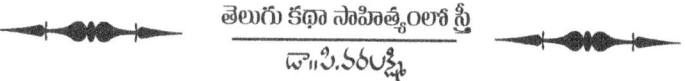

అంతేకాదు తల్లి చనిపోతూ చెప్పిన మాటని తప్పకుండా పాటించే కన్నయ్య తల్లికీ, చెల్లికీ, భార్యకీ చేసే సేవ ఈ ముగ్గురికీ సమప్రాధాన్యమిచ్చిన కన్నయ్య పాత్ర ఈ కథలో ఎంతో ఆదర్శం. అలాగే అనారోగ్యంతో ప్రత్యేకంగా పురిటినొప్పులతో బాధపడుతున్న స్త్రీలను చూసి తగిన విధంగా స్పందిచక పోవడం ఎంతో బాధాకరం. సమాజంలో ఇలాంటివి పునరావృతం కాకుండా చూసుకోవలసిన బాధ్యత మనందరిది. అలాంటివారందరికి ఈ కథ ఒక హెచ్చరికకూడా.

ఈ కథలోని కొన్ని స్త్రీ పాత్రలైన నర్సు, పాకీపిల్ల ॥మొ॥ పాత్రలో కనీసం మానవత్వం లేకపోవడమే కాక ఎంతో పరుషంగా కఠినంగా ప్రవర్తించే పాత్రలు మనకు కన్పిస్తాయి.కేవలం డబ్బు లేని కారణంగా చింతాయమ్మ, నానమ్మ ప్రాణం పోవడం, అలాగే నానమ్మ భర్త అలా భాద్యత లేకుండా, పెళ్ళై మూడు నెలలకు ఆమెను ఒంటరి దాన్ని చేసి భారతీయ సంస్కృతి సంప్రదాయాల్లో ప్రధానమైన వివాహ వ్యవస్థను గౌరవించకపోవడం ఎంతో బాధాకరమైన విషయం.

ఈ వ్యాసం ప్రత్యేకించి స్త్రీపాత్రలను గురించి రాస్తున్నదే అయినా కూడా కన్నయ్య పాత్రను కూడా కలుపు కోవడంలోని ప్రత్యేకత ఏమంటే కన్నయ్య (పురుష) పాత్రలో నిండుగా మూర్తీ భవించిన మాతృత్వం, స్త్రీలపై ఈ పాత్రకున్న ప్రత్యేక భక్తి, శ్రద్ధ, బాధ్యత ఇవన్నీకూడా ఎంతో అభినందించ దగ్గ విషయం. లింగ భేదాలకు అతీతంగా వుండి ఒక మాతృస్థానాన్ని ఆక్రమించిన పాత్రగా చెప్పుకోవచ్చు.

కుటుంబ బాధ్యతల పట్ల ఎంతో బాధ్యతాయుతంగా మెలగిన పాత్ర. తన కాలికి ముల్లు, సీసా గుచ్చుకున్నా లెక్క చేయక తుది శ్వాస వరకు కుటుంబ ధర్మాన్ని దాంపత్య జీవితాన్ని కాపాడు కోవడానికి ఆ పాత్ర చేసిన ప్రయత్నం ద్వారా ఈ కథ పతాక స్థాయికి చేరుకున్న విషయం గమనింపదగినది. అన్నకు

పెళ్ళిచేసి అన్నను ఒక ఇంటి వాడ్ని చేయాలనే చెల్లెల తాపత్రయం, వదిన చింతాయమ్మను కాపాడాలని తపించే నానమ్మ, ఆడపడుచు ప్రాణం కాపాడుకోమని భర్తను అర్థించే భార్య , మొదలైన పాత్రలు కుటుంబ ధర్మానికి, సామరస్యతకు నిలువెత్తు సాక్ష్యాలు.

పురిటినొప్పులతో పండంటి బిడ్డకు జన్మనివ్వాలనుకునే సృష్టికర్త స్త్రీ మూర్తి పడే అవస్థ, ఆ నవ శిశువుకి లోకాన్ని పరిచయం చేసే స్త్రీ మూర్తులకు ఈ దుస్థితి వచ్చినట్లు ఈ కథలో చిత్రించారంటే ఇది ఖచ్చితంగా వాస్తవమే అయి ఉండాలి. ఎందుకంటే కథల్లోని ప్రతి వస్తువు కూడా శూన్యంలో నుంచి వచ్చింది కాదు. సమాజంలోని వాస్తవాల్ని రచయిత కథలో ప్రతిబింబింపచేస్తాడు. కనుక రచయిత ఈ విషయాలన్నీ చూసి మదన పడి ఎంతో ఆవేదన చెంది ఉంటే తప్ప ఈ కథాసృష్టి జరగదు. కనుక ఇలాంటి విషయాల్లో వైద్యశాలలు అప్రమత్తంగా ఉండి స్త్రీ మూర్తుల్ని, మాతృమూర్తుల్ని ఆదరించి, వారికి కావలసిన సౌకర్యాలని ఏర్పాటు చేయడంలో విఫలం కాకూడదని ఆశిద్దాం. ఇలాంటి ప్రత్యేకమైన సమస్యలపై దృష్టిపెట్టే అతి తక్కువ మంది రచయితలలో సభా మొదటి స్థానంలో ఉంటారనడానికి ఈ కథే సాక్ష్యం అని తెలియజేస్తూ ఈ కథలోని సర్వసమస్యలపైన మనందరికి బాధ్యత ఉందని గుర్తు చేస్తూ సెలవు.

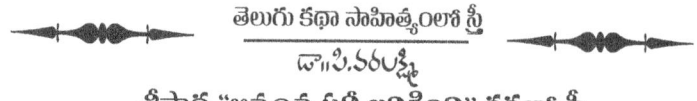

శ్రీపాద "అన్నంత పనీ జరిగింది" కథలో స్త్రీ

పి. వెంకటేశన్

కథారచయిత పరిచయం:

వ్యవహారిక భాషలో కథలు రాస్తే ఎంత మధురంగా ఉంటుందో నిరూపించిన కథక చక్రవర్తుల్లో శ్రీపాద సుబ్రమణ్యం శాస్త్రి ఒకరు. తనకు 25సం॥ల వయస్సు వరకు సంస్కృతమే తప్ప తెలుగుతో పరిచయం కూడా లేదు. శ్రీపాద తన తల్లి ప్రోత్సాహంతో ఆయన మంచి కథకులుగా ప్రసిద్ధి పొందినారు. వీరేశలింగం గారి సంస్కరణోద్యమాన్ని మనసారా అభిమానించి రచనల రూపంలో విస్తృత ప్రచారం చేసిన ధన్య జీవి శ్రీపాద. సంఘ సంస్కారంకన్నా స్త్రీల ఆలోచనలకు భావాలకు ప్రాధాన్యం ఇచ్చి ప్రత్యేకించి స్త్రీలపై దృష్టి నిలిపిన స్త్రీ వాదిగా శ్రీపాద వారిని చెప్పుకోవచ్చు.

వ్యాసరచనా ఉద్దేశం:

వైదిక కాలంలో స్త్రీకున్న గౌరవం స్మృతుల కాలానికి సన్నగిల్లింది. పౌరాణిక కాలానికి మినుకు మినుకు మంటున్న స్త్రీ ప్రతిష్ఠ అనంతర కాలంలో పూర్తిగా తుడిచి పెట్టుకొని పోయింది. నాటకీ, నేటికీ స్త్రీలు తమ హక్కుల కోసమనీ తమని గౌరవించాలనీ, స్త్రీ పక్షంగా పోరాడారు. పోరాడుతూనే ఉన్నారు. అలా పరోక్షంగా అంటే తమ రచనల ద్వారా సమాజాన్ని ప్రశ్నించి స్త్రీ పక్షాన పోరాడిన వారిలో శ్రీపాద మొదటి స్థానంలో ఉంటారడానికి ఈ శ్రీపాద కథలే సాక్ష్యం. వారి కథలో ఉత్తమమైన కథ "అన్నంతపనీ జరిగింది" ఈ కథలో శ్రీపాద స్త్రీలకిచ్చిన స్వేచ్ఛ అద్వితీయం ఆదర్శం కూడా. ఇలాంటి ఆదర్శమైన ఆచరణీయమైన అంశాల్ని ప్రస్తావించడం ఈ వ్యాసం ప్రధానోద్దేశం.

ఈ కథలో అనారోగ్యంతో బాధపడుతున్న భార్య కోరిక మేరకు కూతురు సుభద్రకు 8 ఏళ్ళ వయసుకే తన తండ్రి అయిన చంద్ర మౌళిపంతులు బాల్య

వివాహం జరిపించారు. 9 ఏళ్ళ వయసుకే తల్లినీ భర్తనూ కోల్పోయింది. చిన్నారి సుభద్ర చదువు కోసం ప్రతిభావంతురాలైన జానకమ్మ అనే ఆమెను ట్యూటర్‌గా ఏర్పాటు చేశారు. ఆమె ఎంతో సరళంగా బాగా అర్థమయ్యేరీతిలో విద్యార్థుల్ని ఆకర్షించేటట్లుగా ఎంతో చక్కగా పాఠం చెప్పేది. ఈమె బాల వితంతువు కావడంతో పుట్టింట్లో గొడ్డు చాకిరి చేసేది. ఆమెకు ఏ మాత్రం స్వాతంత్ర్యం ఉండేది కాదు. అయినా అన్నదమ్ముల కోపాల్ని బంధువుల చీదరింపులనూ లెక్క చేయక ఎంతో బాధపడుతూ ఉండేది. అన్నవదినెలు, చెల్లెళ్లు, ఇంట్లో వాళ్లూ, ఊళ్ళో వాళ్లందరు కూడా వితంతు నెపంతో చిన్న చూపు చూసినా ఆమె వాటన్నింటినీ ఏమాత్రం ఒణకకుండా తొణకకుండా అధిగమిస్తూ వచ్చింది.ఆడ పిల్లలకు ప్రైవేటుగా ట్యూషన్లు చెబుతూ తోటిస్త్రీలకు ఆదర్శమై స్వతంత్రంగా జీవించసాగింది.

జానకమ్మ ట్యూటర్‌గానే నియమించబడినా ఆమె తన ప్రవర్తన ద్వారా సుభద్రకు తల్లి లేని లోటు కన్పించనంతగా వారితో మమేకమై పోయి, మాతృస్థానాన్ని ఆక్రమించుకుంది. సుభద్రలో వచ్చిన పరిణతిని గమనించిన సుభద్ర తండ్రి పట్టుచీరలు ఇతరత్రా అన్ని వస్తువులు బహుమతిగా ఇచ్చేవారు. అంతటితో ఆగక తనహృదయంలో ఆమెపట్ల తనదైన స్థానాన్ని నిలుపుకున్నారు. కానీ జానకమ్మ సంపాదనా, శిష్యురాలందరి అభిమానమూ చూసుకున్న సంతోషం కొన్ని నెలలకే ఆవిరైపోయింది.

ఎందుకంటే ఆమె బహుమానంగా పొందిన ఖరీదైన బట్టలు వేసుకోవడం చూసి విద్యార్థుల తల్లి దండ్రులలో మార్పు వచ్చింది. వారు "సుభద్రనే ప్రధానంగా చూసుకుంటూ మా పిల్లలకు సరిగా చెప్పడం లేదని" నెపం పెట్టి పిల్లల తల్లిదండ్రులూ, ఇంకా కొంత మంది "భోగందిటయ్య సంసారి పిల్లలకు పాఠం చెప్పవలసింది" అనీ ఇలా నానా రకాలుగా దెప్పి పొడవనారంభించారు. సూటిపోటిమాటలు దావానలంలా చుట్టు ముట్టే సరికి జానకమ్మ కుంగుబాటు

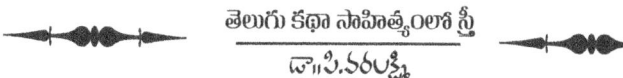

సుభద్ర గుండెను గాయపరచింది. ఈ విషయం మనం గమనిస్తే నేటి సమాజంలోను మహిళ అకారణంగా ఎదుర్కొంటున్న అవమానాలు మనకు స్పష్టమవుతాయి. ఇక్కడ జానకమ్మ ఎదుర్కొంటున్న అవమానాలు, కార్యా కారణ సంబంధాలు, సాధ్యాసాధ్యాలు, సంభవసంభవాలు చివరికి మంచి చెడ్డలూ కూడా గుర్తించలేని లేత హృదయం సుభద్రది. మానవ కోటిని నడిపే కుయుక్తులూ, కుశ్శంకలూ దాన్నింకా కలుషితం చేయ్యలేదు. కానీ జానకమ్మ బాధ చూసి ఆ పూర్తి జీతం పాతిక రూపాయాలూ తానుకొన్తే ఇస్తానని, తనమాట నాన్నకు వేదమని తనకు తల్లిలాంటి జానకమ్మను మాతృభావంతో ఇంటికి వచ్చేయమని బ్రతిమిలాడింది. జానకమ్మ గుండె ఝల్లుమని ఒప్పుకుంది. ఇక్కడ కవి స్త్రీ మాతృహృదయాన్ని ఆవిష్కరించిన తీరును మనం గమనించవచ్చు. తల్లిలేని ఆ పసికందు సుభద్ర అలా పాకులాడి బతిమాలాడే సరికి జానకమ్మ హృదయం ద్రవించి పోయింది. బాల వితంతువులైన ఇద్దరు స్త్రీల మధ్య ఉన్న గురుశిష్య సంబంధం కాస్త తల్లీ బిడ్డల ప్రేమగా పరిణమించింది. ఒక తల్లి వందమంది ఉపాధ్యాయులతో సమానమన్నట్లు ఇక అప్పటినుండి వారిద్దరిమధ్యా ఏ అరమరికలూ లేకుండా హాయిగా జీవించసాగారు. అరమరికలుంటే జీవితాలు చిన్నాభిన్నమైపోతాయి. నేటి సమాజంలో జరుగుతున్నవి అవే. అందుకే ఈనాడు సమాజంలో అస్తవ్యస్థమైన పరిస్థితి ఏర్పడింది.

ప్రేమను దైవంగా పవిత్రంగా భావించాలే గాని కేవలం శారీరక అనుభవానికే అనే ధోరణి ఉండకూడదు. ఈసృష్టి అంతాకూడా ప్రేమయొక్క స్వరూపమే. అదే దైవిక ప్రేమ ఇలాంటి ప్రేమాభిమానాలకన్నా, మధురమైనదీ లోకంలో మరేదీలేదనే నగ్న సత్యాన్ని మనం అర్థం చేసుకోవాలి. మానవజీవితంలో శైశవవసంతం ఒక్కసారే వస్తుంది. వారిలో దాగివున్న శక్తిని వెలికి తీయడమే నిజానికి తల్లిదండ్రులు చేయాల్సిన పని. అలా కాక మన ఆశయాల్ని కోరికల్ని

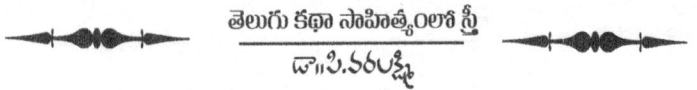

పిల్లలపై రుద్దకూడదు. ఈవిషయాన్ని బాగా తెలిసిన పాత్రగా (చంద్రమౌళి) శ్రీపాదవారు మలచడంలోనే రచయిత పరిజ్ఞానం మనకు ప్రస్ఫుట మవుతుంది. ఎందుకంటే సుభద్ర తండ్రి విద్యతోపాటు అనేక కళలు కూడా నేర్పించడానికి పూనుకుంటాడు.

"మానవ హృదయంలో చేరే దుమ్ము దూళీలను ఊడ్చి వేసే పరికరమే 'కళ' అటువంటి కళలలో ప్రధానమైంది సంగీతం. క్రిమికీటకాల మొదలు ఘోరారణ్యాలలో విచ్చల విడిగా విహరించే మృగరాజం వరకు నిలిచి మైమరచి వినే వస్తువు సంగీతం".

వ్యక్తిని మహాశక్తిగా మార్చగలిగేవి కళలు మాత్రమే తప్ప మరొకటి కాదు. ఈ సత్యాన్ని రచయిత గట్టిగా నమ్మాడు కాబట్టే ఈ కథలోని చంద్రమౌళిపంతులు చేత ఇలాంటి కార్యక్రమాలు నిర్వహింపజేశాడు. అవేమంటే ఉదయం ఒకగంట, సాయంత్రం రెండు గంటలూ సంగీతం చెప్పడానికి వీణ వాయిద్యం నేర్పడానికి ఒక విఖ్యాత విద్వాంసుడ్ని సొంతంగానే రాజమహేంద్రవరంలో ఏర్పాటు చేశాడు. అంతేకాదు కుట్టు పనులూ, అల్లికలూ నేర్చుకోడానికి తగిన గోష్ఠుల్ని ఏర్పాటు చేశాడు. దీని ద్వారా నిత్యం సాధన చేసుకుంటూ చదువుకుంటూ ఉండడం వల్ల వ్యక్తికి మానసిక పరిణతచెంది అవినీతి, స్వార్థంలాంటి దురలవాట్లకు దూరమవుతాం. ఈ కథలోని అన్నీ పాత్రలూ ఎంతో మానసిక పరిణతి చెంది ఉండటానికి కారణం వారి కళల సాధనే, ఈ విషయాన్ని మనం గుర్తించి ఆచరించాలి.

సుభద్ర తండ్రి చంద్రమౌళి పంతులు వృత్తి పరంగా న్యాయవాది కావడంతో ఇతని దగ్గర నలుగురు గుమస్తాలుండేవారు రామచంద్రశాస్త్రి అనే యువకుడు పనికొరకు ఈ కుటుంబాన్ని ఆశ్రయిస్తాడు. సుభద్రకు కళలు చదువు వెరసి మరో కళ రూపు దిద్దుకొంది. ఆ కారణంతో ఆమెలోని రచయిత్రి బయట బడింది. ఆమెకు కథలు రాయడమంటే చాలా ఇష్టం. అందుకే ఆమె ఎప్పుడూ కథలు రాసుకుంటూ ఉండేది. అదే కుటుంబంలో ఉండడంతో రామచంద్రం

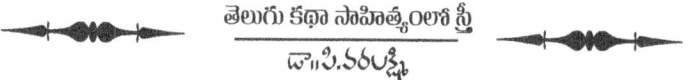

సుభద్ర కథలకు శుద్ధ ప్రతులు రాసి పెట్టడమేకాక అందంగా దిద్దుబాటు చేసి మెప్పు పొందేవాడు. సుభద్ర మాతృభాషలోనే కథలు రాసేది. రామచంద్రానికి అదే ఇష్టం.ఇది కాస్త ప్రేమ (శరీరానికతీతమైన మానసికప్రేమ) గా పరిణమించింది. వారిద్దరి ఆలోచనలూ అభిప్రాయాలూ గమనించిన జానకమ్మ చంద్రమౌళిపంతుల్ని పిలిచి.

"అతను నాకడుపున పుట్టుంటే" అంటుంది. పంతులు బెంగ పెట్టుకోకు అంటూ "వాత్యల్యం తెలిసిన వాళ్ళకీ తదను భూతిగల వాళ్లకీ అల్లుడైనా ఒకటే, కొడుకైనా ఒకటే. నువ్వేకాదు నేనూ అలాగే అనుకుంటూ వచ్చాను. కడుపున పుట్టి నాచేతిలో పెరిగి పెద్దదయిన సుభద్ర, నిన్నగాక మొన్న గాలికి కొట్టుకువచ్చిన అతనూ నా హృదయంలో ఒక్కస్థానమే ఆక్రమించుకొని ఉన్నారు" అని చెప్పి అతనే నీ అల్లుడు అనగానే జానకమ్మకు మనసు ఉప్పొంగి పోయింది.

"అమ్మాయికి తగిన వరుడు అతను తప్ప భూమి మీద మరి ఒకడు లేడు. ఈశ్వరుడు ఇందుకోసమే అతడిని మన ఇంటికి తీసుకు వచ్చాడు అతడినిచ్చి పెళ్ళి చేయడం కంటే అమ్మాయికి నేను చేయవలసిందీ చెయ్యగలదీ మరేమీలేదు" అసలు నేనీ పని చేయకపోతే అమ్మాయికీ దాని కన్నతల్లికీ ద్రోహం చేసినవాడనవు తాననడంతో తన బాధ్యతను సంపూర్ణంగా గ్రహించిన ఆదర్శవంతమైన తండ్రిగా మనకు దర్శనమిస్తాడు. అంతేకాదు నా అమ్మాయికి ఎలాంటివాడు దొరుకుతాడో అన్న అంతర్గత సంఘర్షణ తపస్సుకూడా అంతటి గొప్ప వ్యక్తి పరిచయం కావడానికి కారణమయింది. మన ఆలోచనలు పిల్లల పట్ల సరైనవిగా ఉంటే వారు కూడా సరైన విధంగా స్థిరపడతారు.

ఇలా పిల్లల మనసుని అర్థంచేసుకొని వారికి అనుగుణంగా నడుచుకొనే తల్లిదండ్రులు నేటిసమాజంలో ఎందరున్నారు? అంతేకాదు తాను యవ్వనంలో ఉన్నప్పుడే భార్య చనిపోయినా ఆ పసికందును కంటికి రెప్పలా కాపాడటమేగాక తనలోని అసలు సిసలైన శక్తియుక్తుల్ని వెలికి తీయడానికి కృషి చేస్తాడు. ఇదే ఉ

న్నతమైన సమాజ స్థాపనకు మార్గదర్శకత్వం వహించడమంటే. ఇంతకీ కవి లోకంలోని సమస్యల్ని చూసి ఆయన హృదయం ద్రవించిపోయింది అందుకే ఇలాంటి కథలు వెలువరించారు.

కవి అయినా రచయిత అయినా సమాజానికి సందేశాన్నిచ్చే ఆలోచనతోనే తమ రచనను కొనసాగిస్తాడు. ఆసందేశాన్ని గ్రహించి ప్రజలు ఆచరించినాడు ఆ రచనకు సార్థకమవుతుంది.

ఇలాంటి అనేక కథలు ద్వారా శ్రీపాదవారు స్త్రీల పక్షాన నిలబడి వారిసమస్యల్ని గుర్తించి తను రచనల్లో చొప్పించారు. అలాగే ఆసమస్యలకు పరిష్కారాన్ని కూడా వారి కథల్లోనే నిక్షిప్తం చేయడం వారికి వెన్నతో పెట్టిన విద్య. అలా వెలుపరించిన కథల్లో వారు ఆయా పాత్రల్ని మలిచిన విధానం చూస్తే అలాంటి కథక శిల్పి తెలుగు సాహిత్యంలో మరొకరున్నారా? అన్నంత పతాకస్థాయిలో నిండుదనం కల్గి పాఠకుల హృదయాల్ని కదిలించి వేస్తాయి. దారీ తెన్నూలేని సమాజంలోని అన్యాయాన్ని అక్రమాల్నీ ఎదిరించే, ప్రశ్నించే ధైర్యం సాహసం, ఆత్మవిశ్వాసం కల్గిన పాత్రగా జానకమ్మను మలచడం, సుభద్రను సకల కళాకోవిదురాలిగా తయారు చేయడం భార్య చనిపోయినా మరో పెళ్ళి చేసుకోకుండా అంత యవ్వనంలో ఉన్నా దేహ విషయాన్ని లెక్కచేయకుండా కుటుంబ ధర్మాన్ని నిలబెట్టడానికి ఆహర్నిశలూ ప్రయత్నించిన తండ్రిపాత్ర మొదలైనవన్నీ సాక్షర సాక్ష్యాలు ....

శ్రీ పాద కథలో స్త్రీ

(ఇల్లుబట్టిన వెధవాడ పడుచు)

ఇ.వాసు

ఉపోద్ఘాతం:

సంఘసంస్కరణోద్యమ కాలంలో వెలువడిన కథలన్నీ కూడా ప్రత్యేకంగా స్త్రీల జీవితాన్ని ఆవిష్కరిస్తూ వెలువడినవే. అందులో భాగంగానే శ్రీపాద వారి కథలన్నింటిలో కూడా స్త్రీల జీవన విధానం ప్రత్యేకంగా బాల వితంతువుల దుర్భర జీవితం, బాల్యవివాహాల వల్ల వీరు పడే ఇబ్బందులన్నీ మనకు కళ్ళకు కట్టినట్లు కన్పిస్తాయి. ఎంతో మధురమైన తెలుగులో వ్యవహారిక భాషలోనే నడిచింది శ్రీ పాద వారి రచనలన్నీ. వీరేశలింగం గారి సంస్కరణోద్యమాన్ని మనసారా అభిమానించి రచనల రూపంలో విస్తృత ప్రచారం చేసిన ధన్యజీవి శ్రీపాద. ఈ విషయం వీరి కథల సంపుటాల్ని చూస్తే స్పష్టమవుతుంది. అంటే వారు స్వయంగా చూసి అనుభవించిన సంఘటనలన్నీ వారి కథల్లో ప్రస్ఫుటంగా కన్పిస్తాయి. వీరి కథలన్నీ కూడా చాలా సుదీర్ఘమైనవి. వ్యాస విస్తృతికి వెరసి "ఇల్లుబట్టిన వెధవాడపడుచు" అన్న ఒక కథను మాత్రమే తీసుకొని ఆవిష్కరించడం ఈ వ్యాసం ప్రధాన ఉద్దేశం.

ఈ కథలో బుచ్చమ్మ తన తమ్ముడ్ని పెరట్లో కూచోబెట్టి నూనెరుద్దుతూ తమ్ముడి భార్య గురించి లేనిపోని కల్లబొల్లి మాటలు చెప్తూ ఉంది. అవేమిటంటే "అయినా జోగమ్మ ఇంత త్వరగా కాపురానికొస్తుందని నేననుకోలేదు...."

"అయినా గతిలేని వాడివా ఏమిటి నువ్వు , ఎండా వానా అనకుండా గాడిదలాగా పుస్తకాలు మోసుకుంటూ ఇస్కూళ్ళ వెంట తిరగడానికి" "బతికి ఉన్నంతకాలం నిన్ను నేను కనిపెట్టుకొని ఉంటాను. అయినా నిన్ను కింద నడవనిస్తానా నేను..."

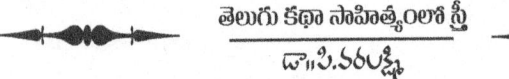

"చూడు తమ్ముడూ నేనిల్లుపట్టాను. నాకు నువ్వేదిక్కు, నీకు నేను దిక్కు" అనుమానం పెనుభూతం అన్నారు పెద్దలెరుగుదువా? ఎందుకు చెప్పొచ్చానంటే మన ఇంటి మొగవాళ్ళకు పెళ్ళాల మాట వినడం ఎప్పుడూ లేదు..."

ఇది ఇల్లు పట్టిన వెధవాడపడుచు వాలకం, తమ్ముడికి పెళ్ళై భార్య మొదటిసారిగా కాపురానికొస్తున్నదని గ్రహించిన బుచ్చమ్మ పన్నిన పన్నాగం. ఒక స్త్రీ అయి ఉండి మరో స్త్రీని తక్కువ చేసి మాట్లాడటం అదో నీచమైన ఆలోచన. అంటే బుచ్చమ్మలోని అభద్రతా భావనే దీనికి కారణం. ఎందుకంటే తమ్ముడు తరువాత కాలంలో తనని సరిగా చూడడేమో అనే అనుమానం వల్ల ఆమె తన స్వభావాన్ని మార్చుకొని చెడు ఆలోచనలవైపు దృష్టిని సారించింది.

సహజంగా స్త్రీ అయినా పురుషుడైనా సరే మనిషి ,పుట్టుకతో స్వచ్ఛమైన వారు, నిస్వార్థపరులే. అయితే పెరిగే వాతావరణం వారు చూస్తున్న సమాజాన్ని బట్టి వారి ఆలోచనా పరిస్థితులు మారుతూ వస్తూ ఉంటాయి. అలాగే బుచ్చమ్మ కూడా ఇలాంటి ఆలోచనాస్థాయికి చేరుకుంది. శాంతియుతంగా జీవనాన్ని గడిపే చోట జీవితాల్ని నాశనం చేసే ప్రణాళిక పన్నింది. దీనికి తాను ఒంటరిదైపోతుందున్నదే కారణం.ఇలాంటివి పునరావృత్తం కాకుండా ఉండాలనే అనేకమంది సంఘ సంస్కర్తలు బాల్య వివాహాన్ని నిషేధించి వితంతు వివాహాల్ని పునరుద్ధరించారు. ఈ విషయంలో నేటికి మనం కొంత పరిణతిని సాధించామనే చెప్పాలి. అయినా ఇలాంటి వాటిని ఇంకా సమూలంగా నిర్మూలించాల్సిన అవసరం ఉంది. లేకపోతే అవే భవిష్యత్తులో సమాజ వినాశనానికి దారితీస్తాయి.

ఆ బుచ్చమ్మ చెడు ఆలోచనలు చివరికి ఎంత తీవ్రస్థాయికి చేరుకున్నాయంటే నువ్వు "చిన్న వాడవు అంచేత చెబుతున్నా నిదంతా. నేను నిన్ను వెయ్యి కళ్ళతో కనిపెడుతూనే ఉంటాను గానీ ఏ మాత్రం చనువిచ్చినా నెత్తికెక్కి కూచుంటుంది సుమా క్షణంలో..."

"నేనంటే కుక్కిన పేనయి ఉండేటట్లు చూస్తూ ఉండాలి దాన్ని"

"ఒరే తమ్ముడూ కాస్తా కూస్తా కాదు పదమూడెకరాల భూమిరా వాళ్ళదీ.. అంతా నీ స్వాధీనం కావాలి తెలుసా..." ఒక వేళ "వాళ్ళు ఆస్తిని మా పిల్లమీద రాస్తామంటే నీ ఆస్థి అంతా నా అక్క పేర రాసేస్థానను..." ఈ స్థాయికి చేరుకుంది.

ఎలాగూ జోగమ్మ కాపురానికి బయలు దేరే సమయం ఆసన్నమైంది. తన భార్య పోయిన తరువాత ఇన్నాళ్ళకి తన ఇంట్లో పుణ్య స్త్రీ పదుచు అడుగు పెట్టబోతున్నందుకు చాలా సంతోషంతో ఉన్నాదు బుచ్చమ్మ తండ్రి. ఇదంతా గమనించిన బుచ్చమ్మ దాన్ని కూడా భరించలేకపోయింది.

జోగమ్మ బండి దిగి ఇంట్లో కాలు పెట్టబోతోంది. అప్పటినుంచి అటు నాన్న మీద, ఇటు తమ్ముడి మీద చీవాట్లు మొదలుపెట్టింది. ఇదంతా చూసి ఎంతో ఆనందంతో కాపురానికొచ్చిన అమ్మాయి ఉలిక్కి పడింది. ఇక ఇంట్లో ప్రతిరోజూ జోగమ్మకు నరకమే. పైగా తన తమ్ముడిని చదువు కూడా మాన్పించి ఏపనీ లేని సోమరివాడుగా చేసింది బుచ్చమ్మ.

జోగమ్మ మాత్రం మంచి సంగీత ప్రజ్ఞ కలది. అత్తవారింటికి వస్తూ హార్మోనియం పెట్టె కూడా తెచ్చుకుంది. ఆ పెట్టెచూసి "నువ్వు సిరిసిరి మువ్వ, చల్మోహనరంగా పాడగలవా" అంటూ ఆ పెట్టె వాయించబోతాదు చలపతి. "రామ నీనామమూ, రామభక్తి, పక్కలనిలబడీ మనసుకరగదేమీ, ఎంత వేదుకుందునూ, ఎందరో మహానుభావులూ " మొదలైన శాస్త్రీయ సంగీతం పాడతానంటుంది జోగమ్మ.

ఇంత సంగీత ప్రజ్ఞ పరిజ్ఞానం భక్తి శ్రద్ధ ఉందంటేనే ఆమె దైవశక్తితో సమానం. కానీ ఈ సంసారం కత్తిమీదసాము అయింది. పరిస్థితినంతా గమనించిన జోగమ్మకు ఏంచేయాలో పాలుపోలేదు. కనీసం కాఫీతాగాలన్నా అక్క అనుమతి కావాలనుకునే చలపతికి భార్య ఎందుకోమరి? ప్రతిదానికీ పెదర్థాలు తీస్తూ

కుయుక్తులు పన్నుతూ ఉంటే జోగమ్మకు నరకంలా, సంసారమే ఒక యమలోకంలా ఉంది. చివరకు బుచ్చమ్మ తన తమ్ముడికి రాత్రిపూట అర్ధణాఇచ్చి నాటకానికి పంపించేసేది. పరిస్థితి తీవ్రమయ్యేటప్పటికి జోగమ్మ తనకున్న మేధస్సు ఉపయోగించి ఎలాగైనా సరే తన సంసారాన్ని ఆనందంగా గడపాలని నిర్ణయించుకుంది. అంటే ఆ అమ్మాయి ఏంటి? నా జీవితం ఇలా అయిపోయింది? అని ఎక్కడా బాధపడలేదు, ఏడవలేదు. నేను నా కాపురాన్నెలా సరిదిద్దుకోవాలని ఆలోచించసాగింది. ఇదే మహిళ కర్తవ్యం. ఎందుకంటే జీవితం అనేది వడ్డించిన విస్తరికాదు. అనేక రకాల ఆటుపోట్లతో కూడుకున్నది. ఈ భూమండలమే ఒక పాఠశాల, ఇక్కడ మనం జన్మ తీసుకున్నది అద్భుతంగా పాఠాలు నేర్చుకోడానికే సరిగ్గా జోగమ్మ ఇలాగే ఆలోచించింది.

బుచ్చమ్మ ప్రతిప్రశ్నకు చాలా తెలివిగా చాకచక్యంగా ఏ మాత్రం బాధపడకుండా సమాధానం చెప్పసాగింది. ఎందుకంటే బాధపడితే సమస్యను పరిష్కరించుకోలేం. అందుకే జోగమ్మ మొదట భయపడ్డా తరువాత ఈ సమస్యను ఒక ఆటలాగా అనుకొని మనస్సుని సుస్థిరం చేసుకుంది.

ఒక రోజు జోగమ్మను తన భర్త దగ్గర ఉంచకూడదనే ఉద్దేశంతో ఏకాదశినాడు "గోదావరికి పోదాం రావే మరదలా" అంటుంది బుచ్చమ్మ అందుకు జోగమ్మ గోదావరి స్నానం నాకు జబ్బుచేస్తుంది. పైగా ఇంట్లో చాలా పనులున్నాయి. అన్నందుకు బుచ్చమ్మ ఎంతో కోపంగా "మాతమ్ముడికి ఉన్నవీ లేనివీ కల్పించి చెబుతావు అంతకంటే పని ఏమిటి నీకు? అని చెప్పి బ్రాహ్మణ పుట్టుక పుట్టిన ఆడదెవరైనా నూతి నీళ్ళతో స్నానం చేస్తుందా ఈ ఊళ్ళో" అంటుంది. అందుకు జోగమ్మ "మీరు కనక సరిపొయ్యింది గానీ బ్రాహ్మణ ఇంట్లో పుట్టిన ఆడది ఎవర్తయినా ఏకాదశిపూట తన తమ్ముడికి తలంటుతుందా ఈ ఊళ్ళో" అని ఎదిరిస్తుంది. అంటే భర్తకు భార్య తలంటుపోయాలి గానీ తలంటు, తలదువ్వడం

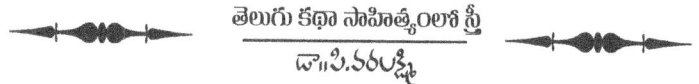

నుంచి తిండి పెట్టి చాపెయ్యడం వరకు తనే చూసుకొని భార్య దగ్గరకు చేరనీయకుండా చేసే బుచ్చమ్మ చెడు ఆలోచనలు కలిగిన పాత్రగామనకు కన్పిస్తుంది.

శాస్త్రీయ సంగీతాన్ని బాగా అవపోసిన చేసిన సంగీత పరిజ్ఞానంతో తన భర్తను తనవైపు తిప్పుకోగలిగింది. బాగా ఆలోచించి తనకిష్టమైన హార్మోనియం వాయించడం అలాగే తనకిష్టమైన రాగాలు పలకడం లాంటివి చేస్తుండేది. ఒకరోజు భార్యా భర్తలిద్దరూ పడక గదిలో ఉండగా "ఒరే తమ్ముడూ....." అనిరోదిస్తుంది. అయినా గుట్టు చప్పుడు మనకుండా హార్మోనియం తీసి ఆరున్నర శ్రుతి చేసి శ్రీరాగం వర్ణం ఎత్తుకొని మూడోకాలం వాయించసాగింది. అంతే దీంతో తన ఆత్మ తన్మయమైపోయి కాళ్ళూ చేతులు ఆడించుకుంటూ లోపల్లోపలే భలే-భలే అని తల తిప్పుకుంటూ పొంగిపోసాగాడు చలపతి. తలుపు కొట్టుకుంటూనే ఉ ంది. ఇరుగు,పొరుగు ,ఊరంతా చుట్టు ముట్టారు. బుచ్చమ్మను నలుగురూ నాలుగు మాటలూ అన్నారు ఇదీ పరిస్థితి.

ఇదంతా చూసిన బుచ్చమ్మ తమ్ముడికి రెండోపెళ్ళి చేయిస్తానని, వారు కట్నాలూ,కానుకలూ ఇంకా చాలా ఇస్తారనీ ఊరడించి దానివల్ల కలిగే లాభాల్ని ఏకరువు పెట్టింది. అప్పుడే జోగమ్మ వాళ్ళ అమ్మనాన్న వచ్చి కూతురు కాపురానికి కావాల్సిన అన్నీ సామాన్లు సరుకులు సర్దిపెట్టి నెలరోజులపాటు ఉండి అమ్మాయి కాపురం చూసుకొని వెళ్ళాలని వచ్చి ఇక్కడే ఉంటారు. ఆ సందర్భంలో వారందరితో కలిసి షాపింగ్‌కు వెళ్ళడం, ఇక వారందరితో గడపడం అంతా చూసిన బుచ్చమ్మకు తమ్ముడు మనవాడు కాదని అర్థం చేసుకుంటుంది. అదే సమయానికి పనిమనిషి వచ్చి "మీ అత్తయ్యగారేరీ" అంటుంది జోగమ్మను. అప్పుడు మనకు అత్తవారిల్లుంది. మనకు కేటాయించిన ఇల్లు ఆస్థి అంతా ఉంది కదా! ఇక్కడెందుకు ఈనరకంలో ఉండడం.

"నారెక్కల కష్టం అంతా నా తోడి కోడలికి దారపోస్తాను. నా మరిది ఇంటికి బంగారపు గోడలు పెట్టేస్తాను. దాంతో ఇక్కడ 'జోగి'కి చెప్పు దెబ్బ కొట్టినట్టువుతుంది. అప్పటికి తీరుతుంది. నాకసి " అనుకొని మెల్లగా బట్టలు సర్దుకొని వెళ్ళిపోతుంది.

అంటే ఆమె చిన్నవయసులోనే వితంతువై ఒంటరిది కావడం వల్ల తన మనస్సు పరిణతి చెందలేదు. కాగా భార్య భర్తల్ని అలా విడగొట్టగూడదన్న కనీస పరిజ్ఞానం కూడా తనకి లేదు. కావున మంచి మనిషిని కూడా కొన్ని పరిస్థితులు చెడు ఆలోచనలు కల్గేందుకు దారీతీస్తాయి. ఆ ఆలోచనలు అంతటితో ఆగవు. అసూయా ద్వేషాలు పెరిగి కుటుంబాల విచ్ఛిన్నానికి దారితీస్తాయి. కనుక వ్యక్తి సమాజం పట్ల బాధ్యతా యుతంగా ఉండి ఇలాంటివి కుటుంబంలోనూ సమాజంలోనూ పునరావృతం కాకుండా చూడాలి. నిజానికి ఆ బాల వితంతువుకు కనీసం మళ్ళీ పెళ్ళి చేసి ఒక ఇంటిదాన్ని చేసి ఉంటే తను ఇలా తయారయ్యేది కాదు. ఎందుకంటే ఆమె ప్రశాంతంగా లేదు కనుకే ప్రక్క వారి ప్రశాంతతను తట్టుకోలేకపోయింది. మానవ జన్మ తీసుకున్నాక ప్రతిక్షణం తన ఎదుగుదలకి మనిషి ప్రయత్నిస్తూనే ఉండాలి. రకరకాల అడ్డంకుల్ని సవాళ్ళను ఎదుర్కొని హృదయాన్ని బుద్ధిని పెంచి పోషించుకోవాలి.

తరతరాల ఆచారాలవల్ల, ఆలోచనలవల్ల బిగుసుకుపోయిన సంకెళ్ళను తెంచుకొని ప్రగతిని సాధించాలనేది శ్రీపాదవారి ఆశయం. వారి ఆశయమే మన ఆశయం కావాలనీ మనకున్న శక్తి సామర్థ్యాలను సంపూర్ణంగా వినియోగించుకొని సమ సమాజ అభ్యున్నతికి కృషిచేయాలని కోరుకుంటూ....

– వ్యక్తిశాంతే కుటుంబ శాంతి కుటుంబ శాంతే సమాజ శాంతి

రైతు కథలు – మహిళ

డా॥డి. మస్తానమ్మ

భారతదేశం వ్యవసాయ ప్రధానమైన దేశంగా ప్రపంచదేశాల గుర్తింపు పొందింది. గ్లోబలైజేషన్ కారణంగా కాలానుగుణంగా అన్ని వృత్తుల్లో మార్పులు వచ్చినట్లే వ్యవసాయంలోనూ మార్పులు వచ్చాయి. భారత వ్యవసాయ రంగంలో నేడు గణనీయమైన మార్పులు చోటు చేసుకున్నాయి. ఆ కారణంగా రైతు వ్యవసాయాన్ని భారంగా భావిస్తున్నాడు.

ఇటీవలి కాలంలో అనావృష్టి, పెరిగిన ఎరువుల ధరలు, కరువు, విద్యుత్ కోత, కూలీలకొరత, గిట్టుబాటు ధరలేకపోవుట వంటి కారణాల వల్ల రైతు జీవితం దుర్భరంగా మారుతున్నది. దాంతో రైతులు వ్యవసాయాన్ని వదలి పట్టణాలకు వలసపోయి కూలీలుగా బతుకువెళ్లదీస్తున్నారు. రైతంటే కేవలం మగవారేగాదు, స్త్రీలు కూడా. రథానికి జోడు గుర్రాల్లాగే వ్యవసాయ రథానికి రైతు భార్యాభర్తలు ఇద్దరూ సమాన భాగస్వాములే. భర్త సమస్యల బారిన పడుతుంటే భార్య కూడా ఆవేదన చెందుతుంది. భర్త పచ్చని పంటను చూసి సంతోష పడుతుంటే భార్యా సంతోష పడుతుంది. కొన్ని సందర్భాల్లో భర్తకు ధైర్యవచనాలతో ఉపశమనం కలిగిస్తుంది. మగవారు చేసే అన్ని వ్యవసాయ పనులను స్త్రీలు కూడా చేస్తున్నారు. అయినా వారెన్నో ఈతిబాధలతో సతమతమవుతున్నారు. వ్యవసాయంలో స్త్రీల పాత్రను ఈ రైతు కథలాధారంగా చర్చించటం జరిగింది.

1. పశువులు – మహిళారైతులు:

రైతుకు పశువులకు అవినాభావసంబంధం ఉంది. ఇటీవల యంత్రాలు వచ్చాయి. కాని అంతకు ముందు రైతు పశువులపై ఆధారపడి వ్యవసాయం చేసేవాడు. వాటిని కన్నబిడ్డల్లా, కుటుంబ సభ్యుల్లా చూసుకునేవాడు. మహిళా రైతుకు కూడా పశువుల పట్ల చెప్పుకోదగిన మమతానుబంధాలు ఉండేవి. అలాంటి

బంధాన్ని కరుణరసపూరకంగా 'నెర్లు' కథలో చిలుకూరి దేవపుత్ర చిత్రించాడు. ఈ కథలో ఒక మహిళారైతు తన ఎద్దును దూరప్రాంతం వారికి అమ్మేస్తుంది. ఆ ఎద్దు తిరిగి రెండురోజుల్లోనే వస్తుంది. ఆ ఎద్దుకు తన పట్ల ఉన్న మమతాను బంధానికి చలించి ఆ మహిళా రైతు కన్నీరు పెట్టుకుంటుంది. దానిని అమ్మి ఎంతో తప్పు చేశానని పశ్చాత్తాపపడుతుంది.

"ఓరి ఓరి బొల్లిగా! వస్తివేమిరా? ఎనభైమైళ్ల దొవ్వునడిచి వస్తివేమప్ప! ఎంత నెర్లురా నామింద నీకు. పాపిస్టి దాన్నిరా. నేను దుడ్లకి అవుసరమొచ్చి అమ్ముకొంటిరా!" అని అంటూ దాని గంగడోలు నిమురుతుంది. మరునాడు ఆ ఎద్దును కొనుక్కుపోయిన ఆసాములు వచ్చి ఎద్దును పట్టివ్వమంటారు. అపుడు ఆ మహిళారైతు వారితో ఇలా అంటుంది.

"అంత నెర్లయిన ఎద్దుని మడీ ఎట్లప్పా! మీ వెంట పంపేది! మీ దుడ్లు మీరు తీసుకొని పోండప్పా! నా కష్టాలు నూరున్నా పడతాను. ఎట్ల అయ్యేది అట్ల అయితాది" అంటుంది. మహిళారైతుకు ఎద్దుపట్ల, ఎద్దుకు మహిళారైతుపట్ల ఉన్న మమతానుబంధాలు కళ్లకు కట్టినట్లు చిత్రించాడు కథకుడు. ఇవన్నీ వాస్తవకథనాలే.

2. మహిళారైతు –శ్రమశక్తి:

వ్యవసాయపనులు చేయటంలో స్త్రీలదే పై చేయి అని చెప్పకతప్పదు. మగవారు పొలం దున్నటం వరకే పరిమితమవుతుండగా స్త్రీలు కలుపుతీయటం, కోతకోయటం, తూర్పారా బట్టడం, మొక్కలు నాటడం వంటి పనులు చేస్తున్నారు. దీన్ని బట్టి వ్యవసాయంలో పురుషులకంటే స్త్రీలే ఎక్కువ శ్రమ పడుతున్నారని చెప్పాల్సి ఉంది. భర్తకు అండగా చేదోడు వాదోడుగా ఉండటమే గాక అన్ని వ్యవసాయరంగ పనులు చేస్తున్నారు. అట్లాంటి స్త్రీల శ్రమను కొందరు కథకులు తమ కథల్లో చిత్రించారు. ఉదాహరణకు చెప్పాలంటే "జీపొచ్చింది" కథనే

తీసికోవచ్చు. దీన్ని వేంపల్లి షరీఫ్ రాశాడు. ఈ కథలో వెంకట్రెడ్డి భార్య గంగాదేవి. ఆమె శ్రమతత్వాన్ని కథకుడు వెంకట్రెడ్డి పాత్ర ద్వారా ఇలా పలికిస్తాడు.

"పని విషయంలో గంగాదేవిని ఆడమనిషి అనుకోకూడదు. కొంగు బిగించి పనిలోకి దిగితే పదిమంది పని ఒక్కతే సులభంగా చేయగలదు. కానీ అది ఇప్పుడు సిన్నబిడ్డతల్లే" అంటాడు. తన భార్య వ్యవసాయ పనులు చేయుటలో అందెవేసిన చేయి అని వెంకట్రెడ్డి మెచ్చుకుంటాడు. అయినా ఆమె పసిబిడ్డతల్లి కాబట్టి ఇప్పుడాపని చేయలేదని జాలిచూపిస్తాడు. దీన్ని బట్టి భర్తమాటలద్వారా భార్యపట్ల అతనికున్న అభిమానం ఎలాంటిదో తెలుస్తున్నది.

కరువుకారణంగా నీరులేక పంట ఎండిపోతుంటుంది. వెంకట్రెడ్డి ఏమి చేయాలో పాలుపోక దిగులు పడుతుంటాడు. అప్పుడు అతని భార్య గంగాదేవి భర్తతో ఇలా అంటుంది."మావా! ఎక్కడ్నుంచో ఒక సోట్నుంచి లెక్క తెచ్చి బోరేద్దాం మావా! నాకెందుకోమన పొలంలో నీళ్లు పడ్తాయి. మన కట్టాలు తీర్తాయి అనిపిస్తాంది మావా" అంటూ ధైర్యం చెబుతుంది. వీపు తట్టి ప్రోత్సహిస్తే ముందుకు దూసుకుపోయే మనస్తత్వం చాలా మందిలో ఉంటుంది. అయితే ఆ ప్రోత్సహించే వ్యక్తి స్త్రీ అందులోనూ భార్య అయితే మరింత ఉత్సాహం వస్తుంది. ఇది రైతుల జీవిత విషయంలోనూ వర్తిస్తుంది.

3.పోరుబాటవైపు కొడుకును పంపిన మహిళారైతు:

రైతు ఆరుగాలం శ్రమించి పంట పండిస్తాడు. అయినా అందరిచేత దోపిడీకి గురౌతున్నాడు. నకిలీ విత్తనాలు, ఎరువుల ధరలు ఆకాశాన్ని తాకుట, మధ్య దళారీల దోపిడీ, గిట్టుబాటు ధర లేకుండుట వంటి ఎన్నో సమస్యలతో రైతు పీడనకు గురవుతూ మౌనంగా రోధిస్తున్నాడు. వాటిని చూచి చలించిపోయిన ఒక యువరైతు రైతుల దుఃఖాన్ని తొలగించాలని భావిస్తాడు. అందుకు నక్సలిజమే సరైన మార్గమని భావిస్తాడు. తల్లికి తన ఆశయాన్ని చెబుతాడు. రైతు అయిన ఆ

తల్లి, కొడుకును దీవించి దళంలోకి పంపుతుంది. అప్పటి ఆమె మానసికస్థితిని, వ్యథను బి.ఎస్.రాములు 'తల్లీ కొడుకులు' అనే కథలో ఇలా చిత్రించాడు.

"ఎప్పట్నుంచీ అనుకుంటూనే ఉన్నా. గుండె రాయి చేసికోవాలని ఎప్పటినుంచో ప్రయత్నిస్తున్నా మైసమ్మకు దుఃఖం ఆగలేదు. తన కొడుకు తనలాగా జీవితాల పర్యంతం దోపిడీ చేయబడ్డవాళ్ల బతుకుల బాగుకోసం పోరుపథంలో నడవటానికి వెళ్తున్నాడన్నా ఊహయింతకు క్రితం దాకా ఎంతో సంతోషాన్ని గర్వాన్ని కల్గింపజేసింది. తన జన్మ ధన్యమైందని అలా వెళ్లడం తనకు గర్వకారణమని మురిసింది. మనుమరాలి తోడుతో శేషజీవితం గడపగలనని నిర్ణయం చేసుకొంది.

అందరు మెచ్చిన పిల్లవాడితో ఎంతో సంతోషంగా కూతురి పెళ్లి నిర్వహించి అప్పగింతలు కార్యక్రమం మొదలయ్యేసరికి పెళ్లి పందిరంతా విషాదఛాయలు అలుముకున్నట్టుగా ఉంది అవ్వకు కొడుకు పోతాననేసరికి. ఇక ఆ పొలం ఏమి చేసుకోను ముసలిదాన్ని అని పరిపరి విధాలుగా బాధపడి పోయింది. చిన్ననాటి నుండి కష్టాల్లోనే పుట్టిపెరిగిన కొడుకు జీవితమంతా కళ్లముందు కదలాడింది. కొడుకు ఎన్నడు సుఖపడ్డాడని ఈ పేదదాని కడుపులో పుట్టి ఎన్ని బాధలను భవించాడు. దారిద్ర్యాన్ని మించిన బాధేముంది ప్రపంచంలో!

తన కొడుకు నేటి నుండి దరిద్రుడు కాదు. వానికి కోట్లాది పేద ప్రజల అండ ఉంది. వాన్ని తమ ప్రాణాలు ఎదురొడ్డి కడుపులో దాచుకుంటారు ప్రజలు అనుకుంది తల్లి మైసమ్మ. కాని తన చావుకైనా అందుతాడో లేదో! అలా వివిధ భావ సమ్మిశ్రితమైన దుఃఖం ఉద్వేగంతో అవ్వకళ్లలోంచి టపటప చీరకొంగుపై కన్నీటిబొట్లు రాలి యింకిపోయాయి. ఎంతో సేపటికి తేరుకుంది తల్లి మైసమ్మ. కన్నీరు తుడుచుకుంది. కన్న పేగు కొట్టుకుంటున్నది బిడ్డా అని ప్రేమగ కౌగిలించుకున్నది. చివరిసారిగా కొడుకును కౌగిలించుకున్నది"

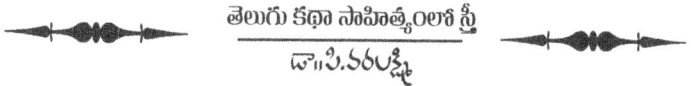

ఈ కథ నక్సలిజం భావజాలం నేపథ్యంగా చిత్రించబడింది. రైతు పరిపరివిధాలుగా దోపిడీకి గురవుతున్నాడని, దానికి చరమగీతం పాడాలంటే ఉద్యమమొక్కటే శరణ్యమని కథకుడు భావించాడు. తన భావజాలాన్ని మహిళారైతు పాత్ర ద్వారా వ్యక్తం చేశాడు.దోపిడీ అంతం కావాలంటే ఉద్యమాలు రావాలని అందులోనూ నక్సలైట్ల సాయుధ పోరాటం తప్ప మరేదీ తగినది కాదని రచయిత స్పష్టంగా తెలిపాడు.

4. మహిళారైతు కూలీలు – సమస్యలు:

యజమాని అయిన మహిళారైతు కష్టాలు, సమస్యలు ఎలా ఉంటాయో దానికి తగ్గని విధంగానే మహిళారైతు కూలీలకు ఉంటాయి. వాళ్లు తక్కిన మహిళలవలె ఇంటిచాకిరీ చేయాలి తరువాత రైతు పనికి కూలికి వెళ్లాలి. ఇది నిత్యకృత్యం. పల్లెటూరి రైతు కూలీల కష్టాలను 'రేగడి మిట్ట' కథలో కళ్లకు కట్టినట్లు చిత్రించాడు తుమ్మల రామకృష్ణ. కూలిపనికి పిలిచిన యజమానితో ఒక కూలి మహిళ ఇలా అంటుంది.

"మీకు లాగా మా కవుతాదామామా!

నిద్దరకండ్లతో లేవాల్నా, లేస్తానే పేడా చెత్తా తొయ్యాల్నా. ఆనక దిబ్బలో యేసిరావాల్నా. సట్టికుండ కడగాల్నా,నాలుగు కడవలు ఉప్పునీళ్లు తెచ్చుకోవాల్నా,ఒక్కడవ మంచినీళ్లు ఒడ్డిపల్లి మిట్ట కాడ్నుంచి యెత్తకరావాల్నా.ఆనాక పొయ్యిలో అగ్గేసి ఇంత ఉడకేయాల్నా.మేకల కాడికి పోయే బిడ్డకీ, ఆవులకాడికి పోయే బిడ్డకీ అంతపెట్టాల్నా.సాలని కొదవకి ఇంట్లో మొగోడి సంగతి చూసుకోవాల్నా,పొద్దు నాలుగు బార్లు ఎక్కకముందే ఇంటి ముందరకొచ్చి నిలబడుకుంటావు... రాండమ్మే... రాండమ్మే అంటూ కేకలేస్తావు. ఇవన్నీ ఎవరు చేస్తారు చెప్పు మామా!" అంటూ ఒక మహిళారైతు కూలీ నిలదీస్తుంది. ఈ నిలదీతలో ఆమె శ్రమ ఎంతటిదో ఎలాంటిదో ఏ రూపంలో ఉందో కళ్లకు కట్టినట్లు

చిత్రించబడింది. అంతగా శ్రమించే కూలీలకు తగిన గిట్టుబాటు కూలి ఇవ్వాలి. కానీ కొందరు శ్రమకు తగ్గకూలీ కూడా ఇవ్వటం లేదు. ఆ విషయాన్ని ఆమె ఇలా తెలుపుతుంది.

"ఏం మామా! టమేటా చెట్లలోకి పోతే యాభై రూపాయల కూలిస్తారంట. అది కూడా పైటాలవరకేపని. కాయలు విడిపించి బుట్టల్లోకి పోయడం, నువ్వేమో మడినాటడానికి ఇరవై రూపాయలిస్తానంటావు. పిల్లోల్లంతా టమేటా చెట్లలోకే పోతామంటున్నారు. ఎట్లో నువ్వే చెప్పుమామా" అంటూ తమ కూలీల డిమాండును ముందుంచుతుంది. కూలీలు మార్గం లేనంతవరకే దోపిడీని సహిస్తారని, మరోమార్గం దొరకగానే తిరుగుబాటు స్వరం వినిపిస్తారని కథకుడు స్పష్టం చేశాడు.

'బతుకు' అనే కథలో వలస మహిళారైతు కూలీలపై జరుగుతున్న అత్యాచారాలను గూర్చి అరుణ చక్కగా చిత్రించారు. భూస్వాములు మహిళారైతు కూలీలపై లైంగిక వేధింపులకు పాల్పడుతున్న సంఘటనలు అక్కడక్కడ వెలుగు చూస్తుండుట విచారించదగ్గ విషయం.

5. మహిళారైతులు - గిట్టుబాటుధర లేకపోవుట:

గిట్టుబాటు ధరలేక పోవటంతో రైతుల బతుకులు తలకిందులవుతున్నాయి. ఎండవాన గాలి వంటి వాటిని లెక్కచెయ్యకుండా చెమటోడ్చి పండించిన పంటకు గిట్టుబాటు ధరలేకపోవుటతో రైతులు కుమిలిపోతున్నారు. వడ్డీలు ఎలా కట్టాలో అప్పులు ఎలా తీర్చాలో బిడ్డ పెళ్లి ఎట్లా చేయాలో దిక్కుతోచక సతమతమవు తున్నారు. అలాంటి మహిళా రైతు దీనస్థితిని వల్లూరు శివప్రసాద్‌గారు 'గిట్టుబాటు' కథలో చిత్రించారు.

ఈ కథలో బాణమ్మ మహిళారైతు. అప్పులు తీర్చటానికి బాణమ్మభర్త కిడ్నీలు అమ్మానంటాడు. ఆ మాటవినగానే బాణమ్మ కంపించిపోతుంది. కొంత సేపటికి తేరుకొని భర్తతో ఇలా అంటుంది.

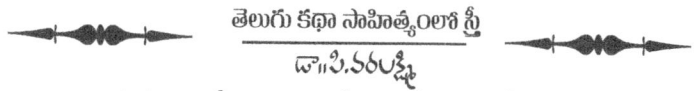

"కాయకట్టం జేసి కాయలో,పండ్లో,గింజలో పండించి అమ్ముకొని బతకాల్సినోళ్లం.ఇట్టా వంట్లో అవయవాల్ని అమ్ముకొని బతకాల్సిన సెద్దరోజులు దాపురించెనయ్యా" అని భర్తను పట్టుకొని బోరున పడుస్తుంది. బేదరయ్యే డబ్బాశపెట్టి ఇట్లా కొంపలు కూల్చటం మొదలు పెట్టాడా అని ఆవేదన చెందుతుంది. ఆమె ఆవేదన చూసి మొగుడు నవ్వుతాడు. బాణమ్మకు మొగుడి నవ్వు మొదలు తెగిన మర్రిచెట్టు ఆకుల గలగల శబ్దంలాగ ధ్వనించింది. తుఫాను గాలికి హోరెత్తుతున్న సరివి తోపు ఆక్రోశంలాగా వినిపించింది. అయినా కూడా పెళ్లీడు కొచ్చిన పిల్లని ఒక అయ్య చేతిలో పెట్టి పంపేదారి లేకుండా పోయిందని కుమిలిపోతున్న బాణమ్మ మనసులో అవయవాల్ని కూడా అమ్ముకోవచ్చని, అప్పుడొక కొత్త ఆలోచన పుట్టుకొచ్చిందంటాడు కథకుడు.

ఆర్థిక ఇబ్బందులతో రైతులు ఎలాంటి బాధలకు గురవుతున్నారో ఈ రైతు కథల్లో చిత్రించారు. పైన తెలిపిన అంశాలేవీ అభూత కల్పనలు కావు. నేడు సమాజంలో కన్పిస్తున్న పెదథోరణులకు నిలువెత్తు సాక్ష్యాలు.

పదుగురికి పట్టెడన్నం పెట్టే రైతన్నలు వారి జీవిత భాగస్వాములు అయిన మహిళారైతులు అనుభవిస్తున్న దుర్భర స్థితిగతులు ఈ కథల్లో చిత్రించారు. వీటి ద్వారా వీరి సమస్యలు పరిష్కారం కావాలని ఆశించటం సమంజసంగా ఉంటుంది. ఈ దృక్కోణంలో మరింతకథా సాహిత్యం రావాల్సిన అవసరం చాలా ఉంది.

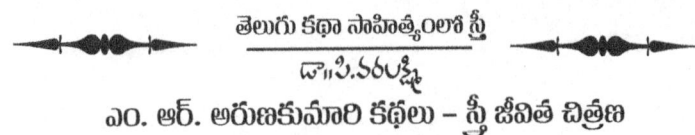

ఎం. ఆర్. అరుణకుమారి కథలు – స్త్రీ జీవిత చిత్రణ
(మన్నులో మన్నునై)

ఐ. సజని

కథాసాహిత్యం కేవలం వ్యక్తుల జీవితాలనే కాకుండా సమాజ గమనాన్ని కూడా చిత్రీకరిస్తుంది. అదే విధంగా జీవిత క్రమంలో వచ్చే మార్పులను చూపుతుంది. సమస్యలను గుర్తించడమే కాకుండా వాటి ద్వారా కలిగే చైతన్యాన్ని చిత్రిస్తుంది. మనిషి తాను ఏ విధంగా జీవించాలని భావిస్తాడో జీవితాన్ని అలా మలచుకోవడానికి కథ సహాయ పడుతుంది. తెలుగు సాహిత్యంలో కథలు స్త్రీ, పురుషులు ఇరువురూ రచించారు. ఇందులో స్త్రీ సమస్యల్ని, జీవితాన్ని ఎక్కువగా పురుషులే తమ రచనల్లో చిత్రించినా, పురుషులకంటే స్త్రీలే తమ సమస్యల్ని బాగా ఆకళింపు చేసుకుని వారి జీవితాన్ని చిత్రించగలిగారన్నది అక్షరసత్యం. ఈ విధంగా కథలను రాయగల రచయిత్రులలో చిత్తూరు పట్టణానికి చెందిన శ్రీమతి ఎం.ఆర్. అరుణకుమారి గారు ముఖ్యులు.

ఎం.ఆర్. అరుణకుమారి కథలు స్త్రీ జీవిత చిత్రణకు, స్త్రీల సమస్యలకు, స్త్రీల చైతన్యానికి పెద్దపీట వేశాయి. ఈమె తన రచనల్లో స్త్రీల సమస్యల్ని గుర్తించడమే కాకుండా వాటికి తగిన పరిష్కార మార్గాలను సైతం సూచించారు. ఈ పరిష్కార మార్గాలు అందరికీ ఆమోదయోగ్యం కాకపోయినా సమస్యకు ఏవిధంగానైనా పరిష్కారం చూపాలన్న ఆమె పట్టుదల, తపన అభినందనీయం. స్త్రీ చైతన్య వంతురాలు కావాలని తన కథలద్వారా స్త్రీలను మేల్కొల్పడానికి ప్రయత్నిస్తున్న అభ్యుదయవాది ఎం.ఆర్.అరుణకుమారి.

“దేశానికి స్వాతంత్ర్యం వచ్చిన తర్వాత కూడా ఈ ఆడవాళ్ళు ఇంకా సమాన హక్కు లేదని, స్వేచ్ఛ లేదని గొడవ పడుతున్నారు” అన్న పురుష పుంగవుల విమర్శలకు ఈమె యిచ్చిన సమాధానం “అవును! గొడవ పడ్తాం! మా ఉనికికి,

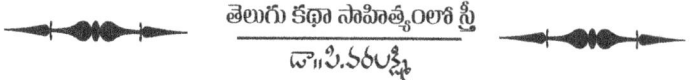

మనుగడకు, స్వేచ్ఛకు, ఆర్థిక స్వాతంత్ర్యానికి, స్వయం నిర్ణయాధికారానికి అడ్డుపడే ప్రతి ఆధిపత్యంతో, అధికారంతో మేము గొడవ పడ్డాం. స్త్రీల గొడవే నా కథల ఇతివృత్తాలు. వాళ్ళ జీవన అనిశ్చితి, అశాంతి, అసహనమే నా కథాపాత్రలు, వాళ్ళ ఆక్రోశమే నా శైలి. వాళ్ళలో పోరాట స్ఫూర్తి, ఆత్మవిశ్వాసప్రోది, ఆత్మగౌరవ ప్రేరణ నా కథాశిల్పం. అందుకే నా కథలు సుందర పదబంధ విన్యాసాలతో, అనవసర వర్ణనలతో, సాగతీతలతో వుండవని నా అక్షరాలు నాతో ఎప్పుడు గొడవపడలేదు. ఆక్రందనలను అర్థంచేసుకొనే మనసుండాలే కాని భాషాపాండిత్యం కాదన్న నా గొడవ వాటికి ఎరుకేమరి" అంటుంది.

ఒక రచన చేస్తున్నప్పుడు "స్త్రీలు రాయాలనుకొని రాయలేకపోయిన విషయాలు కొన్ని వున్నాయి. అవి సెక్స్, యుద్ధం, రాజకీయాలు... కథా వస్తువే కాకుండా రచన చేసే తీరు కూడా వాళ్ళు స్త్రీలు అనే విషయం మీద ఆధారపడుతుంది. చెడ్డమాటలు రాయకూడదు. సభ్యతను మీరకూడదు" అంటూ ఓల్గాగారు రచయిత్రుల భాష పట్ల సమాజంలోవున్న అభ్యంతరాలను బట్టే స్త్రీల భాషను వాడుతున్నారని అంటారు.

అయితే ఈ భయపడేవారి కోవకు ఈమె చెందరని, ఈమె రాసిన "చెమ్మగిల్లనీ" అనే కథ తెలియజేస్తుంది.

చక్కదనాల చుక్క, బుద్ధిమంతురాలు, పనిమంతురాలైన అమీనాను పైసా ఖర్చులేకుండా కోరినంత డబ్బు, బంగారం, చీరలు, ఎదురుకట్నం యిచ్చి డెబ్బయి ఏండ్ల అరబ్ షేక్ కాంట్రాక్టుపెళ్ళి చేసుకుని వాళ్ళ దేశానికి తీసుకెళ్తాడని, అతను చెప్పినట్లు బుద్ధిగా నడచుకొంటే మిగతా భార్యలతోపాటు సమానంగా చూసుకుంటాడని నజీర్ అమీనా తల్లి ఫాతిమాకు చెబుతాడు. ఆ మాట విన్న అమీనా ఉలిక్కిపడి రాత్రిబడిలో సారు చెప్పిన పూర్ణమ్మ కథను గుర్తుకు చేసుకుని "ఎన్నేళ్ళు గడిచినా పూర్ణమ్మలు, అమీనాలు చచ్చిపోవాల్సిందేనా? కథలో

మార్పుండదా? ఉండకూడదా? ఉండనివ్వరా? పరిసరాలు, పరిస్థితులు మారినా... ఆడదాని స్థితిలో మాత్రం మార్పురాదా? అని ఆలోచనలో పడ్డ అమీనా పాత్ర ద్వారా స్త్రీలలో ఆలోచనలను రేకెత్తించింది. "కండ్లలో నుండి కారుతున్న కన్నీళ్ళు పెదవుల మధ్య చొరబడి ఉప్పుఉప్పగా...! యుగాల నుండి స్త్రీలు కారుస్తున్న కన్నీళ్ళంతా పోగేస్తే... సప్తసముద్రాలయ్యాయా! అందుకేనా సముద్రపు నీళ్ళంత ఉప్పగా ఉంటాయి. నిస్సహాయతే నిరంతర ఘోషగా... చెలియల కట్టను ఢీకొంటూ .... ఢీకొంటూ... వేదనా కెరటాలు విరిగిపడుతూ! పడిలేస్తూ ... అంతేనా ... స్త్రీ జీవితం? అని స్త్రీలోకాన్ని ప్రశ్నించింది.

"జీవితమే ఒక యుద్ధమైనపుడు నిలిచిపోరాడ కుండా 'చావు' అనే మార్గంలో పారిపోవాలనుకోవడం పిరికితనం" అంటూ సమస్యలెదురైనపుడు వాటిని ఎదుర్కోలేక ఆత్మహత్యలకు పాల్పడరాదనే ఆత్మస్థైర్యాన్ని స్త్రీలలో నింపింది. "ఎక్కడ పోగొట్టుకొంటామో అక్కడే వెతుక్కోవాలి, సమస్యపుట్టిన చోటే పరిష్కారమూ ఉంటుంది గానీ చావే పరిష్కామనుకోవడం మూర్ఖత్వం" అని జరీనా పాత్ర ద్వారా పరిష్కారమార్గాన్ని తెలియజేస్తుంది.

"జరీనా పగలంతా సవతులపెత్తనం, ఇంటెడు చాకిరీ, చిత్రహింసలు, రాత్రి ముసలి మొగుడి వికృత చేష్టలతో నరకయాతన అనుభవించి పారిపోయి వచ్చిందని "అలాంటి జీవితం తనకు వద్దని తల్లిదండ్రులు పెళ్ళి చేయలేకపోయినా పగలు ప్లాస్టిక్ ఫ్యాక్టరీకి పనికి వెళ్ళి, రాత్రి బడిలో చదువు నేర్చుకొని ఉద్యోగం చేసి వారిని సాకుతానని, అత్యాశలకు పోయి తన జీవితాన్ని నాశనం చేయవద్దని" అంటుంది అమీనా. "అసలు ఈ తప్పంతా ఆడపిల్లల తల్లులది కాదని పేదరికాన్ని అలుసుగా తీసుకుని, కమీషన్లకు ఆశపడి, ఆడపిల్లల జీవితాలతో ఆడుకునే నజీర్ లాంటి మధ్యవర్తులదేనని తెలుపుతూ దృఢనిశ్చయంతో, ఆత్మవిశ్వాసంతో తల్లిదండ్రులకు ఎదురు తిరిగి తనకు జరుగుతున్న అన్యాయాన్ని ఎదిరించి ఆ

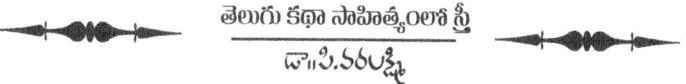

దుస్థితి నుండి తనను తాను కాపాడుకోవడమే కాకుండా నజీర్ లాంటి బ్రోకర్లకు బుద్ధి చెప్పేలా చేసి స్త్రీలు అన్యాయాన్ని ఎలా ఎదిరించాలో అమీనా పాత్ర ద్వారా "నిశ్శబ్ద కెరటాలు" అనే కథలో తెలియజేసింది.

"దొరసాని బతుకులు" కథలో గంగ తాను తల్లిని కాబోతున్నాననే శుభవార్త భర్త చిట్టికి చెప్పినపుడు అది అతనికి ఆనందాన్ని కల్గించకపోగా అసహనాన్ని రగిలించి" తాదూరకంతలేదు, మెడకో డోలన్నట్టుగా మనకు తిండిలేదు.. అప్పుడే బిడ్డలా" అంటాడు చిరాగ్గా. సంతోషపు అలలపై తేలుతున్న గంగకు చిట్టి మాటలు విరిగిపడ్డ అలలకింద ఉక్కిరిబిక్కిరైనట్లే కోపంతో 'పెళ్ళాం బిడ్డలను పోషించలేని వాడివి పెళ్ళెందుకు చేసుకున్నావని' ప్రశ్నించింది! ఒకవేళ కడుపులో బిడ్డ.. ఆడబిడ్డయితే? అని అంటాడు. అయితే ఏం? అని ప్రశ్నించి గంగ తనకు ముందు జరిగిన అన్యాయాన్ని ఇలా గుర్తుకు చేసుకుంటుంది. "తొల్సూరి ఆడబిడ్డ ఇంటికి పీడని గంగ అత్తగారు ఆ బిడ్డకు ఒక రాత్రి పాలుతాగిస్తున్నానని గంగకు చెప్పి ఇంకేదో తాగిస్తుంది. దాంతో ఆ బిడ్డ మరణిస్తుంది". గంగ ఏడుస్తుంటే "ఇంటికి పీడ తొలిగిపోయిందని సంతోషించక ఏడుపెందుకు" అని అంటారు ఇంట్లో వాళ్ళు.

తొలిచూలు మలిచూలు ఆడపిల్లలు పుడితే ఇంటికే అరిష్టమని పెద్ద వాళ్ళు అనడం విన్న గంగ పాప పుడితే నిర్లక్ష్యం చేయకుండా జాగ్రత్తగా చూసుకోవాలని, లేకుంటే పుట్టీ పుట్టగానే ఈ ప్రపంచంలో ఇమడలేనట్టు ఆడపిల్లలు తిరుగు ప్రయాణం కట్టేస్తున్నారని అమాయకంగా నమ్మిన గంగ తన తొలి చూలు పాపను అత్తగారు ఎలా తిరుగు ప్రయాణం కట్టించారో తెలుసుకున్నాక దానికి కారణం తెలుసుకుంటుంది. "మగ పిల్లలు పుడితే ఇంటిల్లపాదీ ఆనందంతో కేరింతలు కొడతారు, బిడ్డను జాగ్రత్తగా చూసుకుంటారు. మరి ఆడపిల్లలయితే

మాత్రమేమి? నెల తక్కువగా పుడుతుందా? ఆ బిడ్డది మాత్రం ప్రాణం కాదా? మనిషి కాదా? అంటూ ప్రశ్నించి మనలో ఆలోచన కలిగేలా చేసింది రచయిత్రి.

ఈసారి ఏ బిడ్డ పుట్టినా చాలా జాగ్రత్తగా చూసుకోవాలని దృఢనిశ్చయం తీసుకుంది గంగ. మళ్ళీ ఆడపిల్ల పుట్టింది. తన భర్త సంగయ్య దగ్గర డబ్బులు తీసుకుని పుట్టిన ఈ ఆడపిల్లను డబ్బుకు ఆశపడి అతనికి అమ్మేయాలనుకోవడమే కాకుండా మనం ఈ పిల్లను బాగా సాకలేం, దొరలకు అమ్మేస్తే దొరసానిలా బతుకుతుందని మాయమాటలు చెప్పగా.. ఆ మాటల్లోని ఆంతర్యాన్ని గ్రహించిన గంగ పోటెత్తిన సంద్రంలా మారి తన బిడ్డను ఎవరికీ ఇవ్వద్దని, తనకు చేతనైనంతలో తానే సాక్కుంటానని, బలవంతంగా లాక్కెళితే భర్తని కూడా చూడకుండా పోలీసులకు చెప్తానని భర్తను ఎదిరించి, సంగయ్యను తన కండ్లకు కనిపించకుండా వెళ్ళమని హెచ్చరిస్తుంది. ఆడపిల్ల పుడితే చంపేసే సాంప్రదాయమున్న ఆ కుటుంబంలో ఒక ఆడబిడ్డను పోగొట్టుకున్న గంగ మరోసారి జాగ్రత్తపడి ఎదురుతిరిగి తన బిడ్డను తాను కాపాడుకుంది. స్త్రీలలో చైతన్యం రావాలని ఈ కథ ద్వారా తెలియజేసింది.

"మరణశాసనం" కథలో సుప్రజ తల్లి దండ్రులకు గుండెలమీద కుంపటిని దించుకున్న ఆనంద ఆరు నెలలకే ఆహుతైంది. లక్ష రూపాయల కట్నం, ఆడపడుచుల లాంఛనాలు, పట్టు చీరలు, స్కూటరు ఇచ్చి ఘనంగా పెళ్ళి చేసి డాక్టరును మొగుడుగా చేసారు సుప్రజ తల్లిదండ్రులు. "దాంపత్య జీవనమనే అద్దాలమేడలోకి లక్షరూపాయల రుసుము చెల్లించి ప్రవేశించినా, కనీసం ఆసౌధంలోని గదులన్నీ చూడకముందే .... ప్రధాన ద్వారం నుంచే కాదు ఈ ప్రపంచం నుంచే తనను గెంటివేస్తుంటే ... తనకు లేని కడుపునొప్పి కోట గుమ్మానికి వేలాడగట్టిన ఎందరో అతివల బంగారు భవితల తోరణంలో తన జీవితమాల గుచ్చబడుతుంటే తన నిష్క్రమణ అనివార్యమేనా... అది నిస్సహాయం

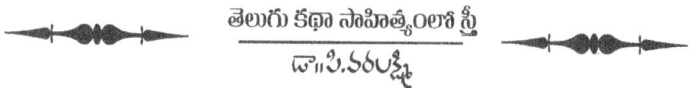

కాకూడదు..... కాకూడదు..."అని సుప్రజ పాత్ర ద్వారా తెలియజేసింది. కట్నం ఇచ్చినా ఇంకా పాతికవేలు అదనంగా తెమ్మని సుప్రజ భర్త, అత్తమామలు ఆమెను పెట్రోలు పోసి కాల్చినపుడు "అకాలమరణం తద్యమని తేలినపుడు.. ఏ కరుడు గట్టిన స్వార్థానికో తన జీవితం బలిదానం అయ్యేదానికన్నా, చేతకాని మంచితనంగా మిగిలిపోవడం కన్నా, చేతికందిన గడ్డిపరకనే చేతగల ఆయుధంగా మలచుకొని, మనోస్థైర్యంతో మగువలు వెనుదిరగక పోరాడాలి. ఆఖరి ఊపిరి వరకూ..." స్త్రీకి సహనానికైనా హద్దుండాలి. జీవితం కాలిపోతున్నా సహనంతో భరిస్తూ కూర్చోకూడదు అంటూ స్త్రీలు నిస్సహాయులుగా ఉండిపోకుండా ఎలా ఎదురుతిరిగి తమ హక్కులకోసం పోరాడాలో తెలిపారు.

అత్తగారు తనను గట్టిగా పట్టుకుంటే, మామగారు తనపై పెట్రోలు పోస్తుంటే అగ్నిసాక్షిగా అన్నివేళలా నిన్ను కాపాడుకుంటానని ప్రమాణం చేసిన భర్త... అదే అగ్గిపుల్ల గీసి తనపై వేస్తే ఆ అగ్ని జ్వాలలు తనను దహిస్తున్నప్పుడు తాను చేసిన ఆర్తనాధాలు గుర్తు చేసుకుంటుంది సుప్రజ. మెజిస్ట్రేటుగారు చెప్పమ్మా! నీ వాంగ్మూలం మీదే కేసు ఆధారపడివుంది. నీకు న్యాయం జరిగేలా చేస్తానని చెప్పినపుడు అతనితో "కుళ్ళిపోయిన ఆ పాతచట్టాలూ, సెక్షన్లూ, నెంబర్లూ వాటి పరిధిలోనే వాటిని వుంచండి, మీరు మాత్రం ఆ పరిధి నుంచి బయటికి రండి, అన్యాయమైపోతున్న అతివలకు న్యాయం కల్పించండి... మరెవరికీ ఈ పరిస్థితి రాకుండా చూడండి" అని కోరుకుంటూ "అగ్నికి ఆహుతవుతున్న స్త్రీలారా ఈ వ్యవస్థ మనకు న్యాయం చేయదు. ఏదో చట్టాలు చేసి చేతులు దులుపుకుంటారు. మనమే ఎదురుతిరగాలి. లేకపోతే ఒకరిని చంపి, మరొకరిని పెళ్ళి పేరుతో బలిచేస్తారు. మరో మగువ బలికాకూడదంటే ఎదురు తిరగడమొక్కటే మార్గమని సుప్రజ పాత్ర ద్వారా స్త్రీలు తమకు జరుగుతున్న అన్యాయాలను తామే

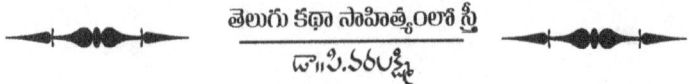

ఎదుర్కోవాలని, సమస్యలను పరిష్కరించుకోవాలని, ధైర్యంగా ముందుకు సాగాలని, పోరాడి గెలవాలని సూచించింది.

"లేతవెన్నెల" కథలో సైరాభానుని తన తల్లిదండ్రులు బురఖా వేసుకోమని, అది మన మతాచారం. కావున గౌరవించాలన్నప్పుడు సైరాభాను "గౌరవించాల్సింది మనిషికి మంచి చేసే సదాచారాన్ని, ఏ మతమైనా... ఏ ప్రవక్తయినా సరే మనిషికి హాని కల్గించే దురాచారాన్ని పాటించమని చెప్పలేదే? వాళ్ళేదో మతోన్మాదంతోనో, ఛాందసవాదంతోనో ఆధిపత్యం చెలాయించాలని చూడ్డం ఓ తప్పయితే, దాన్ని పాటించాలనుకోవడం మీలాంటివాళ్ళ తప్పు" అంటుంది. అందుకు తండ్రి "అనువుగానిచోట అధికులమవ్వాలని ఆశించడం మూర్ఖత్వం, ప్రతికూల పరిస్థితుల్లో మన క్షేమం కోసం మన ఆత్మీయుల ఆనందంకోసం మనసు చంపుకోక తప్పదు" అనే ఆమె తండ్రి పలుకులు అలలవలె ఆమె మనోసాగరాన్ని, ఆలోచనల పోటెత్తించాయి. రాత్రంతా ఈ ఆలోచనతో నిద్ర పట్టలేదు. తెల్లవారి కాలేజ్‌కి వెళితే అక్కడ పేదరికంతో బురఖా కుట్టించుకోలేని ఒక అమ్మాయి సర్తాజ్‌పై కొందరు బురఖా వేసుకురాలేదని యాసిడ్ దాడి చేశారు. దాన్ని చూసిన సైరాభాను ఇంటికి రాగానే "పొరపాట్ల నుండే కాదు ఉదాహరణలనుండీ నేర్చుకోవడం నిజమైన మానవ స్వభావం. మనం క్షణంలో పోగొట్టుకున్నది తిరిగి పొందదానికి ఎంతకాలమైనా పట్టచ్చు, కొన్నింటిని ఎన్నటికీ పొందలేం కూడా" అని తల్లిదండ్రులు చెప్పిన మాటలలో ఆంతర్యాన్ని గ్రహించి ఉత్సాహాన్ని కోల్పోకుండా, ఓటమిని స్వీకరించడమే అసలైన ధైర్యమని - రోధిస్తున్న మనసుకు సర్దిచెప్పుకుంటూ, ఓటమి తర్వాత మనోబలంతో విజయం కూడా మనల్ని చేరుతుందని విశ్వసిస్తూ 'బురఖాను' అందుకుంది.

ఈ కథలో సైరాభాను పాత్ర చిత్రణ ద్వారా స్త్రీని ఎన్నివిధాలుగా అణచివేతకు గురిచేస్తున్నారో, దాని నుండి తనను తాను రక్షించు కోవడానికి స్త్రీ ఎలా బాధను దిగమింగుకుంటూ సర్దుకుపోవల్సివస్తోందో వివరిస్తుంది "స్త్రీల

దేహాన్ని చేతుల్లో, గదుల్లో, వస్త్రాల్లో... గాలి, వెలుతురు, ఏ చూపులూ సోకకుండా బంధించగలరు గాని వాళ్ళ మనసుల్ని పదిలపరచగల శక్తి ఆ స్త్రీలకే తప్ప ప్రపంచంలో ఎవరికీ లేదని ఎప్పటికి తెలుసుకుంటారు?" అని తనలో తాను అనుకుంటూ "పెదవులపై దిగులుతో కూడిన కన్నీళ్ళలో నుంచి ఉనికి వచ్చే చిరునవ్వు లేతవెన్నెల నా కొరకు చెమ్మగిల్లనయనమ్ము లేదా? – అని సైరాభాను పాత్ర ద్వారా ఎలుగెత్తి ప్రశ్నిస్తోంది రచయిత్రి.

"పాడవే కోకిలా!" అన్న కథలో ఉష రేప్‌కు గురవుతుంది. రేప్ చేసినవాడినే పెళ్ళి చేసుకొమ్మని ఆ అమ్మాయిని వాళ్ళ నాన్నమ్మ బలవంతం చేసి వాళ్ళ పెళ్ళికి ముహూర్తాన్ని కూడా నిర్ణయిస్తుంది. ప్రేమించానని వెంటబడిన యువకుడితో నేను నిన్ను ప్రేమించడం లేదని ఆ యువతి ఎన్నిసార్లు చెప్పినా వినకుండా, ఒకసారి ఈమెను రేప్ చేస్తే నన్ను చచ్చినట్టు పెళ్ళి చేసుకుంటుందని అనుకొని ఆ యువకుడు ఆమెను రేప్ చేస్తాడు. కానీ అతన్ని చేసుకుంటే రోజూ నేను అతని చేత రేప్‌కు గురవుతానని ఉష వాళ్ళ నాన్నమ్మకు నచ్చచెప్పి, ఒప్పించి ఆ పెళ్ళి జరక్కుండా చేసి తనను తాను కాపాడుకుంటుంది.

మొదటి భార్య జీవించి ఉండగానే, ఆమెకు చట్టపరంగా విడాకులివ్వకుండానే డబ్బుకు ఆశపడి రెండో పెళ్ళికి సిద్ధమైన భర్తకు అతని మొదటి భార్య కోర్టును ఆశ్రయించి ఆ పెళ్ళిని తప్పించిన ఉదంతాన్ని "మా ఆయన పెళ్ళిని రద్దు చెయ్యండి" కథ చిత్రిస్తుంది. పాతివ్రత్యం పేరుతో భర్త చేసే తప్పుడు పనులన్నింటిని చూస్తూ ఊరుకోకుండా ఎదురుతిరిగి పోరాడిన ఒక స్త్రీ సాహసం ఈ కథలో చిత్రించారు రచయిత.

హత్య చేసిన తన భర్తను శిక్షిస్తే .. తననూ, తన పిల్లల్ని శిక్షించినట్టే అవుతుందని, సమాజం హంతకుని భార్యాపిల్లలమని మమ్మల్ని ఆడిపోసుకుంటుందనీ, ఏ తప్పూ చేయని మాకీ శిక్షను విధించడమేమిటని న్యాయస్థానంలో న్యాయమూర్తిని ప్రశ్నించిన ఓ హంతకుని భార్య ధైర్యాన్ని "నాలుగో సింహం గర్జిస్తే" అన్న కథలో చిత్రించింది రచయిత్రి.

"శిశిరంలో వసంతం" కథలో ఓ స్త్రీ తను పెళ్ళి చేసుకోకుండా, ఉద్యోగం చేస్తూ తన చెల్లెళ్ళందరికీ పెళ్ళి చేస్తుంది. తమ్ముళ్ళను చదివిస్తుంది. తీరా ఆమె పెళ్ళి చేసుకుంటానన్నప్పుడు.. ఆమె తల్లి ఈ వయస్సులో నీకు పెళ్ళేమిటని, నువ్వు పెళ్ళి చేసుకుంటే నీమీదే ఆధారపడి బ్రతుకుతున్న మేమేమైపోవాలని అడుగుతుంది. కానీ అందర్నీ ఎదిరించి ఆమె పెళ్ళి చేసుకుంటుంది.

తన కూతురికి పెళ్ళి చేసిన కొద్ది రోజులకే ఆమె భర్త ఓ యాక్సిడెంట్‌లో చనిపోయిన విషాదాన్ని ఓ తల్లి ఎదుర్కుంటుంది. అక్కడున్న అమ్మలక్కలు తన కూతుర్ని విధవను చేసే తంతును (గాజులు తీసెయ్యడం, బొట్టు చెరిపెయ్యడం లాంటి చర్యలు) ప్రారంభించబోతున్నప్పుడు ఆ తల్లి ఎదురుతిరిగి "మీరంతా నన్ను, నా కుటుంబాన్ని వెలివేసినా సరే, నా బిడ్డ పసుపు కుంకుమల్ని మాత్రం చెదరనీయను" అని గర్జించి ఆ దుష్ట సంప్రదాయాన్ని ఆపిస్తుంది "విషాదగీతం" కథలో.

"పిండప్రదానం" కథలో చనిపోకుండానే చనిపోయానన్న నమ్మకాన్ని కల్గించి విడిపోయిన తన ముగ్గురి కొడుకుల్ని ఒక చోటికి చేర్చిన ఓ తల్లి కథ చెప్పబడింది.

"తొలిబలి" అన్న కథలో ఓ దేశం మీద బాంబుల దాడి జరిగినప్పుడు పునరావాస కేంద్రాల్లో తలదాచుకుంటున్న స్త్రీల సమస్యల చిత్రణ జరిగింది.

"వంధ్య శిల" అన్న కథలో తనకు పిల్లలు పుట్టలేదని రెండో పెళ్ళికి సిద్ధపడిన భర్తకు బుద్ధి చెప్పిన ఓ భార్య మనకు దర్శనమిస్తుంది. తనకు పిల్లలు పుట్టకపోవడానికి భర్తే కారణమని రుజువు చేస్తుంది.

ఈ కథల్లో రచయిత్రి ప్రస్తుత పురుషాధిక్య సమాజంలో తీవ్రమైన అణచివేతకు గురవుతున్న స్త్రీల సమస్యల్ని చిత్రించారు. అణచివేతకు గురవుతున్న స్త్రీలు నిశ్శబ్దంగా ఆ అణచివేతను భరించడం కాకుండా తమ హక్కుల కోసం పోరాడి సాధించి గెలవాలని ఈ కథలు సూచిస్తాయి. సాధించి గెలిచిన ప్రధాన పాత్రలే స్త్రీలుగా మనకు ఈ కథలలో కనిపిస్తాయి.

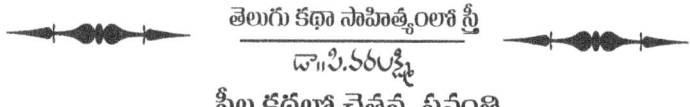

స్త్రీల కథల్లో చైతన్య స్రవంతి

ఎస్. మాధవీ లత

ఆధునిక సాహిత్య ప్రక్రియల్లో అత్యంత ఆదరణ పొందినది 'కథ' సమకాలీన సమాజాన్ని కథకళ్ళకు కట్టినట్లు చిత్రిస్తున్నది. ఆర్థిక సాంఘిక రాజకీయ, మత సాంస్కృతికాది అన్ని అంశాలను కథ అద్భుతంగా వివరిస్తున్నది. అందువల్ల కథ విశేష పాఠక ఆదరణ పొందుచున్నది. పాఠకుల్లోకి చొచ్చుకుపోవాలనుకున్నవారు, ప్రజల్లో చైతన్యం తీసుకురావాలని అనుకున్న కథకులు వస్తువైవిధ్యంతో కథలు రాస్తున్నారు. మానవత్వం, సామాజిక స్పృహ కలిగిన కథకులు సమాజంలో ఎన్నో సమస్యల నెదుర్కొంటున్న పేద, దళిత, మహిళ, గిరిజన, అణగారిన, దోపిడీకి గురవుతున్న వారి జీవితాలను నేపథ్యంగా తీసుకొని కథలు రాస్తూ, వారు చైతన్యవంతులై సమస్యల నుండి బయట పడాలని కోరుకుంటున్నారు.

సమాజంలో సగం భాగంగా ఉన్న స్త్రీలు అనాదిగా ఆచారాలు, సంప్రదాయాలు పేరిటసాగే మూడాచారాలకు బలై ఎన్నో ఇబ్బందుల్ని ఎదుర్కొంటున్నారు. లింగవివక్ష, బాల్యవివాహాలు, సతీసహగమనం, వితంతు ఆచారాలు, అవిద్య లాంటి ఆచారాల వల్ల సమాజంలో స్త్రీలు ఎన్నో ఇబ్బందులు పడుతున్నారు. 'స్త్రీలకు స్త్రీలేశత్రువు' అన్నట్లు అత్తగారింట అడుగుపెడితే అత్త, ఆడపడుచుల వల్ల కలిగే సమస్యలు అన్నీ ఇన్నీకావు. ఇంటా, బయటా నిత్యం స్త్రీ ఎన్నో అవమానాలు, హింసకు గురవుతున్నది. స్త్రీల కథల్లో స్త్రీలసమస్యల్ని పరిశీలిస్తే కొందరు స్త్రీలు ఆచారం, సంప్రదాయమంటూ సమస్యల వలయంలో చిక్కుకొని తమ జీవితాల్ని కోల్పోతుంటే, మరికొందరు స్త్రీలు చైతన్యంతో ధైర్యం చేసి ఆ సమస్యల నుండి చివరి నిముషంలో బయట పడుతున్నారు. అలాబయట పడ్డ స్త్రీల జీవితాల్ని స్త్రీల కథల్లో పరిశీలిద్దాం.

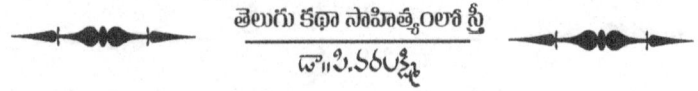

1. అత్తింటి ఆరళ్ళు (ఎదిరించి) ధైర్యంగా బయటపడ్డ మహిళ:

కోమలాదేవి రాసిన "నేను ఓడిపోలేదు" కథలో కమల కాపురానికి వచ్చి ఐదుసంవత్సరాలు గడిచి పోయాయి. పెందలాడే లేవడం, ఇంటి పనులన్నీ చేయడం, ఎంత చేసినా అత్త, ఆడపడుచుల సూటి పోటి మాటలు భరించడం ఇవన్నీ మామూలై పోయాయి. కమల భర్త సత్యమూర్తికి లేని వ్యసనం లేదు. నెలకో, రెండు నెలలకో ఇంటికి రావడం, కమలకు కట్నంగా ఇచ్చిన నాలుగు ఎకరాల భూమి నుంచి వచ్చే ధాన్యపు డబ్బాను పట్టుకుపోయి జల్సాలు చేయడం, అది అయిపోగానే ఏదో ఒక నగ పట్టుకుపోయి అమ్మడం ఇలా ప్రవర్తించేవాడు. కొడుకు ఇలా వ్యసన పరుడు కావడానికి కారణం కమల అని అత్త ఆడిపోసుకునేది.

కొన్నాళ్ళు తరువాత హఠాత్తుగా ఒకరోజు కట్నంగా వచ్చిన పొలాన్ని అమ్మేస్తానని, కమలను పుట్టింటికి వెళ్ళిపొమ్మని ఉత్తరం రాస్తాడు భర్త సత్యమూర్తి, ఇంక భరించే ఓపిక లేక కమల తెగించి ఆస్తితాలూకు కాగితాలు, లెటర్‌రాసి వాళ్ళ నాన్నగారికి చేర్చమని మామయ్య దగ్గర ఇస్తుంది. నిద్రమాత్రలు మింగి ఆత్మహత్యయత్నం చేస్తుంది. ఆసుపత్రికి చేర్చి ప్రాణాలు కాపాడుతారు కుటుంబసభ్యులు.

ఆసుపత్రికి వచ్చిన సత్యమూర్తి కోలుకున్న కమలను సంతకం పెట్టాలని ఆస్తి తాలూకు కాగితాలు ఇవ్వాలని చెబుతాడు. కానీ కమల కాగితాలు తన తండ్రికి ఇచ్చేశానని చెబుతుంది. కోపంతో అరుస్తూ వెళ్ళిపోతాడు ఆమె భర్త. మామయ్య సహాయంతో ఆసుపత్రి నుండి పుట్టింటికి చేరుకుంటుంది కమల.

కమల చదువుకున్న అమ్మాయి అయినా చాలా కాలం ఓపిగ్గా అత్తింటి ఆరళ్ళు భరిస్తుంది. భర్తతో మార్పుకోసం నీరీక్షిస్తుంది. కానీ ఎన్నాళ్ళయినా మార్పురాకపోగా తన ఆస్తిని అమ్మకానికి పెట్టి, తను పుట్టింటికి వెళ్ళిపోవాలని అన్నప్పుడు ఆలోచించి మంచి నిర్ణయం తీసుకుని అ కష్టాల సుడిగుండం నుండి బయటపడి తనని తాను కాపాడుకుంటుంది.

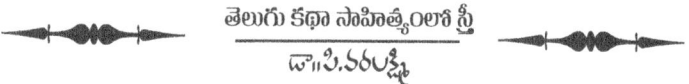

2. పత్రికలలో స్త్రీల మీద రాస్తున్న అశ్లీలకథనాలను నిరసించిన మహిళ:

కనుపర్తి వరలక్ష్మమ్మ రాసిన 'మూడు తీర్మానాలు" కథలో రాఘవరావు, రాజేశ్వరి భార్యాభర్తలు. రాఘవ రావు హాస్యపత్రికలలో స్త్రీలను కథావస్తువులుగా చేసుకొని కథలు రాస్తూ ఉంటారు. రాజేశ్వరికి భర్త అలా రాయడం ఇష్టం లేదు. పైగా ఒకసారి ఆడవాళ్ళమీద కథలు రాసే ఆయన భార్య అని రాజేశ్వరిని చూసి నవ్వుకొన్నారు కొందరు ఆడవాళ్ళు. ఆ అవమానం భరించలేక రాజేశ్వరి తన భర్తతో పలు మార్లు అలాంటి కథలు రాయవద్దని, స్త్రీగా తనకు కూడా ఆ కథలు ఇష్టం లేదని చెబుతుంది. కానీ ఆయన తన కథల్ని పొగుడుతూ పత్రికలకు వచ్చే ఉత్తరాల గురించి గొప్పలు చెబుతాడు.

తెలుగు పత్రికలలో వచ్చే స్త్రీ కథలను చూసి స్త్రీలందరూ అసహ్యం, ఆగ్రహం వ్యక్తం చేస్తున్నారని భర్తకు తెలుపుతుంది రాజేశ్వరి, అలాగే "స్త్రీ సమాజం" వారు స్త్రీలను అవమానపరుస్తూ, వారి ఆత్మగౌరవానికి భంగం కలిగించే రచనల పట్ల స్త్రీలు మూడు తీర్మానాలు చేశారని చెబుతుంది. స్త్రీలను కథావస్తువులుగా చేసుకొని హాస్యకథలు రాసే పురుషులను హెచ్చరించడం మొదటి తీర్మానం, స్త్రీలపై రాసే కథలను ప్రచురించే పత్రికలను నిరసించడం రెండవ తీర్మానం. స్త్రీలను అవమానించే కథలను ప్రచురించే పత్రికలను ఇంటికి రానీయకపోవడం, వచ్చినా వాటిని చించేయాలని మూడవ తీర్మానం చేశామని చెబుతుంది రాజేశ్వరి, నీవైనా వాళ్ళు తీర్మానం చేస్తుంటే చెప్పచ్చుకదా అంటాడు రాఘవరావు. తానే ఆ సభకు అధ్యక్షత వహించానని చెబుతుంది రాజేశ్వరి. స్త్రీలపై వచ్చే కథలు, వాటికి అనుసంధానంగా చిత్రించే బొమ్మలు స్త్రీలకు ఇబ్బంది కలిగించేవిగా ఉన్నాయి. స్త్రీలందరూ కలసి చైతన్యంతో ముందుకు వచ్చి వారి సమస్యలకు వారే పరిష్కారం చూపే దిశగా ఈ తీర్మానాలు చేయడం ప్రశంసనీయంగా కనిపిస్తుంది.

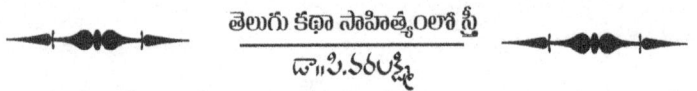

3. ఆచారాల పేరిట స్త్రీలపై సాగే అనాచారాలను ఎదిరించి తన జీవితాన్ని చక్కదిద్దుకున్న మహిళ:

శారదా అశోక వర్ధన్ రాసిన "ఇదో జానకి కథ" అనే కథలో జానకి బాల్యవితంతువు, ఆచారాలు, సాంప్రదాయాలను పాటించే ఆ కుటుంబంలోని వారు జానకిని పూలు, బొట్టుగాజులు పెట్టుకోనిచ్చేవారు కాదు. ఒకసారి పొరబాటుగా తెలియక పెట్టుకున్నందుకు అన్నయ్య తీవ్రంగా మందలించడం, అమ్మఏడవడంతో ఇక నుంచే పెట్టుకోననీ తనని చదువు మాన్పించవద్దనీ వేడుకుంటుంది జానకి.

ఒకరోజు తన స్నేహితురాలు అరుంధతి పుట్టినరోజుని వాళ్ళ ఇంటికి పార్టీకి రమ్మంటే వెళుతుంది జానకి. అరుంధతి వాళ్ళనాన్న గోపాల్రావ్ సోషల్ వర్కర్. అరుంధతి చేత జానకికి బలవంతంగా బొట్టుపెట్టిస్తారు. ఆరోజు జరిగిన గొడవను అన్నయ్య కోపాన్ని, అమ్మకు తానిచ్చిన మాటను తలచుకొని జానకి వణికిపోతుంది. భయపడుతున్న జానకికి ఇంటి దగ్గర దింపుతారు గోపాల్రావ్. జానకిని చూపిన అన్నయ్య రంగారావు జానకి కోసం ఏ త్యాగమైనా చేస్తాను. ఇలాంటి సంస్కరణలు చేయలేను అంటాడు. అరుంధతి వాళ్ళ ఇంటికి వెళ్ళడం మానేస్తుంది. జానకి అన్నయ్యకోసం అతడికి నచ్చినట్లు బి.ఎ పూర్తి చేస్తుంది.

కొన్నాళ్ళకు జానకి చెల్లెలు లలితకు పెళ్ళి కుదరడం, రంగారావ్ తన బాస్‌కూతుర్ని పెళ్లి చేసుకుని వెళ్ళి పోవడం వెంటవెంటనే జరిగిపోయాయి. చదువుకోవడం వల్ల జానకి టీచర్‌గా ఉద్యోగం సంపాదించుకొంటుంది. ఎవరి సంసారాల్లో వారు బిజీగా వుండడం వల్ల జానకికి ఒంటరిగా లైఫ్‌బోర్ అనిపించసాగింది. అమ్మపోతే తన పరిస్థితి ఏంటి అని ఆలోచించింది. సంఘం, కట్టుబొట్లు, సంప్రదాయాలు అన్నీ ఆడవాళ్ళకే శాపాలుగా పరిణమించాయని బాధపడుతుంది జానకి. గోపాల్రావ్ "ఆడవారు ఒంటిరిగా ఉంటే మగవారికి

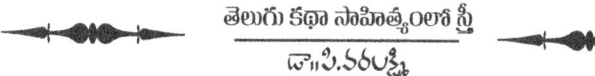

అలుసు, ఆడవారికి అసూయ" అన్నమాటలు గుర్తుకు తెచ్చుకుని ధైర్యం చేసి ఒక నిర్ణయం తీసుకుంటుంది.

జార్జ్‌తో తన పెళ్ళి నిశ్చయించుకొని పత్రికలు పంపితే కుటుంబ సభ్యులు కోప్పడ్డా, ఇరుగు పొరుగు నానారకాలుగా నవ్వినా, సంఘం, సంప్రదాయం, కులం, మతం అంటూ బంధువులు వెక్కిరించినా భర్త అనురాగం, పిల్లలు అనుబంధంతో అన్నీ మరచి హాయిగా జీవించసాగింది జానకి. ఇలా ఎందరో స్త్రీలు బాల్యవివాహాలు చేసుకొని భర్తపోతే ఆచారాల పేరిట అలాగే జీవిస్తూ, కుటుంబ సభ్యుల ఆలనాపాలనా కరువై నిర్జీవంగా బ్రతికేకన్నా ధైర్యంగా చదువుకొని తన కాళ్ళమీద తనని జీవించమంటుంది. జానకి కథ.

4. పవిత్రత స్త్రీ, పురుషులు ఇద్దరికీ ముఖ్యమే అని అపవిత్రుడైన భర్తని విడిచి పెట్టిన మహిళ:

శ్యామల రాసిన 'పగిలిన అద్దం' కథతో మధు, నిర్మల భార్యాభర్తలు. మధు కెనాడాలోని 'టొరాంటో' నగరంలో ఉద్యోగం చేస్తుంటాడు. సెలవు పై ఇండియా వచ్చినప్పుడు తన అక్కయ్య పక్కింటిలోని నిర్మలను చూసి ఇష్టపడి పెళ్ళిచేసుకుంటాడు. ఎం.ఎ చదివి లెక్చరర్‌గా పనిచేస్తున్న నిర్మల కెనడా వెళ్ళగానే పీహెచ్‌డీ సీటు సంపాదించి యూనివర్సిటీలోనే చదువుకుంటా వుంటుంది.

హాయిగా, ఆనందంగా సాగిపోతున్న వారి వైవాహిక జీవితంలో ఒక్కసారిగా పెనుతుపానులాంటి సంఘటన చోటు చేసుకుంటుంది. ఒకరోజు యూనివర్సిటీకి వెళ్ళక నిర్మల ఇంట్లోనే ఉన్న సమయంలో జానెట్ అనే ఆవిడ వచ్చి నేను మధు ఫ్రెండ్‌ని, నా పాస్‌బుక్ బెడ్‌రూమ్‌లోని ర్యాక్‌లో ఉందని వెతికి తీసుకెళ్ళిపోతుంది. మధు ఇంటికి రాగానే జానెట్ విషయం చెప్పి ఆమె ఎవరు? ఆమె పాస్‌బుక్ మన ఇంట్లో ఎందుకుంది అని అడుగుతుంది నిర్మల. మధు భార్య అడిగిన ప్రశ్నకు విస్మయం చెంది భార్యకు జానెట్ గురించి చెబుతాడు. జానెట్‌తో డేటింగ్ చేశాననీ, అనుకోకుండా ఫ్లాట్‌కి తీసుకువచ్చాననీ, ఆమెతో శారీరకంగా కలిశాననీ అంతేకానీ ఆమెను ప్రేమించలేదని చెబుతాడు.

కానీ నిర్మల తన మనసు ముక్కలైందనీ, జానెట్‌ను తాకిన చేతులతో తనని తాకవద్దనీ, తాను కాంప్రమైజుకాలేననీ మధుకు చెబుతుంది. శీలం, పవిత్రత స్త్రీ, పురుషులిద్దరికీ ముఖ్యమే అని అంటుంది. తన మనసుకు సర్దిచెప్పుకోలేక పోతున్నాననే, తాను వెళ్ళిపోతున్నానీ మధుకు చెప్పి బయలు దేరుతుంది నిర్మల. ఈ కథలో స్త్రీ పురుషులిద్దరూ పవిత్రంగా వుండాలని, అలాగే స్త్రీ మనసు చంపుకొని బ్రతకలేక ధైర్యంగా బయటకొచ్చేస్తుందని నిర్మల పాత్ర ద్వారా మనకు తెలుస్తుంది.

5. భర్త చేతిలో భరించలేని బాధలు పడి చివరకు ధైర్యంగా భర్తకు వీడ్కోలు చెప్పిన మహిళ:

ఓగేటి ఇందిరాదేవి రాసిన "ఫేర్‌వెల్‌టు మైహజ్బెండ్" కథలో రామాంజనేయులు, సుబ్బులక్ష్మి భార్యభర్తలు బాగా చదువుకున్న వాళ్ళు, రామాంజనేయులు కూరలమ్మే ఆమెతో, పాలమ్మే ఆమెతో పరాచికాలు ఆడతాడు. సుబ్బులక్ష్మి కనిపిస్తే చాలు నోటికి ఎంత వస్తే అంతమాటలనడం, మగవాళ్ళకంట పడకూడదని శాసించడం చేసేవాడు.

ఒకరోజు సాయంత్రం సుబ్బలక్ష్మి ని బజారుకు తీసుకువెళ్ళతాడు రామాంజనేయులు, బజార్లో... హాయ్! అంజన్ అంటూ పాత పరిచయస్తురాలు పారిజాతం చాలా క్లోజ్‌గా పలకరిస్తుంది. రామాంజనేయులతో ఉన్న సుబ్బలక్ష్మిని చూసి కొత్త పిట్టను పట్టినట్టున్నావ్! అంటుంది. రామాంజనేయులు కోపంగా పారిజాతా! ఆమె నాభార్య అంటూ అక్కడ్నుంచి గబగబా నడుస్తాడు.

ఇంతలో హలో సుబ్బూ! అంటూ సుబ్బులక్ష్మీ క్లాస్‌మేట్‌శ్యామ్ పలకరిస్తాడు. ఇంటికెళ్ళంగానే ఎవడు వాడు అంటూ బూతులు తిడుతూ, వంటిమీద వాతలు తేలేలా కొడతాడు రామాంజనేయులు. శీలం అనేది ఆడదానికి చాలా అవసరం అనుకుంటాడు. మనసు బాగాలేకపోతే కాస్త స్వాంతన కోసం రాజేశ్వరి ఇంటికి వెళ్ళొస్తాడు. అర్థరాత్రి ఇంటికి వచ్చి ఏవేవో మాట్లాడుతూ మంచానికి అడ్డం పడి నిద్రపోయాడు. ఆ నిత్య శంకితుడు, అహంబావిని భరించడం తనవల్లకాదనుకొని ఆరాత్రి తన భర్తకు సుబ్బలక్ష్మి ఈ విధంగా లేఖరాసింది.

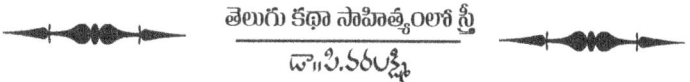

"రామాంజనేయులుగారికి "మీకన్నా నేను ఎక్కువ చదువుకున్నానని మీకు ఇన్‌ఫీరియారిటీ కాంప్లెక్సు ఉండొచ్చు. దానికి నేను కారణం కాదు. మీకు ఆడది అంటే లెక్కలేదు. మీగొప్ప తనాన్ని చూపించుకోవడానికి నన్ను తిట్టడం, కొట్టడం చేసేవారు. నిన్న బజారులో పలకరించిన శ్యామ్ నాకు అన్న. మాపెద్దతాతగారి మనవుడు. అందుకే క్లోజ్‌గా పలకరించాడు. చదువుకున్నాను గనుక ఇంకే క్లాస్‌మేటయినా పలకరించవచ్చు. అంతమాత్రాన మిమ్మల్ని పారిజాతం పలకరించినట్లునుకున్నారా? కనీసం పిల్లలున్నా సంతోషంగా ఉంటుందని నిన్న డాక్టర్ని కలిశాను. ఆమెనాకు పిల్లలు వద్దని సుఖవ్యాధులు ఉన్న మీ వల్ల అంగవైకల్యంగల పిల్లలు పుడతారని చెప్పింది. మీకు దీర్ఘకాల చికిత్స అవసరమనీ, మీరు మళ్ళీ ఇతర ఆడవాళ్ళదగ్గరకు వెళ్ళరాదని చెప్పింది. మీరు మారరని తెలిసి నేను ఉద్యోగం చూసుకొని వెళ్ళిపోతున్నాను అని లేఖరాసి వెళ్ళిపోయింది సుబ్బలక్ష్మి. ఏమీచేయలేక నిస్సహాయంగా చూస్తుండి పోతాడు. రామాంజనేయులు.

ఈ కథలో చదువుకున్న వాడయినా రామాంజనేయులు ఎన్నోతప్పుడు పనులు చేస్తూ, తన తప్పును కప్పి పుచ్చుకోవడానికి భార్యను హింసించడం, కొట్టడం లాంటివి చేయడమే కాక, ఆమె మీద అనుమానపడడం లాంటి పనులు అహంకారంతో చేయడం వల్ల ఆమెకు భర్త మారతాడనే కనీస ఆశకూడా ఆవిరై అతన్ని శాశ్వతంగా విడిచి వెళ్ళిపోతుంది.

పైన పేర్కొన్న స్త్రీల కథల్లో స్త్రీలు ఎదుర్కొంటున్న సమస్యలు, కొంతకాలం ఓపికగా కుటుంబాన్ని సరిదిద్దు కోవాలని ప్రయత్నించడం, చివరకు చైతన్యం తెచ్చుకొని చదువు అనే ఆసరాతో ఆ సమస్యల సుడిగుండం నుండి ధైర్యంగా బయటపడి వాళ్ళకాళ్ళమీద వాళ్ళు నిలబడ్డారు.

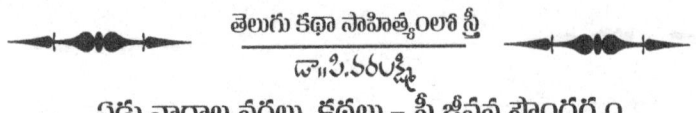

ఏడు వారాల నగలు కథలు – స్త్రీ జీవన సౌందర్యం

డా॥ యస్. దివిజా దేవి

కథ చెప్పేవాడు ఉన్నంత కాలం చెవి ఒగ్గేవాడు ఉంటాడు. అందుచేత కథ చిరంజీవి.

కథ కేవలం అభూత కల్పన కాదు. జీవితంలో ఒక పార్శ్వం. మానవ జీవితంలో కలిగే సంతోషం, దుఃఖం, సంఘర్షణ, భావావేశాల సమాహారం. వివిధ సంఘటనలను నవరసాలతో మిళితం చేసి ఆకర్షణీయంగా మలిచేసాధన. మనిషికి సంబంధించిన ఏదో ఒక సంఘర్షణను రేఖామాత్రంగా గాని, సంపూర్ణంగా గాని కథ చిత్రిస్తుంది. నిజానికి కథ అంటే వర్తమాన సంఘటన. భూతకాలపు అనుభవాలను నెమరు వేసుకొని వర్తమాన కాలపు సమస్యను విశ్లేషించి భవిష్యత్తు వైపు దృష్టి సారించేదే కథ.

రచయితలు మానవ జీవన కోణాలను వివిధ పార్శ్వాలలో దర్శించి తమ కథలలో ప్రతిబింబింప చేయడంతో అవి సజీవమై మానవ మనస్తత్వాలను ఆవిష్కరిస్తున్నాయి. రచయిత ఎంచుకున్న కథా వస్తువు ఏదయినప్పటికీ దాన్ని నిర్వహించడంలో రచయిత ప్రావీణ్యం వెల్లడవుతుంది. అలాంటి ఉత్తమ రచయిత ఐత చంద్రయ్యగారు. వారి కథా కథన పద్ధతి అద్భుతం. వారి కథా సంవిధాన వైఖరి విలక్షణమైనది. మనిషి జీవితములో ఎదుర్కొనే ఆశ్చర్యానుభూతుల్ని, పశ్చాత్తాపాలను అనూహ్య క్లిష్ట అనుభవాలను ఎంతో నైపుణ్యంతో చిత్రించడం వీరికి వెన్నతో పెట్టిన విద్య. సిద్ధిపేట (మెదక్ జిల్లా) వాస్తవ్యులైన వీరి వృత్తి పోస్ట్‌మాస్టర్. ప్రవృత్తి కథా రచన. వీరికి వివిధ సాహిత్య సంస్థలతో మంచి అనుబంధముంది. వీరు తెలంగాణ జన జీవితంలో మమేకమైనందున వీరి రచనల్లో విలక్షణమైన తెలంగాణ భాష, యాస, సంస్కృతి ప్రతిబింబిస్తాయి. వీరి కవితామయశైలి అనేక పలుకుబడులతో, సామెతలతో కూడి కథలకు కొత్త అందాల్ని సమకూరుస్తూ పాఠకులను అలరిస్తాయి.

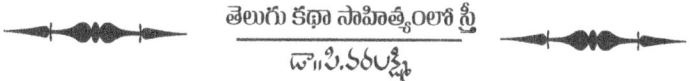

ఈ 'ఏడు వారాల నగలు' కథ సంపుటిలో మొత్తం 8 కథలున్నాయి. అవి 1) గజ్జెల పట్టా గొలుసులు, 2) ఒడ్డాణం, 3) రవ్వల నెక్లెస్, 4) చంద్రహారం, 5) ముత్యాల ముక్కుపుడక, 6) పచ్చల పేరు, 7) మకర కుందనాలు, 8) సిగపూవు.

ఈ కథలన్నీ నగల చుట్టూ తిరుగుతూ, నగలపై మోజుతో, వ్యామోహంతో కోల్పోతున్న అనుబంధాల్ని, వ్యక్తిత్వాల్ని, విలువల్ని గూర్చి సందర్భోచితంగా చమత్కారంగా చక్కగా వివరించారు ఐత చంద్రయ్య గారు.

ఏడు వారాల నగలు :

నేటి స్త్రీలు ఎంత ఆధునికతకు అలవాటు పడ్డా బంగారంపై మోజు తగ్గలేదు. నగలపై వ్యామోహమూ తరగలేదు. ప్రతి ఇల్లాలూ ఏడు వారాల నగలను ధరించాలని ఆశపడుతుంది. పూర్వం ఏడు వారాల నగలకు ఎంతో ప్రాముఖ్యం ఉండేది. ఏడు వారాల నగల గురించి ఎంతో గొప్పగా ముచ్చటించుకునేవారు. ఏడువారాల నగల గూర్చి తెలిసింది కొందరికే, తెలుసుకోవాలనుకునే ఆసక్తి ఎందరికో.

మన పూర్వీకులు శాస్త్రరీత్యా గ్రహాల అనుగ్రహం కోసం, ఆరోగ్యాభిలాషులై బంగారు నగలు, నవరత్నాలూ ధరించేవారు. వారము రోజులు అనగా ఆదివారము మొదలు శనివారము వరకు రోజుకొక విధమైన బంగారు ఆభరణములను ధరించేవారు. వీటినే ఏడు వారాల నగలు అంటారు. జడ పువ్వులు, కొప్పు బిళ్ళలు, పాపిటి బిళ్ళలు, కంఠహారాలు, చెవి ఆభరణాలు, వంకీలు, గాజులు, ఉంగరాలు, వడ్డాణం, కాళ్ళ పట్టాలు, మట్టెలు... ఇలా ఆపాదమస్తకం భారతీయ స్త్రీలు ధరించే ఆభరణాలు మన సంస్కృతీ సంప్రదాయాలకు చిహ్నాలై చిరకాలంగా వెలుగొందుతున్నాయి.

ఇక వారంలో ఏ రోజున ఏ నగలను ధరిస్తారో చూడండి.

ఆదివారము – సూర్యుని కోసం కెంపుల నగలు

సోమవారము - చంద్రుని కోసం ముత్యాల నగలు

మంగళవారము - కుజుని కోసం పగడాల నగలు

బుధవారము - బుధుని కోసం పచ్చల నగలు

గురువారము - బృహస్పతి కోసం పుష్యరాగపు నగలు

శుక్రవారము - శుక్రుని కోసం వజ్రాల నగలు

శనివారము - శని కోసం నీల మణులతో కూడిన నగలు

...ఇలా వివిధ నగలు ఆయా జీవితాలను ఎలా ప్రభావితం చేసాయి, వాటి వలన వారి జీవితాల్లో సంభవించిన వివిధ సంఘటనల సమాహారమే ఏడు వారాల నగలు.

జీవన సౌందర్యం:

ప్రతి మనిషీ కోరికలకు లోబడే జీవిస్తున్నాడు. తన జీవితంలో తానెంత సంపాదిస్తున్నాడు, ఎంత ఆస్తి ఇప్పటి దాకా కూడబెట్టాడు, ముందు ముందు ఇంకా ఎంత కూడబెట్టాలి, దానితో ఎన్ని సుఖాలు అనుభవించాలి అనే ఆలోచనలే చేస్తుంటాడు. ఈ తాపత్రయంలో పడి విలువైన తన జీవితాన్ని కోల్పోతున్నాడు. ఈ జీవన పోరాటంలో శాంతికి దూరమవుతున్నాడు. విలువైన మానవ సంబంధాల్ని దూరం చేసుకుంటున్నాడు. సంపాదన తనకోసమే కాని, తను సంపాదన కోసం పుట్టలేదనే సత్యాన్ని తెలుసుకుంటే జీవితం ఆనందమయమే. కాబట్టి జీవితంలో దేని విలువేంటో తెలుసుకొని మనుగడ సాగించాలి.

బ్రతకడం వేరు, జీవించడం వేరు. జీవించడంలో ఓ పరమార్థం ఉంటుంది. దాన్ని ఆస్వాదిస్తూ జీవితాన్ని ఆనందమయం చేసుకోవడంలోనే జీవన సౌందర్యం ఇమిడి ఉంటుంది. అంటే ఉన్నతమైన వ్యక్తిత్వాన్ని కలిగి ఉండటం, తన కుటుంబ పరిధిని దాటి సమాజం గురించి ఆలోచించడం, అనగా ఒక వ్యక్తి సమాజంతో కలిసిపోయే జీవన విధాన క్రమం.

ఆ మహోన్నత జీవన సౌందర్యాన్ని సాధించిన స్త్రీలు ఈ కథల్లో మనకు కనిపిస్తారు. వారే రేవతి, ప్రతిభ పాఠశాల హెడ్‌మాస్టర్, అమ్మమ్మ, డా॥ భవాని, అపర్ణ, పార్వతమ్మ, మంగి, సంధ్యారాణి, వీరు ఆ జీవన సౌందర్యాన్ని ఆస్వాదించిన స్త్రీ మూర్తులైతే, ఇందిర, సులోచన, సుజాత, సుకుమారి, జానకి వీరు నగల కోసం తమ అనుబంధాల్ని కాలరాసారు. వ్యక్తిత్వాల్ని కోల్పోయి ప్రవర్తించారు.

గజ్జెల పట్టా గొలుసులు:

దేశభక్తి, ఆశయాలు, వ్యక్తిత్వాల విడమరుపు గజ్జెల పట్టాగొలుసులు. ఈ కథలో రిటైర్డు మిలిటరీ మేజర్ కూతురు రేవతి ఆమె దేహంలో భాగం గజ్జెల పట్టా గొలుసులు. ఆ మంజీరా నాదాలకు దాసుడు ఆమె భర్త ఆనంద్. అతనో పెద్ద మిలిటరీ ఆఫీసర్. స్వర్గసుఖాలను ప్రత్యక్షంగా చూపించిన అమృతమూర్తి జీవన మాధుర్యాన్ని అందించిన ప్రేమమూర్తి. కార్గిల్ యుద్ధంలో కైవల్యాన్ని పొందాడు. అతని తీపి గుర్తులతో, ఒక్కగానొక్క కొడుకును దేశభక్తుడిగా ఎయిర్‌ఫోర్స్ ఆఫీసర్‌ని చేయాలనే మహోన్నత ఆశయంతో, ధృడ సంకల్పంతో, పట్టుదలతో జీవిస్తున్న ధీర రేవతి.

ఆమె స్నేహితుడు చంద్రం రేవతి తండ్రి స్ఫూర్తితో మిలిటరీలో చేరి తన దేహాన్ని దేశమాత సేవకు అంకితం చేసాడు. కార్గిల్ యుద్ధంలో ఎడమ చేతిని కోల్పోయాడు. చంద్రం భార్య గుండె జబ్బుతో బాధపడుతూ, భర్తను శత్రువుల గుండెలు బద్దలు చేయమని ప్రోత్సాహపరిచి కదన రంగానికి పంపి తాను వీరపత్నిగా పరమపదాన్ని చేరింది. ఆమె చివరి కోరిక తమ కూతుర్ని మిలిటరీ డాక్టర్ని చేయాలని.

చంద్రం కాలేజీలో చదివే రోజుల్లో రేవతి వాళ్ళింట్లో అద్దెకుండేవాడు. ఆమె మువ్వల సవ్వడి అతడి ఎదలోతుల్ని కలవర పెట్టేది. గలగలపారే గోదావరిలా ఆప్యాయంగా పలకరించే ఆ సుస్వరాలు వింటూ జీవితకాలం గడిపెయ్యాల

నిపించేది. జీవన ప్రస్థానంలో ఎన్నో మలుపులు చాలా ఏళ్ళ తరువాత విన్న ఆ అందెల రవళి అతని మనసు పొరల్లో మరుగున పడిపోయిన ఉత్సాహాన్ని తట్టి లేపింది. రేవతిని తన కోడలిగా చేసుకోవాలని ఆశపడింది చంద్రం తల్లి. కాని హిమాలయమంతటి ఆమె ఆశయం ముందు ఇసుకరేణువై పోయాడు చంద్రం 'అన్నా' అని సంభవించి గుంభనంగా ఉన్న అతని మనసు మైదానంలో ఉషోదయాల్ని కురిపించిన ఆదర్శమూర్తి రేవతి. దేశసేవలో తమవారిని కోల్పోయిన తమ పిల్లల్ని దేశసేవకే అంకితం చేయాలనుకున్న వారి మహోన్నత ఆశయం సదా స్మరణీయం. ఈ కథలో విడిపోయిన స్నేహితుల్ని తిరిగి కలిపింది గజ్జెల పట్టా గొలుసుల సవ్వడే.

ఒడ్డాణం:

ఈ కథలో ఆహార్యం, సంస్కృతీ సంప్రదాయాలను సరదాగా ప్రస్తావించారు రచయిత. 'ప్రతిభ' అనే ఓ పేరున్న తెలుగు మీడియం పాఠశాలలో హెడ్‌మాస్టర్ ఆహార్యం మన సంస్కృతిని ప్రతిబింబిస్తుంది. తెల్లని చీర, నల్లని కాటుక కళ్ళు, కనుబొమల మధ్య ఎర్రని కుంకుమ బొట్టు, మూడురాళ్ళ ముక్కుపుడక, చెవులకు మకరకుందనాలు, నడుముకు మూడంగుళాల వెడల్పుతో రంగురాళ్ళు పొదిగిన 'ఒడ్డాణం'తో అచ్చం వాగ్దేవిలా ఉందామె.

ఆధునిక పోకడలతో కూడిన ఆహార్యం కలిగిన తెలుగుపండితుడైన తిరుమలరావు "ప్రపంచమంతా క్రొత్త అలంకారాలతో ముందుకు పోతుంటే ఆమె కొన్ని దశాబ్దాల వెనక్కు పోతుంది" అంటాడు. ఆమె అలంకరించుకున్న ఒడ్డాణాన్ని చూసి ఆమెకు ఒడ్డాణమనే పేరుకూడా ఖాయం చేస్తాడు. మన సంస్కృతీ సంప్రదాయాలు తెలవని నీకు (కొడుక్కి) సీటివ్వనని ఖచ్చితంగా చెప్పడంతో, ఇంగ్లీషు లెక్చరర్‌గా రిటైరయిన తిరుమలరావు తండ్రి వెంకట్రామయ్య మనవన్ని తీసుకొని 'ప్రతిభ'కు వెళ్ళాడు.

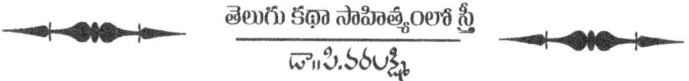

పాల నురగను తలదన్నే తెల్లని ధోవతి, లేతగోధుమ రంగు లాల్చీ నుదుట తిలకంతో ఉన్న వెంకట్రామయ్య "ఒడ్డాణం కనబడితే నాకు ఒళ్ళు పులకరిస్తుందమ్మా, మన సంప్రదాయానికది చక్కని నిదర్శనం. మహిళామణికి నిండుదనాన్నిస్తుంది" అంటాడు.

మన సంస్కృతి పట్ల అతని అవగాహనకు జోహార్లర్పిస్తూ ఆమె అతని మనవడికి పాఠశాలలో సీటుతో పాటు అతన్ని ఆంగ్లోపాధ్యాయునిగా చేరమని అభ్యర్థిస్తుంది. నశించిపోతున్న మన సంస్కృతిని బతికించమనే సందేశాన్నిచ్చే సరదా కథ ఇది.

రవ్వల నెక్లెస్:

ఈ కథలో రవ్వల నెక్లెస్ కోసం అనుబంధాల్ని కాదనుకున్న కూతుళ్ళు, మనవరాళ్ళు కనిపిస్తారు. దేశం గురించి ఆలోచించిన ఓ మానవతా మూర్తి దర్శనమిస్తుంది.

ఎన్నో బరువు బాధ్యతల్ని మోసిన సుజాతా వాళ్ళ తాతయ్య తమ షష్ఠిపూర్తి సందర్భంగా ఎకరం పొలం అమ్మి భార్యకు రవ్వల నెక్లెస్ చేయించాడు. అదెప్పుడు అమెను అంటిపెట్టుకునే ఉండేది. పొలం అమ్మకపోయుంటే తమకో అరెకరం వచ్చేదని కూతుళ్ళు నసిగారు. ఆ 'నగ' తనకు కావాలంటే తనకు కావాలని పోట్లాటకు దిగారు. తమ కూతుళ్ళనీ రంగంలకి దించారు. "ఎక్కడన్నా బావ అంటే ఒప్పుకుంటాను, వంగ తోటకాడన్నావంటే తప్పుకుంటాను" అన్నట్టు అమ్మమ్మ మాత్రం లొంగలేదు.

నుదుట రూపాయిబిళ్ళంత బొట్టు మెడలో రవ్వల నెక్లెస్‌తో అమ్మవారిలా కళకళలాడిన అమ్మమ్మ అనారోగ్యంతో చితిమంటలకాహుతైంది. మళ్ళీ రవ్వల నెక్లెస్ కోసం కూతుళ్ళ ఎత్తులు, పై యెత్తులు చూసి, వాటన్నిటిని చిత్తుచేస్తూ తాతయ్య చల్లగా చెప్పారు 'అస్తమానం' నా ఇల్లు, నా సంసారం, నా పిల్లలు ఇవే ఆలోచించాలా? మంచు కొండల్లో మన వీర జవానులు ప్రాణాలను ఫణంగా

పెట్టి పోరాడుతున్నారు కదా! మీ అమ్మకు, మీకు అత్యంత ఇష్టమైన ఆ రవ్వల నెక్లెస్‌ను మీ అమ్మనే దేశరక్షణ నిధికిచ్చేసింది' అన్నారు తాతయ్య మొహం బలబలా వెలిగిపోతుంటే, అందరూ అవాక్కయ్యారు. సుజాతకు అమ్మమ్మ దేవతలా కన్పించింది. మనసులోనే జోహార్లర్పించింది. అమ్మమ్మ వ్యక్తిత్వం ఎవరెస్ట్‌లా మహోన్నతమైతే ఎర్రచీమల్లా భూమినంటుకుపోయిన వ్యక్తిత్వంతో మనకు కనిపిస్తారు ఆమె కూతుళ్ళు.

చంద్రహారం:

స్వాతంత్రమొచ్చి ఇంతకాలమైనా సామాజిక అసమానతలు, ఆర్థిక వ్యత్యాసాలు మనుషుల్ని పీడిస్తూనే ఉన్నాయి. ఓ చంద్రహారం ఓ కుటుంబాన్ని అట్టడుగు స్థాయి నుండి అత్యున్నత స్థానానికి ఎలా చేర్చిందో చెప్పే కథ ఇది. కథ చదువుతున్నంతసేపూ ఓ సినిమా చూసిన అనుభూతికి లోనవుతాడు పాఠకుడు. ఫ్లాష్‌బ్యాక్ కథనంతో కూడిన యాదృచ్ఛిక సంఘటనను ఆవిష్కరించడంలో రచయిత ప్రతిభ వ్యక్తమవుతుంది.

ముప్పయేళ్ళ క్రితం డా॥ భవాని తల్లి బూదవ్వ, సులోచన దొర్సాని కనుసన్నల్లో పనిచేసేది. తండ్రి యాదయ్య దొరగారి అడుగులకు మడుగులొత్తుతూ తన రక్తాన్ని చెమటగా మార్చి వాళ్ళ పొలాలను తడిపేవాడు.

మూడు వరుసల చంద్రహారం దొర్సాని మెడలో ఉండేది. కళ్ళు మిరుమిట్లుగొలిపే ఆ బంగారు నగకు మూడు వరుసల కొసల్ని రెండు వైపులా ముడేసుకున్న ముప్పన్నెల రాళ్ళబిళ్ళ ఆ అందాన్ని ద్విగుణీకృతం చేసేది. దాన్ని కొంతసేపైనా తను వేసుకోవాలనే ఆశ చిన్ని భవానిలో, తల్లినడిగింది. కూతురి కోరిక విని గజగజ వణికిపోయింది తల్లి. ఆ మాట విన్న దొర్సాని "మాలోల్ల పోరికి బంగారం మాలనటా... నీ దరిద్రం కళ్ళు నా నగ మీద పడ్డాయా" అంటూ దొర్సాని పిల్లను వీరబాదుడు బాదింది. తల్లి ఎంత బతిమిలాడినా వినలేదు.

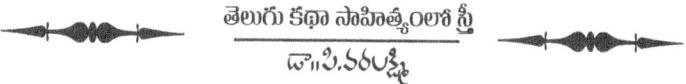

ఓరోజు చంద్రహారం కనిపించకపోయేసరికి పిల్లే నగ తీసిందని వీపు పచ్చడయ్యేట్టు కొట్టింది దొర్సాని. నేను తియ్యలేదని మొత్తుకున్న ఆ పిల్ల రొద అరణ్యరోదనే అయింది. బూదవ్వనూ, యాదయ్యనూ చచ్చేట్టు కొట్టారు. ఆ తరువాత తెలిసింది దొరగారి తల్లి ఆ నగను ధరించి గుడికెళ్ళిందని. నిజం తెలిసినా దొర్సాని కుటుంబంలో పశ్చాత్తాపం కనిపించకపోయేసరికి తల్లడిల్లిన యాదయ్య కుటుంబంతో పట్నం చేరాడు. కూతుర్ని శ్రద్ధగా చదివించి డాక్టర్ని చేసాడు.

ఓడలు బండ్లు, బండ్లు ఓడలౌతాయంటారు. ఒకప్పటి బూదవ్వ కూతురు డాక్టరైతే, అన్నీ కోల్పోయిన సులోచన దొర్సాని తన మెడలో నగ నమ్ముకొని డా॥ భవాని దగ్గర కంటి ఆపరేషన్ చేయించుకుంది. కళ్ళు తెరిచిన దొర్సానికి డా॥ భవాని మెడలో ముప్పేటల చంద్రహారం ధగధగలాడుతూ కనిపించింది. విషయాన్ని తెలుసుకున్న దొరసాని మనసు కళ్ళూ తెరుచుకున్నాయి. అనంతమైన ఆ భగవంతుని లీలల్ని తలచుకొని కులంలో ఏముంది మనిషి గుణం ముఖ్యం కాని అనుకుంది. ఈ కథలో మారుతున్న సమాజపు ప్రతిబింబాలుగా డా॥ భవాని, సులోచనలు కనిపిస్తారు.

ముత్యాల ముక్కుపుడక :

పాశ్చాత్య దేశాలు భారతదేశం వైపు చూస్తుంటే, భారతీయులు పాశ్చాత్య పోకడలను అలవరచు- కుంటున్నారు. మహోన్నతమైన భారతీయ కుటుంబ వ్యవస్థ శాస్త్రీయమైన భారతీయ ఆచారవ్యవహారాల వైపు పాశ్చాత్యులు ఆకర్షితమౌతుంటే, దాన్నో పాత చింతకాయ పచ్చడిలా భావిస్తున్నారు భారతీయులు. ఈ వ్యవహారాన్ని ముత్యాల ముక్కుపుడక కథలో సరదాగా వ్యక్తపరిచారు రచయిత.

మూడు రంగుల రాళ్ళు పొదిగి, మూడు చిట్టి ముత్యాలు వేలాడదీసిన ముక్కుపుడకను అపర్ణకు బహుమతిగా ఇచ్చింది వాళ్ళ నానమ్మ. అది నానమ్మ పెళ్ళికి వెరైటీగా ఉండాలని వాళ్ళ నానమ్మ చేయించిందట. ఆ ముక్కుపుడకను

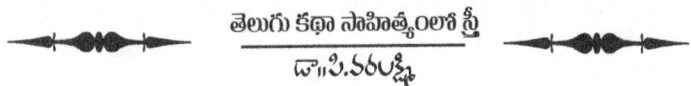

ధరించి, పోచంపల్లి కాటర్ చీరపై ఫుల్ చేతుల పూల జాకెట్టు, చెవులకు జూకాలు, మామిడి పిందెల ఒంటిపేట గొలుసుకు నవరత్నాలు పొదిగిన లాకెట్ ధరించి భర్త నటేశ్వర్ ఆహ్వానంపై కృష్ణా ఒబెరాయ్‌లో ఫారిన్ డెలిగేట్స్‌తో జరుగుతున్న పార్టీకి వెళ్ళింది అపర్ణ.

ఆమె ఆహార్యాన్ని చూసి మూతి విరుచుకున్నారు కొందరు. ఆంటీ అంటూ పెద్దరికాన్ని అంటగట్టారు మరికొందరు. యం.డి.గారి భార్యైతే "ఆ ముత్యాల ముక్కుపోగు అమ్మమ్మ అలంకరణలాగుంది" అంటూ నిర్మొహమాటంగా తన భర్తతోనే అనేసింది. యం.డి. ఐతే "ఆ నోస్ ఆర్నమెంట్ ఏ సెంచరీదట" అన్నాడు వెటకారంగా, "సెంచరీ సంగతి తెలీదుగాని, సెంటిమెంట్‌తో ముడిపడింది సార్" అన్నాడు మనసులో బాధగా ఉన్నా పైకి సమయస్ఫూర్తితో, "ఇలాంటి పార్టీకొచ్చేప్పుడు అలంకరణ గురించి బాగా ఆలోచించాలి" అన్నాడు భార్యతో కోపంగా నటేశ్వర్ ఎవరూ వినకుండా.

అమెరికన్ ప్రతినిధి ఆర్క్ గారి సతీమణి లోటస్‌కి అమ్మవారి ముక్కుపుడకలా ఉన్న అపర్ణ ముక్కు పుడక చాలా నచ్చింది. దాన్ని "సింబల్ ఆఫ్ బ్యూటీ"గా పేర్కొంది. లోటస్‌కి కూడా అలాంటిది చేయించమన్నాడు ఆర్క్. నటేశ్వర్ స్నేహితుడి భార్య రాజీ కూడా అలాంటిది తనకూ కావాలంది. ఆ తరువాత ఒక్కొక్కరికీ ఆ ముక్కుపుడకలోని అందం అవగతమవ సాగింది. యం.డి. దంపతులు నటేశ్వర్ దగ్గరకొచ్చి తమకూ అలాంటిది కావాలన్నారు.

భారతీయ సంస్కృతికి ప్రతిబింబమైన అపర్ణలో ఆత్మవిశ్వాసం తొణికిసలాడితే, డోలాయమాన స్థితిలో చంచల స్వభావంతో, ఆధునిక పోకడలతో కనిపిస్తుంది యం.డి. గారి భార్య. చివరికి భారతీయతకే పెద్దపీట వేసి మన సంస్కృతీ పతాకాన్ని రెపరెపలాడించారు రచయిత.

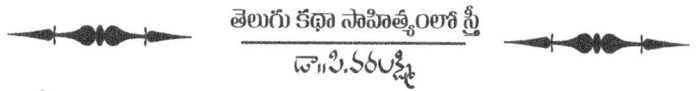

పచ్చలపేరు:

తల్లి ప్రాణం మీదకొచ్చినా ఆదుకోని అక్కరకు రాని కూతుళ్ళ కథ పచ్చలపేరు. అనుబంధాల విలువను మంగి పాత్ర ద్వారా విశదపరిచారు రచయిత.

పార్వతమ్మ జమిందారిణి. భర్త స్వర్గానికెళ్తూ విడిచిపెట్టిపోయిన వెయ్యి ఎకరాలను వందలకు తగ్గించి భూ పరిమితి చట్టం రెక్కల్లో చిక్కకుండా తప్పించుకుంది. కూతుళ్ళ పెళ్ళిళ్ళయ్యేసరికి వందల ఎకరాలు పదుల్లోకొచ్చాయి. సారెలు, బారసాల సంబరాలకు అదికూడా హారతి కర్పూరంలా హరించుకుపోయింది. ఉన్న ఒక్క కొడుకునూ పెద్ద చదువులు చదివించి అమెరికా పంపింది. అవసరాలకు ఆస్తులన్నీ కరిగించినా, నలభయేళ్ళ క్రితం తన పెళ్ళిలో కన్నతల్లి ప్రేమతో మెడలో వేసిన పచ్చల పేరును మాత్రం ప్రాణప్రదంగా కాపాడుకుంది.

ఆనాటి పచ్చలపేరంటే అల్లాటప్పాది కాదు, మేలిమి బంగారు ఆకుల మధ్య అందంగా చెక్కి పొదిగిన బిళ్ళల్తో ధగధగా మెరిసిపోతుంది. చూస్తేనే కళ్ళు జిగేల్ మంటాయి.

“ఇహ ఈ వయసులో ఒక్కదాన్ని ఉండలేను. నా కొడుకు రమ్మంటున్నాడు అమెరికాకు పోతా, ఇక్కడ నాకింకేమీ మిగలలేదు గదా” అన్నదోసారి పార్వతమ్మ కూతుళ్ళతో. అప్పటి నుండి వారు ఆ పచ్చల పేరు నాక్కావాలంటే నాక్కావాలని పోటీలుపడ్డారు. తగవులాడుతుకున్నారు.

ఓరోజు అర్ధరాత్రి కడుపునొప్పితో మెలికలు తిరిగిపోతున్న పార్వతమ్మను చూసి బెంబేలెత్తిపోయిన పనిమనిషి మంగి, కూతుళ్ళవద్దకు పరిగెత్తింది. వారు కమ్మని నిద్ర చెడగొడతావా అని కన్నెర్రజేసారు. ‘జిందా తిలిస్మాత్’ తాగించమని ఓ ఉచిత సలహా కూడా పడేసారు. వారి మాటలు గుండుసూదుల్లా గుచ్చుకున్నాయి మంగికి. తానే డాక్టర్ దగ్గరికి పరిగెత్తి ఆయన కాళ్ళావేళ్ళా పడి వెక్కి వెక్కి ఏడుస్తూ

పట్టుకొచ్చిందింటికి. ఇంజక్షన్‌తో నొప్పితగ్గి తెల్లారేసరికల్లా మామూలు మనిషైపోయింది పార్వతమ్మ.

పెళ్ళి ముహూర్తానికొచ్చిన పేరంటాళ్ళలా తీరిగ్గా వచ్చిన కూతుళ్ళకు తల్లిమెళ్ళో పచ్చల పేరు కన్పించలేదు. 'పచ్చల పేరేమైందని' కోరస్‌గా అడిగారు. పేగు చించుకు పుట్టిన బిడ్డలకు పెంచి పోషించిన తల్లి కంటే పచ్చల పేరే ఎక్కువైందని, ఆమె పెదాలపై నిర్జీవమైన నవ్వు మెరిసిమాయమైంది. 'పోయిందని' చెప్పింది నిర్లిప్తంగా, తల్లికి తెలీకుండా పోలీస్ కంప్లయింట్ ఇచ్చారు వారు. మంగిపై అనుమానమొచ్చి పోలీసుల్ని తీసుకెళ్ళి చావబాదారు. మంగి తెలీదని ఎంత చెప్పినా వినిపించుకోలేదు.

మంగి పరిస్థితి చూసి పార్వతమ్మ పంచప్రాణాలు విలవిల్లాడాయి. అది మంగి దొంగిలించలేదని, తానే డాక్టర్‌కిచ్చి అమ్మమన్నానని, అతని ఫీజు తీసుకొని మిగతావి మంగికివ్వమన్నానని, ఆ సంగతింక మంగికే తెలీదంది. కడుపున పుట్టిన కూతుళ్ళకంటె నా కాళ్ళకాడ పడున్న మంగే నాకు నిజమైన ఆత్మబంధువు. లేకపోతే నేనీపాటికి పరలోకంలో ఉండేదాన్నని కన్నీళ్ళతపర్యంతమైంది. ఆస్తుల్ని పంచుకుంటాం కాని బాధ్యతల్ని కాదనుకునే ఎందరికో కనువిప్పే కథ.

మకరకుందనాలు:

బావశీలాన్ని పరీక్షించదలచి, తెరవెనక నుండి నాటకం నడపిన ఓ బావమరిది చిలిపి ఆలోచనే మకరకుందనాలు. మగవారి చపలచిత్తాన్ని, ఉన్నత వ్యక్తిత్వాన్ని విభిన్నంగ ఆవిష్కరించారు రచయిత ఈ కథలో.

మాధవి శ్రీహరిల పెళ్లై ఏడేళ్ళయినా ఇంకా నవ దంపతులేవారు. భర్తను విడిచి ఏడు రోజులు కూడా ఉండని మాధవి, తప్పని పరిస్థితుల్లో కాన్పుకు పుట్టింటికి బయలుదేరింది. మాధవి తిరిగొచ్చేసరికి మాధవికి ఇష్టమైన మకరకుందనాలు చేయించాలనుకున్నాడు శ్రీహరి.

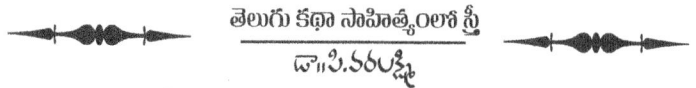

తను పనిచేస్తున్న పాఠశాలకు తెలుగు ఉపాధ్యాయున్ని రప్పించుకునే పనిలో భాగంగా అతనికి పరిచయమైంది సంధ్యారాణి. ఆమె మకరకుందనాలు అతన్ని ఆకర్షించాయి. దాన్నామె అపార్థం చేసుకుంది. చొరవగా అతని ఇంట్లోకి ప్రవేశించింది. అతన్ని ఆకర్షించడానికి ప్రయత్నించింది. అతడు తిరస్కరించాడు. చివరికి తెల్సిందేంటంటే బావశీలాన్ని పరీక్షించడానికి అతని బావమరిది వాడినపావు సంధ్యారాణి అని.

ఓ అమాయకురాలి అవసరాన్ని అవకాశంగా తీసుకోకుండా ఆదుకునే నాయకునిగా, భార్య పట్ల అనురాగం గల వ్యక్తిగా మనకు కనిపిస్తారు మాధవీపతి శ్రీహరి.

సిగపూవు:

సిగపూవు కథలో తెలంగాణ బ్రతుకుచిత్రాన్ని హృద్యంగా చిత్రించారు రచయిత. వారసత్వంగా తల్లికి సంక్రమించిన మెరుపురాళ్ళ సిగపూవును తాకట్టుపెట్టి ముంబాయి చేరిన యువకుడు డాకులు. తమ్ముని బాగా చదివించాలి, చెల్లి పెళ్ళి చేసి వారసత్వపు సిగపూవును తాకట్టు నుండి విడిపించి చెల్లికివ్వాలనే ఆశయాలతో ఉన్న ఆ యువకుడు రెక్కాడితే కాని డొక్కాడని ఆ అతుకుల బ్రతుకులు చూసి చలించిపోయాడు. ఆ క్రమంలో స్నేహితున్ని కోల్పోయాడు. అతన్ని ఓదార్చే నెపంతో దరికి చేరిన ఇందిర అతన్ని మోసం చేసి అతడు తినీ తినక కూడబెట్టుకున్న డబ్బుతో ఉడాయిస్తుంది. ఆశలు నిరాశలైన అతని ఆత్మ ఘోష వర్ణనాతీతం. మనసును మెలిపెట్టే ఆ కథనం ఎవరినైనా కదిలిస్తుంది మన పాలకుల్ని తప్ప.

ఈ విధంగా జీవితములో అన్నీ సాఫీగా సాగేటప్పుడు ఎదుటివారిలో ఎలాంటి తప్పులూ కనబడవు. ఒకసారి అదే మనిషి జీవితములో ఎత్తుపల్లాలెదురైనపుడు మాత్రం అందరూ ఆ మనిషి జీవితాన్ని ఎత్తి చూపిస్తారు. తప్పులు వెదుకుతారు. గెలిచినపుడు చప్పట్లు కొట్టేవారికన్నా ఓడినపుడు వెన్ను తట్టి ముందుకు నడిపేవారు గొప్పవారు. అనే గొప్ప సందేశాన్నిచ్చేవి ఏడు వారాల నగలు అని చెప్పడంలో అతిశయోక్తి లేదు.

'చిత్తూరు కథ' సంకలనం – స్త్రీల సమస్యల చిత్రణ

పి. జయచంద్రుడు

"యత్రనార్యస్తు పూజ్యన్తే రమన్తే తత్ర దేవతా:" అని స్త్రీని పూజించే వేదభూమి మన భారతదేశం. అటువంటి భారతదేశంలో స్త్రీ స్వేచ్ఛావాయువులు పీల్చుకొనే అవకకాశం లేదు. నేటికి అనేక సమస్యలతో స్త్రీ సతమతమవుతూనేఉంది. సృష్టికి మూలకారణమైన స్త్రీ సృష్టి ఆరంభం నుండి నేటి వరకు అనేక పరాభవాలను అనుభవిస్తూనే ఉంది. అనేక సమస్యల సుడిగుండంలో చిక్కుకొని విలవిల్లాడుతూనే ఉంది. పురాణాలు పూజించినా, వేదాలు ఆరాదించినా స్త్రీ అనాదిగా పురుషహంకారానికి, సామాజిక కట్టుబాట్లకు గురౌతూనే ఉంది. స్త్రీని పూజించాలనే మనుధర్మ శాస్త్రమే 'నస్త్రీ స్వాతంత్రమర్హతి' అన్న మాటల్లో స్త్రీకి ఉన్న స్వేచ్ఛాస్వాతంత్ర్యాలు ఏపాటిదో మనకు అర్థమవుతుంది. అందుకు చంద్రమతి, సీత, ద్రౌపది వంటి పురాణ స్త్రీలు ఎదుర్కొన్న సమస్యలు, అనుభవించిన కష్టాలనే మనం ప్రత్యక్ష ఉదాహరణగా చెప్పవచ్చు. పురాణస్త్రీల పరిస్థితే అలా ఉంటే ఇక సామాన్యస్త్రీల పరిస్థితులు ఎలా ఉంటాయో మనం ఊహించుకోవచ్చు. అటువంటి స్త్రీల సమస్యలను ఆధునిక సాహిత్యం చక్కగా చిత్రిస్తున్నాయి స్త్రీకి ఒక హృదయం ఉందని, ఆ హృదయంలో ఎన్నో కోరికలున్నాయని ఆహృదయం వెనుక ఎన్నోకష్టాలు ఉన్నాయని ఆధునిక సాహిత్యం గుర్తించింది. ప్రాచీన సాహిత్యం స్త్రీల అంగాంగ వర్ణనలు చేస్తే ఆధునిక సాహిత్యం స్త్రీల హృదంతరాల సమస్యలను భిన్నకోణాల్లో ఆవిష్కరించింది. ఆలా స్త్రీహృదయాన్ని, స్త్రీ అస్థిత్వాన్ని ఆవిష్కరించిన ఆధునిక సాహిత్యంలో కథా సాహిత్యం ఒకటి. అటువంటి కథా సాహిత్యంలో 'చిత్తూరు కథ' సంకలనంలో స్త్రీల సమస్యలను ఆవిష్కరించడమే నా పత్రోద్దేశం.

'చిత్తూరు కథ' సంకలనం 2014 సంవత్సరంలో వెలువడింది. ఈ 'చిత్తూరు కథ' సంకలనాన్ని తిరుపతి తెలుగు భాషోద్యమ సమితి ప్రధాన కార్యదర్శి పేరూరు బాలసుబ్రమణ్యంగారు వెలుగులోకి తెచ్చారు. ఈ కథాసంకలనంలో మొత్తం

నలభైనాలుగు కథలున్నాయి. చిత్తూరు కథకులు తమ కథల్లో స్త్రీలు ఒక వైపు పురుషాధిక్యానికి, మరోవైపు సామాజిక కట్టుబాట్లు చేత అణచి వేయబడుతున్నారని వివరించారు. స్త్రీ అనాదిగా ఏదో ఒక రకంగా, ఏదో ఒక సందర్భాన ఏదో ఒక సమస్యకు గురౌతూనే ఉందని భావించారు. సమాజంలో స్త్రీలు సామాజిక దురాచారాలకు ఎలా గురౌతున్నారో, పురుషాధిక్యానికి ఎలా బలౌతున్నారో, సంసారజీవనంలో ఎలా కుంగిపోతున్నారో, లైంగిక వేధింపుల వలన ఎలాంటి హింసలను అనుభవిస్తున్నారో, ప్రేమ పేరుతో ఎలా మోసపోతున్నారో, పేదరికం వలన ఎలా మగ్గిపోతున్నారో చిత్తూరు కథకులు మనకు కళ్ళకు కట్టినట్టు చిత్రించారు. ఇప్పుడు చిత్తూరు కథ సంకలనంలోని స్త్రీల సమస్యలను పరిశీలిద్దాం.

దేవదాసివ్యవస్థ:

దేవదాసి వ్యవస్థనే బసివిని, మాతంగి అని కూడా అంటారు. పేరు ఏదైనా దాని వలన హింసను అనుభవించేది, వ్యక్తిగత స్వేచ్ఛా జీవితాన్ని కోల్పోయేది స్త్రీనే. ఈ వ్యవస్థ అణగారిన ఒక సామాజిక వర్గమైన మాదిగ కులంలో కనిపిస్తుంది. ఈ వ్యవస్థ వలన నేటికి దేశంలో ఏదో ఒక మూలాన స్త్రీ స్వేచ్ఛనుకోల్పోయి అంధకార బంధుర జీవితాన్ని అనుభవిస్తున్నదని చెప్పడంలో అతిశయోక్తి కాదు. అటువంటి ఈ మాతంగి వ్యవస్థను చిత్తూరు కథకురాలైన ఎం.ఆర్.అరుణ కుమారిగారు తన 'పోస్టుచేయని ఉత్తరం' కథలో చిత్రించారు. 'పోస్టుచేయని ఉత్తరం' కథలో ప్రధాన పాత్ర అహల్య. దేవదాసి వ్యవస్థ అనాది నుండి స్త్రీ స్వేచ్ఛను హరిస్తూ వచ్చే ఒక సామాజిక దుర్నియమం. ఈ నియమం ప్రకారం సమాజంలోని పెద్దలు దేవదాసి కుటుంబంలోని పెద్దకుమార్తెను దేవదాసిగా ప్రకటించేవారు. అప్పటి నుండి ఆమె సమాజానికి సంబంధించిన వస్తువైపోతుంది. ఆనాటి నుండి ఆమె ఆశలకు, ఊహలకు కళ్ళెం పడుతుంది. ఆమె జీవితం కూపస్థ మండూకంలా తయారవుతుంది. అటువంటి సామాజిక దురన్యాయానికి గురైన మహిళ అహల్య. ఆమె జీవితాన్ని కాపాడదలచి

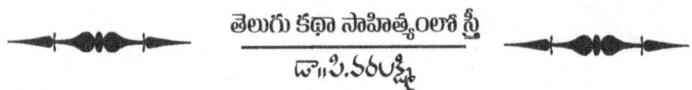

కులదురాచారానికి గురైన అహల్యను తను వివాహం చేసుకుంటానని అభిరాం ముందుకొచ్చినా, ఊరందరికి ఉమ్మడి సొత్తు ఒక్కడి సొంతమైతే తమ రాక్షసవాంఛల పొందును పోగట్టుకోవడానికి ఇష్టంలేక కులపెద్దలు కులాచారాన్ని, ఊరి సంప్రదాయాన్ని ఒక్కరికోసం మార్చడం కుదరదని తెగేసి చెప్పారు. కాదు కూడదని మొండికేస్తే అహల్య బదులు ఆమె చెల్లెల్ని దేవదాసిగా ప్రకటించమని రాజీమార్గం చూపారు. అహల్య ఇక చేసేది ఏమిలేక తను జ్యేష్ఠయై తన బతుకు జ్యేష్ఠమై పోయిందని ఇలా వాపోతుంది "కానీ, నాలాంటి దేవదాసీలు - దగాపడ్డ చెల్లెళ్ళు కామాంధుల కామం తీరుస్తున్నా కడుపునిండా తిండికి కూడా వాళ్ళనూ వీళ్ళనూ దేవులాడ్తూ - కూపస్థ మండూకాల్లా తమ మనసు చంపుకొని శరీరాన్ని, ఆరోగ్యాన్ని జీవిత సర్వస్వాలనూ పణంగా పెట్టి అనుభవిస్తున్నదేమిటి? రోగాలు, రొస్టులూ తప్ప? ఓహ్! మాకన్నా-పట్టణాల్లో 'సెక్స్‌వర్కర్స్' ఎంతో నయం కదూ? కనీసం తమ కష్టానికి తగినంత కూలన్నా గిట్టుబాటవుతుంది."

ఇలా దేవదాసి వ్యవస్థ మూలంగా స్త్రీలు ఎంతటి దుర్భరమైన జీవితాన్ని గడిపేవారో ఎం.ఆర్.అరుణ కుమారి గారు మనకు కళ్ళకు కట్టినట్లు చక్కగా వివరించారు.

ప్రేమా, పెళ్ళిళ్ల పేరుతో మోసపోవడం:

ప్రేమామృతాన్ని వర్షించే స్త్రీమూర్తి ప్రేమ విషపు కోరల్లో చిక్కుకోవడం ఒక యాధృచ్ఛికం. అలా ప్రేమపేరుతో, పెళ్ళిళ్ళు పేరుతో ఎందరో స్త్రీలు తమ అందమైన జీవితాన్ని కోల్పోతున్నారు. పురుషుల చేత మోసపోతున్నారు. అటు వంటి ప్రేమపేరుతో, పెళ్ళిపేరుతో మోసపోయిన స్త్రీల జీవితాన్ని చిత్తూరు కథకులు 'జింకపిల్ల' పురోహిత పరిషత్' అనే కథల్లో చిత్రించారు. ఇప్పుడు అటువంటి స్త్రీల సమస్యలను పరిశీలిద్దాం.

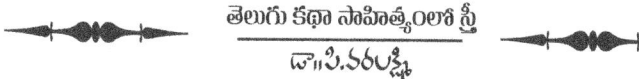

ఒక ఉన్నత వర్గానికి చెందిన యువకుడు తన ఎమ్మెల్యే సీటుకోసం జిల్లా ఇన్‌చార్జ్‌మంత్రి కొడుక్కి ఒక యానాది అమ్మాయిని ఎరవేయడానికి, పెళ్ళి పేరుతో మోసం చేయడానికి ఎలా ప్రయత్నించాడో 'జింకపిల్ల' కథలో చిత్తూరు కథకుడైన కరణం బాలసుబ్రమణ్యం పిళ్ళైగారు చక్కగా చిత్రించారు. ఈ 'జింకపిల్ల' కథలో ప్రధాన పాత్ర, ప్రేమ, పెళ్ళి పేరుతో మోసపోయిన పాత్ర చుక్క. చుక్క ఇంటర్మీడియట్ చదువుకొనే యానాది నరిసిగాడి కూతురు. చుక్క అందమైనది. తెలివైనది. జంతువు లంటే అమితమైన దయకలది. అటువంటి చుక్కను అదే గ్రామానికి చెందిన సురేష్ బాబు అనే నాయుడోళ్ళబ్బాయి చుక్కను ప్రేమపేరుతో వంచించి జిల్లా ఇన్‌చార్జ్‌మంత్రి కొడుక్కే ఎరగా వేసి ఎమ్మెల్యే సీటు పొందాలని ప్రయత్నిస్తుంటాడు. చుక్క కాలేజికి వెళ్ళేటప్పుడు, వచ్చేటప్పుడు తన బైకు మీద తీసుకెళ్తూ, తీసుకొస్తూ తాను మంచివాడన్నట్లు చుక్కలో నమ్మకం కల్గిస్తాడు. అప్పుడప్పుడు కొంత డబ్బు ఖర్చుసేసి చుక్కను ఆనంద పరస్తుంటాడు. కాని చుక్క అంత త్వరగా ప్రేమలోపడి తన వెంటరాదని గ్రహించిన సురేష్‌బాబు "ఈ దిక్కుమాలిన అమాయకపు భారతదేశ స్త్రీలను లొంగదీయాలంటే ఒకటే మంత్రం. పెండ్లిచేసుకుంటా, మెడలో మంగళ సూత్రం కడతా, ఇదిగో మంగళసూత్రం అంటే ఆ మంత్రంలో ఠఫీమని పడిపోతార"ని భావించి చుక్కను హైదరాబాదుకు తీసుకెళుతాడు. ఆ విషయాన్ని చుక్క రాసిన ఉత్తరం ద్వారా తెలుసుకొన్న నరిసిగాడు నాయుడోళ్ళబ్బాయి అతడు పెళ్ళిపేరుతో చేసే మోసాలు గుర్తుకొచ్చి తన కుమార్తెకు ఎలాంటి గతిపడుతుందో ఊహించుకొని తలను బాదుకుంటాడు. భారతదేశపు స్త్రీలు అమాయకత్వాన్ని నమ్మకాల్ని ఆసరాగా తీసుకొని కొందరు పురుషులు చేసే మోసాన్ని 'జింకపిల్ల' కథలో బాలసుబ్రమణ్యంగారు మనకు వివరించారు.

పెళ్ళిపేరుతో మోసపోయిన మరొక అమ్మాయి జీవరత్న. 'పురోహిత పరిషత్' కథలో మధురాంతకం నరేంద్ర ప్రేమించిన వాడిని పెళ్ళిచేసుకోవడానికి తిరుమలకు

వచ్చి జీవరత్న తను ప్రేమించిన వ్యక్తిని కోల్పోయి మరొక వ్యక్తికి భాగస్వామియైన వైనాన్ని చక్కగా చిత్రించారు. జీవరత్న కర్నూలు జిల్లా మహానందికి చెందిన అమ్మాయి. మహానందిలో పంచాయితి ఆఫీసులో క్లర్కుగా పనిచేసే తిరుపతి దగ్గర రంగంపేటకు చెందిన భూలోకా నాయున్ని ప్రేమిస్తుంది. జీవరత్న భూలోకానాయుని పెళ్ళిచేసుకోవడం తన తల్లిదండ్రులకు ఇష్టం లేకపోవడంతో తిరుమలలోని పురోహిత పరిషత్‌కు చేరుకుంటారు. అదే విధంగా ప్రేమపెళ్ళి చేసుకోవడానికి తూర్పుగోదావరి జిల్లా నుండి బంగార్రాజు, ధనలక్ష్మి అనే జంట కూడా ఆ పరిషత్ చేరుకొంటారు. ఆ ముహూర్తంలో చాలా పెళ్ళిళ్ళు ఉండడంతో ఇరుకైన పురోహిత పరిషత్‌లో పెళ్ళికూతుర్లు మారిపోయి జీవరత్న బంగార్రాజును, భూలోకానాయుడు ధనలక్ష్మిని వివాహం చేసుకుంటారు. జీవరత్న అంటే ఇష్టంలేని భూలోకానాయుడి తండ్రి అణకువైన ధనలక్ష్మి కోడలుగా వచ్చినందుకు చాలా సంతోషించి, పెండ్లి రిజష్టర్‌లో పేర్లను మార్పించుకొని తన కుమారుని నమ్మివచ్చిన ఆడబిడ్డ మోసపోయిందనే తలంపు లేకుండా అక్కడ నుండి వెళ్ళిపోతాడు., నచ్చినవాడిని వదులుకొని తాళి కట్టించుకున్న వాడికే ఆలి అవుతుంది.ప్రేమించిన వాడిని పెళ్ళిచేసుకొని అతనితో జీవితాన్ని పంచుకోలేక ప్రేమించిన వాడిని ఒక అమ్మాయి ఎలా కోల్పోయిందో ఈ కథ ద్వారా రచయిత మధురాతకం నరేంద్ర గారు చక్కగా వివరించారు.

అత్యాచారం:

నేడు ప్రపంచంలో ముఖ్యంగా భారతదేశం స్త్రీలు ఎదుర్కొంటున్న అతి దారుణమైన సమస్య అత్యాచారం. చిన్న, యువతి, వృద్ధురాలు అనే తేడా లేకుండా ఎందరో స్త్రీలు ఈ అత్యాచారానికి గురౌతున్నారు. అత్యాచారానికి గురౌతున్న స్త్రీల రక్షణ కోసం ఎన్ని చట్టాలొచ్చినా స్త్రీలు మాత్రం రోజురోజుకూ హేయమైన అత్యాచారానికి గురౌతూనే ఉన్నారు. అటువంటి అత్యాచారాలను చిత్తూరు కథకులు 'జర్తై' 'అఖరితడి' వంటి కథల్లో చిత్రించారు. ఇప్పుడు చిత్తూరు కథల్లో అత్యాచారానికి గురైన స్త్రీల గురించి చర్చిద్దాం.

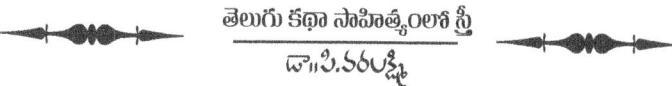

స్త్రీల అత్యాచారాన్ని చిత్రించిన 'చిత్తూరు కథ' సంకలనంలో 'జర్తె' కథ ఒకటి ఈ 'జర్తె' కథను మధురాంతకం మహేంద్రగారు రచించారు. ఈ కథలో అత్యాచారానికి గురైన ఎల్లమ్మ. ఎల్లమ్మ రైతు ఇంటిలో ఆడపడుచు. భర్త మద్యానికి బానిసయై కాపురాన్ని పట్టిచ్చుకునే వాడు కాదు. కాని ఎల్లమ్మ బలే మానస్తురాలు. అడవికి వెళ్ళి కట్టెలు కొట్టి దానిని పట్టణంలో అమ్మి జీవించేది. అడవి నుంచి కట్టెలు కొట్టి రైలు బండిలో వేసుకొని పట్నం పోవాలంటే అటవి అధికారులతో, రైల్వే అధికారులతో నిత్యం పోరాడేది. ఇలా ఉండగా ఒక నాడు కట్టెలు కోసం అడవికి వెళ్ళిన ఎల్లమ్మ అడవిలో మేకలు మేపుకునే దొరస్వామి కంటపడుతుంది. దొరస్వామి ఎల్లమ్మ మీది మీదికి వెళ్ళి అత్యాచార ప్రయత్నం చేస్తాడు. ఎల్లమ్మ ధైర్యంతో దొరస్వామి బారి నుండి తప్పించుకొంటుంది. నాగరికత పెరుగుతున్నా నేటికి స్త్రీ గృహాల్లోను, ఆఫీసుల్లోను, పొలాల్లోనూ, గనుల్లోనూ అత్యాచారం వంటి సమస్యలకు గురౌతూనే ఉంది. బ్రతుకు బండి లాగడానికి ఒకవైపు నానావస్థలు పడుతున్న ఎల్లమ్మ బ్రతకడానికి అడవికి వెళ్ళి ఎలా అత్యాచారానికి గురైందో మధురాంతకం మహేంద్రగారు చక్కగా మనకు వివరించారు.

స్త్రీ అత్యాచారానికి గురైన వైనాన్ని చిత్రించిన మరొక కథ 'ఆఖరి తడి'. ఈ 'ఆఖరితడి' బడబాగ్ని శంకరరాజుగారు రచించారు. 'ఆఖరి తడి' కథలో ఒక స్త్రీ పాత్ర కావమ్మ. ఈ కావమ్మ నీరుగట్టు ఎల్లప్ప భార్య కావమ్మ తన భర్త చెరువు నీళ్ళతో పంటలు పండించుకొనే ఒక రైతు కుటుంబానికి చెందిన వాళ్ళు. కావమ్మ తన భర్తకు ఆరోగ్యం సరిగాలేకపోతే వంతుప్రకారం మడికి అర్ధరాత్రిలో నీరుకట్టడానికి వెళుతుంది. అక్కడ మరో బడ్డారైతు నరసింహారెడ్డి చేతిలో అత్యాచారానికి గురౌతుంది. కాని మరో రైతైన చంద్రన్న రాకతో నరసింహారెడ్డి అక్కడ నుండి వెళ్ళిపోతాడు. పొలం పనులకోసం వెళ్ళే స్త్రీలు ఎలా అత్యాచారానికి గురౌతున్నారో కావమ్మ పాత్రద్వారా బడబాగ్ని శంకర్రాజుగారు చక్కగా వివరించారు.

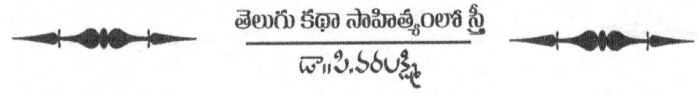

కుటుంబ సమస్యలు:

భారతదేశంలో స్త్రీలు ఎదుర్కొంటున్న సమస్యల్లో కుటుంబ సమస్యలు కూడా చాలా ఉన్నాయి. ఇంటికి వెలుగైన ఇల్లాలు భర్తచేతిలో, అత్తమామల చేతుల్లో అనేక కష్టాలకు గురై అంధకార జీవితాన్ని సాగిస్తున్నది. భర్తను కోల్పోయిన స్త్రీ, భర్తకు దూరమైన స్త్రీ, భర్త చేత విడవబడిన స్త్రీ ఎటువంటి దుర్భరజీవితాన్ని గడుపుతుందో చిత్తూరు కథకులు 'సిక్కెంటిక' 'ఈ గుండె కరగదు' 'హద్దు' వంటి కథలలో చక్కగా చిత్రించారు. ఇప్పుడు స్త్రీలు ఎదుర్కొంటున్న కుటుంబ సమస్యలను చిత్తూరు కథకులు ఎలా వర్ణించారో పరిశీలిద్దాం.

స్త్రీలకుటుంబ సమస్యలను చిత్రించిన చిత్తూరు కథలలో 'సిక్కెంటిక' ఒకటి. ఈ 'సిక్కెంటిక' కథను జిల్లేళ్ళ బాలాజి గారు రచించారు. ఈ 'సిక్కెంటిక' కథలో ప్రధాన పాత్ర దేవాని. దేవాని భర్తకు కొల్పోయిన అభాగ్యురాలు. దేవాని భర్తతో కలిసి నాలుగు రూపాయిల సంపాదించేటప్పుడు అత్త బాగా చూసుకొనేది. భర్త వ్యాపారంలో మోసపోయి మరణించడంతో అత్త దేవానిని బాగా చూసుకొనేది కాదు. పైగా తన కుమారుని మరణానికి కారణం దేవానేయని ఆమెని నానా విధాలుగా నిందించేది.సూటిపోటి మాటలతో మానసికంగా హింసించేది. కాని దేవాని అత్తను మెప్పించడానికి డబ్బు సంపాదించాలని ఆకలి కడుపుతో రెండేళ్ళ పసిబిడ్డను జోలిలో వేసుకొని సిక్కెంటికలు కొనడానికి వీధి వీధిగా తిరిగేది. ఎవరైనా అంత అన్నం ఇస్తే దానితో ఆకలిని తీర్చుకునేది. సిక్కెంటికలు ఇచ్చేవారు లేక పోవడంతో బ్రతుకు తెరువుకోసం పురుషులకు క్షవరం చేయడానికి తన కులవృత్తిని నేర్చుకొని పట్టణంలో ఒక షాపును తెరచింది. భర్త ఉన్నప్పుడు ఒక స్త్రీకి ఉండే గౌరవం, సహకారం, మర్యాద భర్త దూరమైనపుడు అత్త వలన ఎలాంటి నిందలు అనుభవించవలసి వస్తుందో, బ్రతుకు తెరువుకు ఎలా పోరాడవలసి వస్తుందో 'సిక్కెంటిక' కథ ద్వారా జిల్లేళ్ళ బాలాజి చక్కగా వివరించారు.

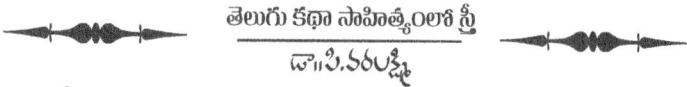

స్త్రీలకుటుంబ సమస్యలను చిత్రించిన మరొక చిత్తూరు కథ 'ఈ గుండె కరగదు'. 'ఈ గుండె కరగదు' కథను ముంగర శంకరాజుగారు రచించారు 'ఈ గుండెకరగదు' కథలో ప్రధాన స్త్రీ పాత్ర జగదాంబ. జగదాంబ తన తల్లి దండ్రులకు ఏకైక సంతానం. తండ్రి జగదాంబను తగుమాత్రం చదివించి డాక్టర్ ప్రాక్టీసుచేస్తున్న తన సాటికులస్థుడికిచ్చి వివాహం చేస్తాడు. కాని అతను చదువులకని మామచేత మరింత డబ్బులు తీసుకొని అమెరికా వెళ్ళి అక్కడే ఒక అమెరికా అమ్మాయిని పెళ్ళిచేసుకొని స్థిరపడతాడు. అలా జగదాంబ భర్తకు దూరమౌతుంది. అప్పటికే ఒక అడబిడ్డకు తల్లియైన జగదాంబ పెంచి పెద్ద చేసి పెళ్ళిచేస్తుంది. అప్పటి నుంచి జగదాంబ తన కూతురి పంచనే ఉంటుంది. కాని అలా ఉండటాన్ని సహించని వియ్యపురాలు జగదాంబతో గొడవబడి నానా దుర్భాషలాడుతుంది. దానిని సహించలేని జగదాంబ కర్నూలులో తన బంధువుల దగ్గరికి వెళ్ళివస్తానని కూతురికి చెప్పి అక్కడ తుంగభద్రానదిలో దూకి ఆత్మహత్య చేసుకుంటుంది.మూడు ముళ్ళ బంధం, ఏడుడగుల ప్రయాణం స్త్రీ, పురుషులను ఏకం చేస్తుంది. భరించేవాడు భర్త కాని అలాంటి భర్త, భార్యను విడిచి పరదేశం వెళ్ళి అక్కడ మరోస్త్రీతో జీవితాన్ని పంచుకుంటే అటువంటి భర్తను నమ్ముకున్న భార్య వృద్ధాప్యదశలో ఎవరూ తోడు లేక ఆమె జీవితం ఎలా ముగిసిందో ముంగర శంకరరాజు ఈ కథలో మనకు కళ్ళకు కట్టినట్లు చిత్రించారు.

కుటుంబాన్ని పోషించ వలసిన భర్త మరో స్త్రీ వ్యామోహంలో పడి కుటుంబ భారాన్ని మరచినా, ఆకుటుంబంలోని పిల్లల ఆకలిని తీర్చడానికి తన శీలాన్ని పరపురుషునికి అర్పించి పిల్లల ఆకలిని తీర్చిన మరో విషాద పాత్ర 'హద్దు' కథలో రాజమ్మ. అటువంటి రాజమ్మ పాత్రను ఎ.పుష్పాంజలిగారు చిత్రించారు. ఇలా స్త్రీలు కుటుంబంతో ఎటువంటి సమస్యలకు గురౌతున్నారో చిత్తూరు కథకులు చక్కగా చిత్రించారు.

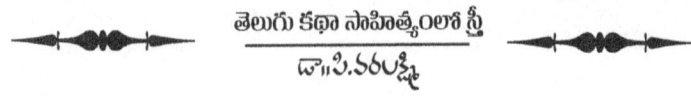
పేదరికం:

స్త్రీలు ఎదుర్కొంటున్న సమస్యల్లో పేదరికం కూడా ఒకటిగా చెప్పుకోవచ్చు పేదరికం వలన స్త్రీలు తమ కోరికలను తీర్చుకోలేక పోతున్నారో, కటిక దారిద్ర్యాన్ని భరించలేక కట్టుబాట్లను ఎలా త్రెంచుకుంటున్నారో, బ్రతుకు తెరువుకోసం ఎలా పోరాడుతున్నారో చిత్తూరు కథకులు 'పోనేలకాశికి' 'కట్టుబాటు', 'తపస్సు' వంటి కథల్లో చక్కగా చిత్రించారు. 'పోనేలకాశికి'. కథలో తెనాలి సుశీలగారు పేదరికం వలన చిన్ననాటి కోర్కెను వృద్ధాప్యంలో కూడా ఎలా తీర్చుకోలేకపోయారో చక్కగా చిత్రించారు. 'పోనేల కాశికి..'' లో ప్రధాన స్త్రీ పాత్ర రాజేశ్వరి, రాజేశ్వరి చిన్ననాడు సమయానికి పావలా లేకపోవడంతో లంబాడివాడు చూపించే కాశీపట్నం బొమ్మలను చూడలేక పోయింది. పెళ్ళైన తరువాత తన భర్తతో తొలి కోరికగా కాశీపట్నం చూడాలని కోరుకుంటుంది. కాని సమయం దొరికినపుడు డబ్బులేక పోవడంతో చివరి వరకు కాశీపట్నం చేసే యోగ్యతే రాజేశ్వరికి లేకపోతుంది.

అదే విధంగా 'కట్టుబాటు' కథలో ఆముదాల మురళిగారు ఆకలితో అలమటించే వేటగాడి భార్య వేటగాడిని విడిచి సుఖాలకోసం పరపురుషుడితో లేచిపోయే వైనాన్ని చిత్రించాడు. ఇలా దారిద్ర్యం కారణంగా స్త్రీలు ఎదుర్కొనే సమస్యలను చిత్తూరు కథకులు చిత్రించారు.

పైన పేర్కొన్న సమస్యలనే కాకుండా కుల కక్షలు, వ్యక్తిగత విరోధాలవలన తన ప్రేమికుడ్ని కోల్పోయిన మల్లమ్మ తాను తన ప్రేమికునితో తనువు చాలించిన విషాదగాథ సి.వేషుగారు 'నవ్విన ధాన్య రాశి'లో చిత్రించగా, వ్యవసాయాన్ని నమ్ముకున్నవారు అప్పుల ఊబిలో పడి మరణించిన రైతుల భార్యల కన్నీటి గాథను లంకిపల్లె కన్నయ్యనాయుడు 'జీవనం' కథలో పలమనేరు బాలాజి 'తపన' కథలో చక్కగా చిత్రించారు ఇలా చిత్తూరు కథకులు తమ కథల్లో స్త్రీల సమస్యలను, స్త్రీల వేదనాభరిత జీవితాన్ని ఆవిష్కరించారు.

79

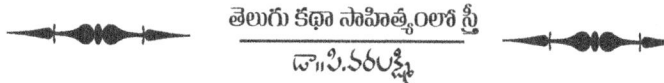

ఎం.ఆర్. అరుణకుమారి సాగరకోయిల కథల్లో స్త్రీ

డా॥ ఎల్. కస్తూరి

వేదకాలంలో స్త్రీకి సంఘంలో తగిన ప్రాముఖ్యతనిచ్చినట్లు, కుటుంబ వ్యవస్థలో కూడా మాతృస్వామ్య వ్యవస్థ ఉండేదని చరిత్రల ద్వారా తెలుస్తుంది. 'యత్ర నార్యస్తు పూజ్యంతే రమంతే తత్ర దేవతాః – ఎక్కడైతే స్త్రీలు పూజింపబడతారో అక్కడ దేవతలు కొలువుంటారని ఆర్యోక్తి.

పితృస్వామ్య వ్యవస్థతో స్త్రీకి ప్రాధాన్యం తగ్గింది. ఆచారాల పేరుతో సాంఘీక దురాచారాలు పెరిగి స్త్రీని అణచివేశాయి. క్రమంగా స్త్రీ జీవితం ఇంటి నాల్గుగోడలకే పరిమితమైపోయింది. స్త్రీని పురుషుడి ఆస్తిగా పరిగణించి, వారిని బానిసలకన్నా హీనంగా చూస్తున్న సమాజం ఎన్నో నిబంధనలు, ఆంక్షలు విధించింది. మనోవికాసాన్ని కోల్పోతున్న స్త్రీ జనాభ్యుదయానికి రాజారామ్ మోహన్‌రాయ్, కందుకూరి వంటి వారెందరో కృషిచేశారు.

కాలక్రమేణ సాంఘీక, ఆర్థిక, రాజకీయ పరిస్థితులవల్ల స్త్రీ జీవితంలో మార్పువచ్చింది. తమ సమస్యలపై రచనలు సాగించారు. స్త్రీలు బలహీనులు కారనీ, ప్రకృతిలో స్త్రీ పురుషులిద్దరూ సమానమేనని సమాజానికి తెలియజేయడం రచయిత్రుల లక్ష్యం. ఈ ఆలోచనా ధోరణులు, సిద్ధాంతాలు ప్రజల్లోకి వెళ్ళడానికి సాహిత్యాన్ని ఒకశక్తివంతమైన సాధనంగా ఎన్నుకున్నారు. ఒకవైపు సిద్ధాంతపరమైన సాహిత్యాలను ప్రచారం చేస్తూనే, మరోవైపు కవితలు, నవలలు, కథల ద్వారా తమ భావాల్ని వ్యక్తీకరించారు.

"స్త్రీకి కూడా శరీరం వుంది. దానికి వ్యాయామం ఇవ్వాలి. ఆమెకు మెదడు వుంది. దానికి జ్ఞానం ఇవ్వాలి. ఆమెకు హృదయం వుంది. దానికి అనుభవం ఇవ్వాలి. అని చలం చెప్పినమాటలు స్త్రీ వాదులకు స్ఫూర్తి. చలం భావాలు యం.ఆర్.అరుణకుమారి కథల్లో కన్పిస్తాయి. స్త్రీలపట్ల జరిగే అన్యాయాలు, అక్రమాలు, పగలు ప్రతీకారాలు వీటికి ఊతనిస్తాయి.

అరుణకుమారి సాగరకోయిల కథలు స్త్రీ సమస్యలను విపులంగా చర్చించాయి. ఇందులో మొత్తం 12 కథలున్నాయి. వాటిలో నాల్గింటిని పరిశీలించదలిచాను.

1. ప్రేమ సుడిగుండాలు 2.నేనూ నాన్న నవుతాను 3. నిమజ్జనం 4. భోజ్యేషుమాత.

1. ప్రేమ సుడి గుండాలు:

ఈ కథలో కథానాయిక ప్రమద విద్యార్థిని. ప్రబాత్ కల్లబుల్లి మాటలకు లొంగి ప్రేమలోపడి, అతడే సర్వస్వం అని నమ్మి తన శరీరాన్ని అర్పించి గర్భం దాలుస్తుంది. ఈ విషయాన్ని ప్రబాత్ తెలుసుకొని అబార్షన్ చేయించుకోమంటాడు. ప్రమద గర్భంలో మొలకెత్తిన తమ ప్రేమ ఫలాన్ని అపురూపంగా మిగల్చమని అతని కాళ్ళు పట్టుకుని బ్రతిమలాడింది.

జీవితాంతం బాదపడే శిక్ష విధించవద్దని ప్రాధేయ పడింది. అందుకు ప్రబాత్ "ఏమిటిది ప్రమదా! సిల్లీగా ఏడుపులు, పెడబొబ్బలు? ఇప్పుడేమై పోయిందని? గుండెకోత వద్దనుకుంటే... కడుపు కోత కోయించుకో. నొవడేస్, ఇటీజ్ వెరీ సింపుల్ అండ్ కామన్ కదా! అయినా ప్రమదా! ఇద్దరం కలిసి అనుభవించిన ఆనందంలో నేను నీకు చేసిన వంచన, ద్రోహం, మోసం ఏమున్నాయో... నాకర్థం కావడం లేదు (పు.34)" అని అంటాడు. అందుకు ప్రమద " అవును కదా ప్రబాత్ మనిద్దరం కలసి అనుభవించిన ఆనందంలో నేను నీకు చేసిన ద్రోహం, వంచన, మోసం, ఏమున్నాయో.. నాకర్థం కావడం లేదు" (పు.34) అని కసిగా అంటుంది. ప్రమద అతని మాటలకు ఎదురుతిరిగి మాట్లాడడం ప్రబాత్ స్వేచ్ఛకు భంగం కలిగడంతో "ఒసే రాక్షసి! నిన్ను నిన్ను చంపేస్తాను" అంటూ గొంతునులుముతుంటే విడిపించుకుని చెంప చెల్లుమని పించింది. దీంతో ఆమెను వదిలి వెళ్ళిపోతాడు.

ఇలాంటి పరిస్థితుల్లో చదువుకొమ్మని పంపిన తల్లిదండ్రులకు ముఖం చూపించలేక, సమాజంలో తలెత్తుకొని బ్రతకలేక బాధపడుతున్న ప్రమదను తన రూంమేట్ సామంత బలవంతంగా అబార్షన్ చేయించడానికి తీసికెళుతుంది.

కడుపులో బిడ్డ బాగా పెరగడంతో అబార్షన్ చేయడానికి కష్టమై రక్తం, సెలైన్ బాటిల్లు మందులు ఎక్కించి బ్రతికించారు డాక్టర్లు. ప్రాణాపాయం నుంచి గట్టెక్కింది కానీ, ఎయిడ్స్ బారిన పడుతుంది. జరిగినదంతా పీడకలంటూ తమ వాళ్ళందరికీ దూరంగా ఉద్యోగ నెపంతో వచ్చి జీవనయాత్ర సాగిస్తున్న సమయంలో ప్రభాత్ మళ్ళీ కనిపించి నేను నీకు చాలా అన్యాయం చేశాను. నాభార్య గయ్యాళిది అని బ్రతిమలాడతాడు. అతన్ని అసహ్యించుకుంటుంది. ప్రభాత్ భార్య పురుడు పోసుకోవడానికి పుట్టింటికి వెళుతుంది. అతనికి బుద్ధి చెప్పాలని తలచి ప్రేమాయణం సాగించి రోగాన్ని అంటించి ప్రతీకారం తీర్చుకుంటుంది.

ఏ వ్యక్తి తన జీవితాన్ని, ఆరోగ్యాన్ని నాశనం చేశాడో ఆ వ్యక్తికి తగిన గుణపాఠం నేర్పింది. ముల్లును ముల్లుతోనే తీయాలి అంటూ ప్రమద ఆవేశంతో రగిలిపోతూ.. "ఓరేయ్! ఒకనాడు... నిన్నే జీవిత సర్వస్వంగా నమ్మి, నాసర్వస్వమూ నీకు ధారపోసి, నీ దాసిగానన్నా ఇంత చోటిమ్మని వేడుకున్న అమాయకురాలు ప్రమదను కానురా నేనిపుడు. శీలాన్ని, ఆరోగ్యాన్ని నీ కారణంగా పోగొట్టుకుని పిచ్చికుక్కల్లా వేటాడే ఈ సమాజంలో ఎన్నో ఆటుపోట్లు ఎదుర్కొంటూ ఎదురీదుతున్న ఈ ప్రమదకు గడ్డి పోచతో సమానంరా! నిన్ను పట్టుకుని ఈ జీవన సాగరం ఈదాలని కాదురా నేను తిరిగి నీతో స్నేహం చేసింది. ఆనాడు.. ప్రేమ పేరిట నా జీవితాన్ని సర్వనాశనం చేసేసి, నువ్వు మాత్రం పెళ్ళిచేసుకుని భార్యా బిడ్డలతో హాయిగా, ఆనందంగా బతుకుతున్నావు. నేను మాత్రం.... నిన్ను నమ్మిన పాపానికి.... అయిన వాళ్ళకూ, ఆత్మీయులకు.... అందరికీ దూరంగా, ఒంటరిగా, అజ్ఞాతంలో, బతుకు భారంతో కుంగిపోతున్నాను. అందుకే అందుకే యాదృచ్ఛికరంగానే కలసి వచ్చిన అదృష్టం, నీపై ప్రతీకారం తీర్చుకునే అవకాశం వస్తే.... వదిలేయడానికి 'నేను క్షమయా ధరిత్రిని' కాను - కాలేను (పు.35) అంటూ ప్రభాత్‌కు బుద్ధి చెబుతుంది.

నాటి శకుంతల నుండి నేటి ప్రమద వరకూ దుష్యంతుని లాంటివారి చేతిలో మోసగింపబడుతూనే వున్నారు. కానీ నాటి శకుంతల మౌనంగా భరించింది. అటువంటి వారికి తగిన గుణపాఠం నేర్పాలని ప్రమద పాత్ర ద్వారా నిరూపించారు రచయిత్రి.

2.నేనూ నాన్ననవుతాను:

ఈ కథ స్త్రీ సహనానికి ప్రతీకని తెలుస్తుంది. ఇందులో శ్రీకాంత్, సౌమ్య ప్రధాన పాత్రలు. సౌమ్యను పెళ్ళి చూపులో చూసి ఇష్టపడతాడు శ్రీకాంత్. ఇంటికి వస్తున్న సమయంలో ఆక్సిడెంట్ అవుతుంది. అతని తల్లి సరోజమ్మ "నిశ్చితార్థం చేసుకుని వస్తునప్పుడే ఆక్సిడెంట్. ఆముదనష్టపు జాతకపు పిల్ల నా కోడలిగా రావడానికి వీళ్ళేదంటూ" పట్టుపడుతుంది. 'నాకసలు పెళ్ళే వద్దు" అంటూ తాగుబోతవుతాడు శ్రీకాంత్.

" పెళ్ళంటు చేసుకుంటే శ్రీకాంత్" అంటూ హఠం చేస్తుంది సౌమ్య. శ్రీకాంత్ తాగుబోతన్న విషయం అతని తండ్రి సుందరం సౌమ్యకు తెలియజేస్తాడు. అందుకు సౌమ్య..... "దంపతులైన స్త్రీ, పురుష సంబంధంలో సుఖం - వంటా, చాకిరి, పిల్లల్ని కనడం, పెంచడంలోనే వస్తుందా! అసలు సుఖానికి కొలబద్ద తృప్తే కదా! ఎక్కడికక్కడ తనకు ప్రాప్తమైన దాన్తోనే సంతృప్తి పడేవారి సుఖానికి లోటన్నది ఎప్పుడూ వుండదు అంటూ పెళ్ళికి తన అంగీకారాన్ని తెల్పుతుంది.

పిల్లలు లేకపోవడం శ్రీకాంత్ సౌమ్యలకు అశాంతి రేపుతుంది. ఆక్సిడెంట్ వలన పిల్లలు పుట్టే సామర్థ్యాన్ని కోల్పోయింటాడు శ్రీకాంత్. కానీ అతని లోపాన్ని కనిపెట్టి తన గర్భసంచి చిన్నదిగా వుండటం వల్లే పిల్లలు పుట్టడం లేదని ప్రచారం చేస్తుంది సౌమ్య. డా॥ అనూరాధకు ఈ విషయం తెలియక తన చెల్లెల్ని శ్రీకాంత్‌కిచ్చి పెళ్ళి చేయాలనుకుంటుంది. అందుకు శ్రీకాంత్‌కు బాగా కోపం వస్తుంది. తాగొచ్చి సౌమ్యను కొడుతూ..." విడాకులిచ్చేయ్! అవును...నాకు విడాకులిచ్చేసి.... నువ్వు...నువ్వు ఇంకో పెళ్ళి చేస్కో..." 'నీకు పిల్లల్లేరా! అంటూ గుచ్చి గుచ్చి

అడుగుతారు.... నా పెళ్ళాం....నాసౌమ్య... దాన్నొదిలి నేను బ్రతగ్గలనా? నాకు...నాకు పిల్లలొద్దు.... సౌమ్య... సౌమ్యే కావాలి. నాకింకెవరూ వద్దు. దానికి నేనే బిడ్డ... నాకదే బిడ్డ.. దట్సాల్... చాలంతే (పు. 11,12) అని అంటున్న శ్రీ కాంత్ మాటలకు కరిగిపోతుంది సౌమ్య.

భర్త చెడు అలవాట్లకు బానిసైనా తనపై చూపే ప్రేమకే స్త్రీ విలువనిస్తుందన్ని విషయాన్ని ఈ కథ ద్వారా అందించారు రచయిత్రి.

3. నిమజ్జనం:

ఈ కథలో అలిమేలమ్మ ప్రయివేటు బడిపంతులు భార్య. వీరికి ఇద్దరు కొడుకులు.వాళ్ళు బాగా చదువుకుని ప్రయోజకులవ్వాలని అప్పులు చేసి మరీ చదివించారు.

పెద్ద కొడుకు పెళ్ళి చేసుకుని అత్తగారిచ్చిన డబ్బులతో భార్యను తీసుకుని అమెరికాకు పయనమయ్యాడు. ఈ అప్పులన్నీ ఎవరు తీరుస్తారని పంతులు అడిగినప్పుడు "ఎవరికోసం కన్నారు? గనుక పెంచడం, విద్యాబుద్ధులు చెప్పించటం, మీ బాధ్యత కాదా? త్యాగమనుకొంటే కనకపోతే పోయేది? వయసు,ఆవేశాలనదుపు చేసుకోలేక పోయారా! అయినా మమ్మల్నిడిగారా,మేం మిమ్మల్నిడిగామా కనమని "(పు. 62) అంటాడు. అందుకు పంతులు

"వార్ధక్యం బిడ్డలు ఆదరించాల్సిన మరోబాల్యం! తండ్రి ఆస్తులే కాదు అప్పులు కూడా బిడ్డలు వారసత్వ హక్కుగా తీసుకోవాలి. అయినా అప్పులు ఎవరికోసం చేశాం? మన సరదాల కోసం, ఆడంబరాల కోసమూ కాదే! వీళ్ళు చదువుకోవాలని, ప్రయోజకులు కావాలని కాదా! ఇంటి మీద అప్పు తీర్చమంటే అంతమాటలంటాడా? అయినా అందలమెక్కి ఎక్కిన నిచ్చెన తన్నేస్తే ఏదో ఒకనాడు దిగలేక దబ్బుమని నేల కూలతాడు " (పు. 62) అని చెప్పి బాధపడతాడు.

చిన్న కొడుకు నేనే ఉద్యోగం చేసి అప్పులు తీర్చి, మిమ్మల్ని ఆదుకుంటానని చెప్పి ఇంటర్వ్యూకు వెళ్తూ, తాగుబోతు రౌడీషీటరు కత్తికి బలైపోతాడు. రౌడీకి భయపడి ఎవరూ సాక్ష్యం చెప్పకపోవడంతో కేసులు కొట్టి వేస్తారు. దీంతో అలమేలమ్మ దంపతులు దిక్కుమొక్కు లేనివాళ్ళయ్యారు.

ఇంక మిగిలింది కూలడానికి సిద్ధంగా వున్న ఇల్లు లక్షలు విలువ చేసే ఇంటిస్థలం. తీసుకున్న అప్పుమీద వడ్డీ పెరిగి తడిసి మోపెడయింది. అప్పుకట్టనందుకు షావుకారు వాళ్ళని ఇల్లు ఖాళీ చేయించి, బుల్‌డోజర్‌తో చదును చేయించాడు. దీంతో అలిమేలమ్మ 'మనసులు' బతుకులు ఖాళీ అయిపోయాయి. ఇహ ఇల్లెంతలే!" అని సరిపెట్టుకోగల్గింది కానీ, భర్త మాత్రం ఇంటిని, బిడ్డల్ని పోగొట్టుకున్నామనే వేదనతో విలవిల్లాడిపోయి కానరాని లోకాలకు వెళ్ళిపోయాడు.

ముప్పైయ్యేండ్లు తనకు తోడుగా, నీడగా వుంటూ ఒక కంచంలో తింటూ, ఒకే మంచంలో పడుకుంటూ, ఒకే మాట, ఒకే బాటలో కలిసి నడచిన భర్త లేకపోవడం, తనను ఆదరించే వాళ్ళులేని అనాథ అయింది అలిమేలమ్మ. పెద్దకొడుక్కి తండ్రి మరణవార్త తెలిసినా కాన్ఫరెన్సుతో బిజీ అయ్యాడు. కోడలు అవసరమైతే డబ్బులివ్వమని వాళ్ళనాన్నతో కబురు పంపింది. ఇది తెలిసిన అలిమేలమ్మ ఎన్ని కష్టాలొచ్చినా నేనున్నానంటూ ఓదార్చే మంగళ సూత్రాలు, సూతకం దాకా ఎందుకని వాటిని అమ్మి భర్త శవాన్ని దహనం చేయించిన పుణ్యస్త్రీ.

అలిమేలమ్మకు మిగిలింది భర్త కోర్కెను తీర్చడం. అతనికి ఇల్లంటే ప్రాణం. కనుక ఇంటి స్థలంలో భర్త చితా భస్మాన్ని చల్లుతుంటే, షావుకారు చూసి చెంప చెల్లుమనిపించి, బరబరా లాక్కొచ్చినా, తాను చేయ్యాల్సిన పని చేసింది. చిట్లిన నుదురు పెదవులు, ముక్కు నుంచి రక్తం కారుతున్నా వణుకుతున్న చేతులతో ముంత పెంకులోని భస్మాన్ని నుదుట పెట్టుకుని తృప్తిగా కళ్ళు మూస్తూ తన భర్తలో నిమజ్జనం అయిపోయింది.

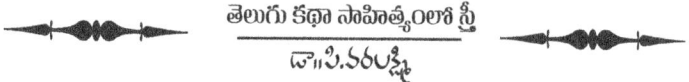

సావిత్రి, అనసూయలు భర్త ప్రాణాల కోసం ప్రాకులాడితే, అలిమేలమ్మ మాత్రం భర్తతో పెళ్ళిలో ఏడడుగులు నడిచినట్లు, మరణంలోనూ నడిచిన దయనీయురాలు, పతివ్రతా శిరోమణిగా రచయిత్రి చిత్రించారు.

4. భోజ్యేషుమాత:

భర్తను ఒకతల్లిగా ఆదరించిన భార్య గాథ ఇది. ఈ కథలో సిద్ధమ్మ, చిన్నయ్య భార్య. వీరికి నలుగురు కొడుకులు. రాయలసీమ కరువు ప్రాంతం. చిత్తూరు జిల్లాలో వర్షాభావం అధికం. చినుకులు లేకపోవడంతో పొలాలన్నీ బీళ్ళయినాయి. పనులు దొరక్కా, కూలీనాలీ లేక, పంటలు లేక విలవిల్లాడిపోతున్న కుటుంబాలన్నీ పట్నం చేరాయి. ముసలీ ముతకలు ఊర్లల్లో ఉన్నారు. వాళ్ళందరూ తమ బిడ్డలు పంపించే డబ్బులకోసం ఎదురుచూస్తూ, వాటిపై ఆధారపడి జీవిస్తున్నారు. వారిలో సిద్ధమ్మ, చిన్నయ్య దంపతులున్నారు. వీళ్ళ ఇల్లు అగ్ని ప్రమాదంలో కాలిపోగా, పక్కింటి వసారాలో దలదాచుకుంటున్నారు.

వీరికి లచ్చి అనే ఆమె అప్పుడప్పుడు గంజి నీళ్ళిచ్చి ఆదుకునేది. వాటిని సిద్ధమ్మ తాగకుండా, భర్త ఆకలికి తట్టుకోలేడని అలానే వుంచి తాగమనేది. ఒకప్పుడు బాగా బతికినోళ్ళం. ఇప్పుడు ఇలాంటి పరిస్థితి వచ్చిందని ఒకరికొకరు చెప్పుకుని బాధపడేవాళ్ళు.

చిన్నయ్య, సిద్ధమ్మలాంటి ఆడపిల్ల వుంటే బాగుండేదని అంటే, నేనే నీకు ఆడపిల్లని సిద్ధమ్మ అనేది. చిన్నయ్య "నిజమేబా! ఆస్తికి కొడుకులు ఆశకు కూతుర్లూ అన్నారు పెద్దోళ్ళు. మనంసస్తే... కొడుకులేమన్నా ఏడస్తారా పొడా! ఒక ఆడబిడ్డన్నా వుంటే తలకాడ కూచుని ఏడ్చేది కాదా? (పు.90) అంటాడు."సరిసర్లే! నాకు నువ్వేసాలు. ఇంగే ఆడబిడ్డా వద్దులే! నాకు నువ్వేడిస్తే సాలు" అని భర్త అంటే "అట్టా అనకబ్బా! నీ కన్నా ముందు నేనే పోవల్ల పసుపు కుంకాలతో" అని అంటూ కన్నీళ్ళ పర్యంతమైపొయ్యేది సిద్ధమ్మ.

సిద్ధమ్మ అనారోగ్యంతో బాధపడుతుంటే హాస్పిటల్‌కు పోవాలన్నా, మందులు కొనాలన్నా చేతిలో చిల్లిగవ్వలేదు. మనసులో బాధపడుతూ సిద్ధమ్మ "దుడ్లీకపోతే పోయిరి. ఓ పారన్నా వొచ్చి చూడకపోయిరి. సస్తానో, బతకతానో! బిడ్డల్నందర్నీ ఓపారి చూడాలనుందబ్బా" అంటుంది. మనవళ్ళు, మనవరాండ్రు అందరూ కలసి పదకొండు మంది వున్నా, ఆదుకుని, ఆప్యాయంగా పలకరించే వాళ్ళు కరువు అయ్యారు.

"ఒక్క కొడుకన్నా తిరిగీ మళ్ళీ చూడ్లా! ఏం బిడ్లో! పాడు బిడ్లు! ఆ బిడ్డలపైనే పానం పాపం సిద్ధమ్మకు ! కడాసూపు గడా లేకుండా పోతాంది". నేను, ఇంకెవరైనా నాలుగు మెతుకులు, గుంకెడు గంజినీళ్ళిచ్చినా మామకే పెట్టేసేది ఆకలికి ఆగలేదని. పాపం సిద్ధమ్మత్త! నలుగురు కొడుకుల్ని కని, సాకి, సంతరించి.. కడాకు ఆకలిసావు సస్తాండాది" (91) అన్న నాగమ్మ మాటలకి చిన్నయ్య చలించి పోయాడు.

"రోజు తాను తిన్నానని అబద్ధం చెప్పి, తన కడుపు నింపి, తను మాత్రం ఆకలికి ఆహుతైపోతూ, ఆకలి దప్పులు లేని అనంతలోకాలకు పయనమైపోతున్న 'భోజ్యేషుమాత'కు కన్నీళ్ళతో రెండు చేతులెత్తి నమస్కరించాడు చిన్నయ్య" (పు. 91)

'ఇలా కన్నబిడ్డల కడచూపు కోసం నిరీక్షణలోనే పరితపిస్తున్న 'ఎన్నో కన్న పేగుల విశ్వాసాలకీ కథాంజలి' అని చెప్పిన రచయిత్రి మాటలు ఎంతో ఆర్ధ్రభావాన్ని కల్గి ప్రతి గుండెను స్పృశింపజేస్తుంది. ఇలాంటి కష్టాలు ఏ తల్లితండ్రులకు రాకూడదు. ఇలాంటి బిడ్డలూ వుండకూడదు. కని పెంచి పెద్దచేసి క్షణక్షణం తమ పిల్లలకు ఉజ్వల భవిష్యత్తుండాలని కోరుకునే తల్లిదండ్రుల్ని వృద్ధాప్యదశలోనూ ఆదుకుని మీకు మేమున్నాం అని భరోసానిచ్చే రోజులు రావాలనీ, రచయిత్రి ఈ కథ ద్వారా పిలుపు నిచ్చారు.

సమాజంలో అనేక ఒడుడుకులకు గురవుతున్న స్త్రీలు మనోస్థైర్యంతో అడ్డు తగిలే దుశ్శక్తుల్ని ఎదుర్కొంటూ ముందుకు అడుగు వెయ్యాలనీ, స్త్రీల్ని సహృదయంతో ఆదరించే నాగరిక సమాజ ఏర్పాటుకు మనమందరం కృషి చేద్దాం.

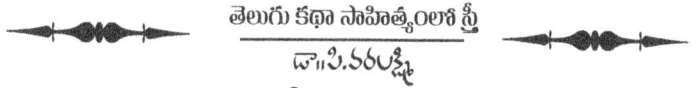

ఆచంట శారదాదేవి కథల్లో మహిళల ఔన్నత్యం

డా॥ వసంత కుమారి

ఆధునిక కథాసాహిత్యంలో ఆణిముత్యాలు ఆచంట శారదాదేవి కథలు. విశాలాంధ్రవారు ప్రచురించిన 67 కథలున్న ఈ కథాసంపుటిలో ప్రధాన కథా వస్తువు స్త్రీ జీవితమే. సరళ సుందరమైన భాషలో స్త్రీ సుకుమార హృదయ స్పందనలను స్పష్టంగా సమాజానికి చాటిన అంతర్ముఖి ఆచంట గారు. వీరి కథలు, సుపరిచితమైనా ఎన్నడూ ఆలోచించని జీవన వాస్తవాల్ని, ముఖ్యంగా మధ్యతరగతి స్త్రీల హృదయానుభూతులను వారి జీవితపు లోతులను స్పృశించి, పాఠకులను ఆలోచించేలా చేస్తాయి. ఆచంట శారదాదేవి గారి కథల్లో మహిళల ఔన్నత్యం అంతర్లీనంగా పాఠకులకు దర్శనమిస్తూ వుంటుంది.

పాప:

ఈ కథలో, బాగా డబ్బున్న కుటుంబంలో ఏకైక సంతానంగా పుట్టిన 17 సంవత్సరాల వయస్సున్న పాప చాలా గారాభంగా, విలాసంగా పెరుగుతూ వుంటుంది. ఆమె అసలు పేరు ఏమిటో ఎవరికీ తెలీదు. చిన్నప్పటి నుంచి పాప అనే అందరూ పిలుస్తూ వుంటారు. ఆమె వారి వీధిలోవున్న మధ్య తరగతి కుటుంబానికి చెందిన రంగారావుతో కాలక్షేపం కోసం స్నేహం చేస్తుంది. ప్రతిరోజూ లాగే అతనికోసం పార్కులో ఎదురుచూస్తూ వుంటుంది. కానీ ఆ రోజు అతను రాడు. అతను రాకపోవడం వలన అసహనంతో కళ్ళలో నీరు కారుతూ వుంటాయి. అప్పుడు ఒక పేద స్త్రీ చిరిగిన బట్టలతో ఆ పార్కులో వుండడం పాప చూసి, ఆమె వివరాలు తెలుసుకుంటుంది. ఆమెను పెండ్లి చేసుకున్న భర్త మొరటువాడని, ఆమెను వదిలేసాడని, పుట్టిన పాపకు పాలు చాలక, జబ్బు చేస్తే మందులు కొనలేక మరణించిందని, ఇప్పుడు ఆమెకెవరూ లేరని, ఇల్లు కూడా లేదని, అక్కడా అక్కడా అడుక్కుని జీవిస్తూ వుందని తెలుసుకుని పాపకు సిగ్గు వేస్తుంది. ఇల్లు

లేదు, వాకిలి లేదు, తినటానికి తిండిలేదు. కానీ ఆవిడ కంట తడిలేదు. నిర్లిప్తంగా వుంది. తనతో కబుర్లు చెప్పుకోవడానికి రంగారావు రాలేదన్న కాస్త చిన్న విషయానికి తను ఏడుస్తూ వుంది.

పాపకు ఆమె మీద జాలి వేస్తుంది. ఆమెకు సహాయం చేయాలనిపిస్తుంది. ఆమెను తనతో పాటు తీసుకెళ్ళి తన ఇంట్లో పని ఇప్పించి ఇంట్లోనే పెట్టుకోవాలని నిశ్చయించుకొని ఆమెను తీసుకెళుతుంది. పాప ఇప్పుడు పాపకాదు పెద్దదయింది, మానసికంగా, ఇతరులకు సహాయం చేయడంతో. కష్టాల్లో వున్న సాటి మనిషిని ఆదుకొని ఆశ్రయం కల్పించి ఆమెతో స్నేహం చేయడమన్న ఔన్నత్యాన్ని మహిళా మణి అయిన పాప ఈ కథలో చాటి పాఠకలోకానికి దిశానిర్దేశం చేస్తుంది.

నిద్రలేని రాత్రి:

ఈ కథలో, జానకి ఆదర్శవంతమైన గృహిణి. తనకిష్టమైన గులాబిరంగు చీరకొనాలని 50 రూపాయలు దాచుకొని వుంటుంది. వాళ్ళింటికి పరిచయస్తురాలైన మాలతి వచ్చి జానకి భర్తతో కాలేజీలో నాటకం వేస్తూ వున్నాము మీరు తప్పకుండా రావాలి 25 రూపాయల టికెట్లు రెండు ఇస్తున్నాను అని టికెట్లు అంటగడుతుంది. భర్త, జానకి దాచుకొన్న 50 రూపాయలు మాలతికిమ్మంటాడు. తనకెంతో బాధ అయినా భర్త బాధపడకూడదు అని ఇచ్చివేస్తుంది. ఆ రోజు తన ప్రక్కింటి స్నేహితురాలితో సినిమాకు వస్తానని మాటిచ్చినాను అని చెప్పినా, వినకుండా జానకిని నాటకానికి తీసుకెళుతాడు. ఆమెకు నాటకంలో బాగా తలనొప్పి వస్తుంది. ఇంటికొచ్చిన తర్వాత కూడా తగ్గక రాత్రంతా నిద్రపోదు ఆమె. తెల్లవారుతూ వుండగా ఆమెకు అప్పుడే నిద్రపడుతూవుంటుంది. భర్త, జానకీ! కాఫీ తెస్తావా? అని అరుస్తూ వుంటే లేచి కాఫీ ఇచ్చి తిరిగి పడుకోవడానికి వెళ్ళబోతూవుంటుంది. ఇవాళ ఆదివారం కదా! అందుకే ఇక్కడ పేకాడుకోవచ్చని మనింటికి శ్యామరావుని, గణపతిని భోజనానికి రమ్మన్నాను, వారికి వంట తొందరగా చేసిపెట్టమని జానకితో

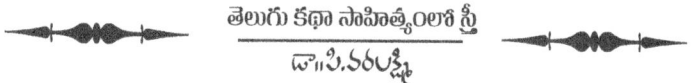

ఆమె భర్త చెపుతాడు. ఆమె ముఖం వాడిపోతుంది. ఒక్క క్షణమే, మళ్ళీ తిరిగి ఉత్సాహంగా అలాగే అంటుంది. పేపరు పైకి తేనా, క్రిందకు వస్తారా అంటూ, తన పనుల్లో నిమగ్నమైపోతుంది. ఆమె నిద్రలేని కనులను చూసి భర్త ఏమని అడగలేదు, చెప్పాలని ఆమెకూ అనిపించలేదు.

ఈ కథలో కార్యేషుదాసి అన్న రీతిలో భర్తకు సేవలు చేసే భార్యగా, భర్త సంతోషం కోసం తన సంతోషాల్ని త్యాగం చేసే స్త్రీ మూర్తిగా, తన ఆరోగ్యాన్ని అసౌకర్యాన్ని లెక్కించక భర్త ఇష్టాలకనుగుణంగా నడుచుకొంటూ, తనకు అన్నీ అమర్చే అమృతమయి అయిన జానకి పాత్ర నేటి సమాజంలోని ఎందరో భార్యమణుల స్వభావాలకు ప్రతిరూపం. భర్త సంతోషమే తన సంతోషమని భావించే వీరి అపురూపమైన ఉన్నత మనస్తత్వాలు మహిళల ఔన్నత్యాన్ని ఆకాశమంత ఎత్తున నిలుపుతున్నాయి.

మార్పు:

శాంత, శశి చిన్ననాటి స్నేహితులు. ఒకే వీధిలో వుండేవారు. శాంతా వాళ్ళింట్లో చిన్నప్పటి నుంచి శశి ఆడుకోవడమే కాదు. ఆమె వద్ద సహాయం కూడా పొందుతూ వుండేది. పెద్దయిన తరువాత అందంగా వున్న శశిని బాగా డబ్బున్న వ్యక్తి పెండ్లి చేసుకొంటాడు. దానితో పాటు ఆమెకు గర్వం కూడా వస్తాయి. నిరాడంబరంగా వుండే శాంత అమ్మ, అంతస్తులు – అంతర్యాలు గురించి ఎప్పుడూ ఆలోచింపక తన కూతురు శాంతను నిగర్విగా తీర్చి దిద్దుతూ వుండడం వలన, శాంత పెండ్లిచేసుకొని మంచి వ్యక్తిత్వంతో జీవిస్తూ వుంటుంది. తన ఇంటికి చూడటానికి వచ్చిన శాంతను, ఆమె అమ్మను శశి ధనగర్వంతో అవమానిస్తుంది. కొంతకాలం తర్వాత కాలం తారుమారై భర్త, మామ చనిపోయి నలుగురు పిల్లలతో రోడ్డున పడ్డ శశి మళ్ళీ శాంత స్నేహాన్ని, సహాయాన్ని అర్థిస్తుంది.

జరిగిన విషయాలేవి మనసులో పెట్టుకోక క్షమతో శాంత తన సహాయాన్ని స్నేహాన్ని శశికి అందించి, తన ఔన్నత్యాన్ని చాటుకొంటుంది.

ఇరుగుపొరుగు:

ఈ కథలో, గృహిణిగా వున్న భార్యకు ఆరోజు జ్వరం వస్తూ వుంటుంది. పనిమనిషి రాదు. ఆరోగ్యం సరిగా లేకపోయినా పని, వంట తానే చేసుకొంటూ వుంటుంది. భర్త ఆమెను గురించి ఏమిపట్టించుకోడు. ఆమె అనాసిన్ మాత్ర వేసుకొని అన్ని పనులు చేస్తూ వుంటుంది. అప్పుడు వాళ్ళ భర్త క్లాస్‌మేట్ అతని భార్యతో కలసి వీళ్ళింటికి వస్తారు. భర్త వారికి భోజనం సిద్ధం చేయమంటాడు. అంత అనారోగ్యంలోను నవ్వుతూ అన్ని సిద్ధం చేస్తుంది. వాళ్ల భోజనాలయిన తర్వాత రాత్రి ఆమె పడుకొంటుంది. భర్తకు ఆఫీసువాళ్ళు ఇచ్చిన ఫోను వీళ్ళ ఇంటిలో వుంటుంది. ఆ చుట్టూ ప్రక్కల రెండు వీధుల వాళ్ళకు ఎవరికే అవసరమున్నా ఈ ఫోన్‌కే చేస్తూ వుంటారు. అర్ధరాత్రి వీళ్ళ ఇంటిలో ఫోన్ మ్రోగుతూంది. ఎక్కడో రెండు వీధులకవతల వున్న నరసింహాచారిని పిలువమంటారు. అర్ధరాత్రి వీలుకాదన్నా, పావు గంటకొకసారి చేసి విసిగిస్తారు. తెల్లవారి అయిదుగంటలు కాగానే ఎదురింటి శాస్త్రిగారు ట్రంక్ కాల్ చెయ్యాలంటూ వచ్చి ఇంట్లో కూర్చోంటాడు. ఇక వారికి కాఫీలు మర్యాదలు. అలసటగా వుండి పడుకోబోతూవుంటే పాలు పెరుగు కావాలని వచ్చిన ప్రక్కింటి ఆఫీసర్‌గారి భార్య, ఎదురింటిలోవున్న వాళ్ళ మనవల్ని టీవీ కోసమని వీళ్ళ ఇంటిలో వదిలివెళ్ళిన చుక్కమ్మగారు, ఆ పిల్లల పోట్లాటలు ఇలా సాగిపోతుంది రోజంతా. ఆమెకు విశ్రాంతి తీసుకోవడానికి అవకాశమే వుండదు.

అనారోగ్యంతో వున్నా అసహనం చూపక, నవ్వుతూ అన్నీ అందరికీ చేసిపెట్టే సహనమూర్తిగా, ఇరుగుపొరుగుకు సహాయాన్ని అందించే స్త్రీ ఔన్నత్యాన్ని ఈ కథలో రచయిత చాటారు.

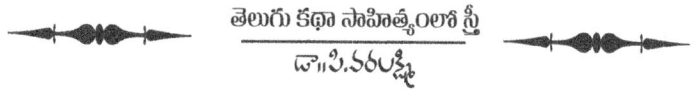

మధ్య తరగతి:

ఈ కథలో హీరో చిన్నప్పుడు శెలవులకు తన అక్క శ్యామలగారి ఊరువెళ్తాడు. అది పల్లెటూరు, ఆ వూరిలో వాళ్ళ అక్కయ్య ఇల్లే పెద్దది. ఆ ఊళ్ళోకల్లా వాళ్ళే ధనవంతులు. ఎప్పుడూ ఎవరో ఒకరు వచ్చి ఏదో ఒక బాధ చెబుతూ ఉండడం, అక్కయ్య ఆ బరువు తనదేనని వాళ్ళ బాధలు నెత్తిన వేసుకుని వాళ్ళని ఆదరిస్తూ వుండడం ఇది ఆమె దిన చర్యలో ఒక భాగం. ఒక రోజు ఒకావిడ గాబరాగా వచ్చి తన భర్త కాలుకు తగిలిన గాయం మానలేదు. సెప్టిక్ అయిదంటున్నారు అంటూ కళ్ళనీళ్ళు పెట్టుకొంటుంది. వాళ్ళ అక్క నువ్వేం భయపడకు, నేను బండికట్టించి పట్నం పంపిస్తానులే, అదే తగ్గిపోతుంది. అని ఆమె కన్నీళ్ళు తుడుస్తుంది. ఇంకోసారి ఇంకో ఆమె వచ్చి పట్నం నుంచి మావాడు కబురుపెట్టాడు. వారం రోజుల్లో స్కూలు ఫీజు, పరీక్ష ఫీజు అన్నీ కట్టాలట అని బాధపడితే ఆ డబ్బు అక్కయ్య ఏర్పాటు చేసింది. ఇలా ఎప్పుడూ ఎవరో ఒకరు వచ్చి ఏదో ఒకటి చెప్పడం, అడగడము, అక్కయ్య ఒక్కక్షణమైనా ఆలోచించకుండా అన్నీ సర్దుబాటు చేస్తూ వుండడం. ఆ ఇంట్లో అతి సహజంగా నిత్యం జరిగేవి. అక్కయ్య తన కోసం ఏదయినా కావాలని ఎప్పుడూ ఆలోచించేది కాదు. ఎప్పుడూ అందరి సమస్యలూ, బాధలు తనవేనని వాటిని గురించి మాత్రమే తాపత్రయ పడేది. అందరూ మన వాళ్ళే, వాళ్ళ సమస్యలన్నీ మనవే అని అనుకోవడమే ఆమె స్వభావం. కానీ ఎప్పుడూ ఆమె ఏదో ఘనకార్యం చేస్తూందని అనుకోలేదు. అక్కయ్య వ్యక్తిత్వాన్ని ఆమె ఇతరులకు సహాయం చేసిన పనులను హీరో పెద్దయిన తర్వాత గుర్తుకు తెచ్చుకొని ప్రేరణ పొంది తాను ఇతరులకు సహాయం చేస్తాడు.

మదర్ థెరిస్సా లాంటి ఎందరో మహిళామణులు ఇతరుల సేవకు తమ జీవితాల్ని త్యాగం చేశారు. ఈ కథలోని హీరో అక్కయ్య పాత్ర ఔన్నత్యం ఇతరులకు స్ఫూర్తినిస్తుంది. అందరికీ సహాయం చేయడమనే అరుదైన మానవత్వ ఔన్నత్యాన్ని చాటుతుంది.

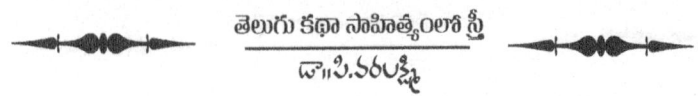

రైల్లో:

ఈ కథలో రాజమండ్రికి వెళ్ళడానికి హీరోయిన్ రైల్లో కెక్కుతుంది. రైలుపెట్టెలు నిండిపోయి నిలుచోవడానికి కూడా సరిగా చోటులేనట్టుంటుంది. ఆ భోగిలో ఒక ఆకుపచ్చ చీర ఆవిడ సీటు మీద పరపు పెట్టుకొని హాయిగా కూర్చోని వుంటుంది. ఈమెను చూసి ఆమె సీటు మీద వున్న పరుపు తీసి రండి కూర్చోండి అని కూర్చోవడానికి సీటు ఇస్తుంది. రైలు కదిలే సమయాన పసి బిడ్డను పట్టుకొని వున్న ఇంకో ప్రయాణికురాలు ఆ పెట్టేలోకి ఎక్కుతుంది. రైలు కదులుతుంది. అందరూ ఇరుకుగా వుందని తిట్టుకొంటూ వుంటే, ఆ ఆకుపచ్చ చీరామె సర్దుకొని కూర్చోని వారిరువురి మధ్య ఆ చిన్న బిడ్డ తల్లికి చోటు ఇస్తుంది. తనకు ఇబ్బంది, ఇరుకు అయినా సరే ఆ ఆకుపచ్చ చీరావిడ వచ్చిన వాళ్ళకు సీటు ఇవ్వడం హీరోయిన్‌కు ఆశ్చర్యాన్ని కలిగిస్తుంది. హీరోయిన్ ఆ రైల్లో చోటున్నాకూడా, చోటు లేదు, ఇంకో పెట్టెలోకి వెళ్ళమని కసిరే వాళ్ళను, సీటు మీద సామాను పెట్టి రాత్రి నిద్రకి స్థలం రిజర్వు చేసుకొని, తియ్యమన్న ప్రతివారితో పోట్లాడే వాళ్ళను, ప్రక్కవాళ్లను కారణం లేకుండానే తోస్తూ హింసించే వాళ్ళను చాలా మందిని చూశాను, కానీ తనకు ఇబ్బంది అయినా ఆలోచించకుండా పెట్టెలోకి వచ్చే ప్రతి వ్యక్తికి చిరునవ్వుతో స్వాగతమిస్తూ చోటు చూపించే స్త్రీని చూడడం ఇదే మొదటిసారి అనుకొంటూ, ఆకుపచ్చ చీర ఆమెతో మీకు ఇబ్బంది కదండి అంటుంది. అప్పుడామె ఫరవాలేదండీ, నిద్రకోసం వాచిపోయినామా? ఎంతసేపు? తెల్లవారితే యెవరింటికి వాళ్ళం వెళ్ళిపోతాము, రేపు రోజంతా నిద్రపోవచ్చు. ఇక్కడే వుండిపోముగదా! ఉన్న కాసేపు ఒకరికొకరం సాయం చేసుకోకపోతే ఎలాగ? అన్న ఆమె సహజ ఔదార్యం ముందు హీరోయిన్ సంస్కారం తలవంచుకుంటుంది. ఆకుపచ్చచీరావిడ తను నిలుచుకొని చిన్న పిల్లలను తన సీటులో పడుకోబెట్టమంటుంది. హీరోయిన్ మరింత ఆశ్చర్యానికి లోనై తన సీటులో ఆమెను బలవంతంగా కూర్చోబెట్టి తాను నిలుచుకుంటుంది.

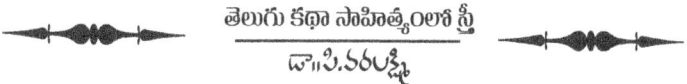

ఇతరులకు సహాయం చేయడం, విశాల దృక్పథంతో ఆలోచించడం, ఇతరులకు స్ఫూర్తినివ్వడం చిలకపచ్చ చీర కట్టుకుని రైల్లో ప్రయాణం చేసే 40 సంవత్సరాల మహిళ పాఠకలోకానికి నేర్పిస్తుంది, మహిళల ఔన్నత్యాన్ని చాటుతుంది.

తెల్లార్తే ముహూర్తం:

ఈ కథలో, హీరోయిన్ వాళ్ళ అత్త ఆహ్వానం మేరకు, వాళ్ళింటికి భోజనానికి వెళుతుంది. వాళ్ళ మామయ్యకు ముక్కు మీదనే కోపం వుంటుంది. అత్తయ్య ఓపిగ్గా బోలెడు రకాలతో వంట చేస్తుంది. భోజనాలు ప్రారంభమవుతాయి. మామయ్యకు ఒక్కటీ నచ్చదు, ఎందుకో భోజనానికి వచ్చినప్పటి నుంచి ధుమ ధుమలాడుతూ వుంటాడు. కళ్ళతో నవ్వుతున్నట్లు వడ్డిస్తున్న అత్తయ్యకు చేతులు వణుకుతూ వుంటాయి. ఆఖరికి ఒక్కసారిగా విస్తరి విసిరేసి లేచి చక్కాపోతాడు మామయ్య. హీరోయిన్‌కు భోజనం తినబుద్ధి పుట్టదు తనతో తాను ఇలా అనుకొంటుంది "మనకి ఆపుకోలేని కోపం వచ్చినప్పుడు ఒక్కసారి అద్దంలో చూసుకోవాలి. ఆ నిమిషంలో ముఖం ఎంత అందవికారంగా ఉంటుందో! ఒక్కసారి చూస్తే మళ్ళీ మనకెప్పుడూ కోపం రాదు". అత్తయ్య తొణకకుండా, పైకి నవ్వుతూ వుంటుంది. హీరోయిన్ అడుగుతుంది అత్తయ్యను, మామకు కోపం వస్తే నీకు కష్టంగా వుండదా, నువ్వు ఎలా నవ్వుతూ వుండగలుగుతున్నావని. ఎందుకు కష్టం! పదేళ్ళ నుంచి చూస్తున్నాను, ఇవ్వాళేం కొత్తా! అయినా ఆయనకు నిజంగా నామీదెప్పుడు కోపం రాదు, నారయ్య శిస్తు బకాయి పెట్టాడని, చంద్రయ్య ధాన్యం దాటేశాడని ఈ చిరాకులన్నీ ఇంట్లోకి వస్తూ వుంటాయి. అంతే అని చెపుతుంది అత్తయ్య.

ఈ కథలో అత్తయ్య పాత్ర మహిళల ఔన్నత్యానికి ప్రతీకగా నిలుస్తుంది, మూర్తీభవించిన సహనం, శాంతం, సరియైన అవగాహనా శక్తి, కుటుంబ నావను

ఏ ఒడుదుడుకులు లేకుండా సాఫీగా సాగిపోయేలా చేయగల నేర్పు మహిళామణుల సొంతమని చాటుతుంది.

ఒడ్డుకు చేరిన నావ:

ఈ కథలో, పద్మావతమ్మ రామారావులు భార్యాభర్తలు. వ్యాపారియైన రామారావు మూడు తరాలకు సరిపోయేంత డబ్బు సంపాదిస్తాడు. వారికి పిల్లలుండరు. ఆనందంగా సాగిపోతూంటుంది వారి జీవితం. కొంతకాలానికి జబ్బుచేసి రామారావు మరణిస్తాడు. పద్మావతమ్మ కోలుకోలేక పోతుంది. డబ్బులున్నాయని బంధువులు చాలామంది వచ్చి ఆమెతో పాటు ఇంట్లో వాళ్ళ పిల్లలతో సహా వాళ్ళు కూడా వుండిపోతామని లేఖలు వ్రాస్తారు. ఈ ఆస్తిని సక్రమంగా సంరక్షించగలనా? మేనేజర్లు, బంధువులు మోసం చేస్తారేమో అని ఆమెకు రకరకాలు భయాలు మొలకెత్తుతాయి. ఏమవుతుంది? మహా అంటే మేనేజరు కొంత డబ్బు వాడుకొంటాడేమో, పోనీలే పిల్లలు గలవాడు, బంధువులకు, స్నేహితులకు, తన్ను ఆశ్రయించుకున్న వాళ్ళకు కాకపోతే ఈ డబ్బు తనకెందుకు, భద్రంగా ఎన్నాళ్ళు దాచుకుంటుంది, ఎంత కాలం బ్రతుకుతుంది, అని నిర్ణయం తీసుకొంటుంది. తను బాధ భయాల నుంచి కోలుకొని ధైర్యంగా జీవిస్తుంది. బంధువులను ఆహ్వానిస్తుంది. ఇల్లు సందడిగా పిల్లల అరుపులు, ఆటలు, పెద్దవాళ్ళ మాటలతో కలకలలాడుతోంది. ఆమె వారందరికీ సహాయం చేస్తూ అందరినీ ఏ లోపం లేకుండా చూసుకొంటుంది, అయినా ఏదీ ఆమె మనసును అంటకుండా, తామరాకు మీద క్షణం నిలిచి జారిపోయిన నీటి బొట్టులా ప్రతి సంగతి ఒక్క క్షణం అమె మనసును తాకి మళ్ళీ జారిపోతుంది. ఆమె జీవితం ఒడ్డుకు చేరిన నావలా వుంటుంది.

ఈ కథలో, జీవితంలో ఊహించని కష్టాలు ఎదురయినప్పుడు ఎదురయ్యే బాధలు భయాల నుండి భయటపడడం, ఇతరులకు సహాయపడడం, విశాలమైన

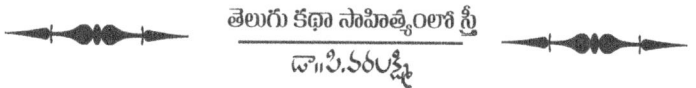

మనసును కలిగివుండడం, తామరాకుపై నీటి బొట్టులా జీవించి వుండడం లాంటి ఎన్నో గొప్ప విషయాలను పాఠకులకు తెలియచేసి తన ఔన్నత్యాన్ని చాటుతుంది మహిళామణి పద్మావతమ్మ పాత్ర.

పునరాగమన:

ఈ కథలో, పల్లెటూరిలో పుట్టి పెరిగిన శకుంతల వివాహం చేసుకొని చెన్నపట్నానికి వెళుతుంది. అక్కడ ఆమె ఎవ్వరితో మాట్లాడక, సంతోషంగా వుండకుండా, ఎప్పుడూ తన పుట్టినిల్లు, అక్కడి తన దినచర్యా, అక్కడి బంధువుల స్నేహితుల ముచ్చట్లు తలుచుకొంటూ, బాధపడుతూ వుంటుంది. అవ్వన్నీ ఎంతో బాగున్నాయి, ఇక్కడ అవేవి లేవు, అని బాధపడుతూ వుంటుంది. భర్త ఆమె మోములో ఆనందం, ఉత్సాహం చూడాలని ఎంతో ఆశిస్తాడు, కానీ అవేవీ ఆమె ముఖాన కనిపించవు. మూడు సంవత్సరాలు అలా గడిచిన తర్వాత శకుంతల తనకు బెంగగా వుందని, తాను ఒక్కసారి తనవూరికి వెళ్ళి వస్తే గాని తన మనసు బాగుండదని భర్తకు చెపుతుంది. మరుసటిరోజే భర్త ఆమెను పుట్టింటికి రైల్లో పంపుతాడు. ఎంతో ఉత్సాహంగా వూరుకెళుతుంది శకుంతల. తన వూరు స్వరూపం మారిపోయి వుండడం, తాను ఆడుకొన్న గురుతులన్నీ చెదిరిపోయి వుండడం, అందరూ ఎవ్వరి పనులలో వాళ్ళు మునిగి వుండడం, గతంలోలా తాను వుండాలని అనుకొన్నవేవీ నెరవేరకపోవడం, స్నేహితులు పొడిపొడిగా మాట్లాడడం, ఇతర స్నేహితురాండ్రులు పెళ్ళైన తర్వాత సంతోషంగా వుంటూ ఆ వూర్లలోనే వున్నారని ఇక్కడకెప్పుడూ రారని తెలుసుకోవడంతో, శకుంతలకు అక్కడ ఎక్కువ రోజులుండాలని అనిపించక తిరిగి వెళ్ళిపోతుంది. తన భర్త వున్న వూరికెళ్ళి తన ఇంటికెళ్ళగానే ఆమెకు బెంగ తీరిపోయి సంతోషంగా అనిపిస్తుంది. ఇల్లు కొత్తగా సర్ది, కిటికీలు తెరచి అందరితో ఉత్సాహంగా మాట్లాడుతుంది. ఇంటికొచ్చిన భర్తకు ఆమె మోముపై తాను ఆశించిన ఆనందం, ఉత్సాహం కనిపించి మురిసిపోతాడు.

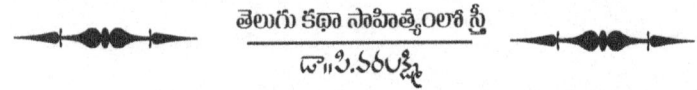

ఈ కథలో గడిచిన జీవితపు నీడలను వెతుక్కుంటూ జీవించాలనుకోవడం వెర్రి. గడిచిన జీవితమంతా కల. ఆ అనుభవాలు మళ్ళీ రావు. కొత్త అనుభవాలు ముందు పాతవి మరచిపోయి ఆనందంగా జీవించడం నేర్చుకోవాలనే సందేశాన్ని మహిళామణి శకుంతల పాత్ర పాఠకులకు తెలిపి తన ఔన్నత్యాన్ని చాటుకొంటుంది.

ఆచంట శారదా దేవి కథల్లో మహిళామణులు పైన తెలిపిన విధంగా, సాటి మనుష్యులను ఆదుకొంటూ, వారికి సహాయం చేస్తూ, భర్త సంతోషమే తన సంతోషమని కుటుంబ సేవ చేస్తూ, ఎన్నో త్యాగాలు చేస్తూ, సహనానికి మారుపేరుగా నిలుస్తూ, ఇతరులకు స్ఫూర్తినిచ్చే పనులు చేస్తూ, శాంత స్వరూపంతో కుటుంబ వ్యవస్థను సాఫీగా సాగిపోయేలా చేస్తూ, విశాలమైన మనస్సును కలిగివుంటూ, తామరాకుపై నీటి బొట్టులా జీవించాలన్న సందేశాన్నిస్తూ, గతంలోకాదు వర్తమానంలో జీవించాలన్న విషయాలను తెలియచేస్తూ, తమ ఔన్నత్యాన్ని చాటుతారు. ఈ కథల్లోని మహిళా పాత్రలు పాఠకులను పరవశింపచేస్తూ, ఆలోచింపచేస్తూ, ఔన్నత్యాన్ని అలవరచుకొనేలా చేస్తాయి.

కోడూరి కౌసల్యాదేవి కథల్లో స్త్రీ పాత్రలు

డా॥ఎ.సునీత

డిగ్రీ చదివే రోజుల్లోనే కథారచనకు శ్రీకారం చుట్టిన కోడూరి కౌసల్యాదేవి తన సాహితీ వ్యాసంగంలో అనేక నవలలు, కథలు, వ్యాసాలు వ్రాసి మధ్య తరగతి పాఠకుల హృదయాలలో చెదరని ముద్ర వేసుకున్న రచయిత్రి. ఈవిడ రచించిన కథలు విభిన్న శీర్షికలతో వివిధ కథా సంపుటాలుగా వచ్చినవి. వాటిలో విద్య అనే శీర్షికతో గల కథా సంపుటి 1977 సెప్టెంబరు నెలలో ప్రచురించబడినది. ఈ కథా సంపుటిలో మొత్తం 7 కథలు ఉన్నవి.

1) విద్య
2) చిగురుటాకులు
3) చక్కని రాజమార్గము ఉండగా
4) గాడిదలూ - గంధపు చెక్కలు
5) పేరు - ప్రఖ్యాతి
6) కర్తవ్యం
7) అందని ద్రాక్షపళ్ళు

స్త్రీ పురుష భేధం లేకుండా మానవులందరికి విద్య రహస్యంగా దాచుకున్న ధనం వంటిది. స్త్రీలు తమ జీవిత ప్రస్థానంలో అనుకోని ఒడుదుడుకులు ఎదుర్కొన వలసిన సందర్భాలు వస్తే, ఆ సమయంలో వారు నిస్సహాయిలుగా మిగిలిపోకుండా వుండేందుకు, ఏ క్షణంలో నైనా తమ జీవితాన్ని తాము గడిపేందుకు వీలుగా నిగూఢ గుప్తమగు విద్య అనే విత్తము కలిగి వుండాలని ఆకాంక్షిస్తూ కోడూరు కౌసల్యాదేవి రచించిన కథ విద్య.

ఈ కథలో తమకు తరిగిపోని సిరి సంపదలున్నవనీ, ఏదో కాలక్షేపము కోసమే చదువు అనుకున్న విద్య, సుబ్బులు అనే స్త్రీ పాత్రలు తమ జీవిత సర్వస్వమని భావించిన సంపదలను కోల్పోయినప్పుడు ఎదుర్కొనే సమస్యలు చిత్రితమైనవి.

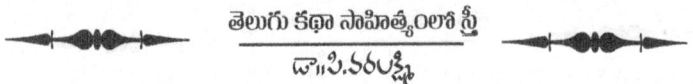

చదువుకున్న రమాదేవి రెండు, మూడు చోట్ల ఉద్యోగాలు చేసి వదిలేసినా, ఆమె నమ్ముకున్న చదువు చివరకు ఆమెను ఉన్నత స్థానంలో నిలుపుతుంది. భర్త సంపదను, తండ్రి సంపదను పరిగణన లోనికి తీసుకొని తమ జీవితాలకు లోటు రాదని స్త్రీలు భావించడం సరైనది కాదని ఈ కథేతివృత్తంలో వివరించారు. స్త్రీలకు చదువు ద్వారానే వ్యక్తిగత భద్రత, సామాజిక భద్రత లభిస్తాయని, కాబట్టి విద్య అనే ధనాన్ని కలిగివుండటం ఆధునిక స్త్రీల ప్రాథమిక అవసరం అని ఈ కథలో తమ జీవితాలలో కలిగిన పరిణామాల నేపథ్యంలో గుర్తించేట్లు విద్య, సుబ్బులు పాత్రలను మలచింది కౌసల్యాదేవి. అందుకే వితంతువై ఏ ఆధారం లేక ఒంటరిగా జీవితాన్ని వెళ్ళదీసుకునే పరిస్థితి వచ్చినప్పుడు సుబ్బులు రమాదేవితో "చదువుకుంటే ఏమైన ఉద్యోగం చేసుకుందును. బుద్ధి తక్కువ దాన్ని" అని చెప్పుకొని బాధపడుతుంది. రమాదేవి తన పూర్వ విద్యార్థి విద్య జీవితం గురించి చెప్పిన సందర్భంలో "మిడి మిడి జ్ఞానాలతో మిడిసి పడుతూ డబ్బే లోకం అనుకుంటారు చాలామంది మూర్ఖంగా కానీ విద్యను మించిన విత్తము లేదనడానికి మీ జీవితము, నా బ్రతుకు, విద్య బ్రతుకే నిదర్శనాలు అమ్మగారు" అంటుంది. సుబ్బులు అన్న ఈ మాటలవలన స్త్రీలు తమ బ్రతుకు తెరువు మార్గాలను ఎప్పుడూ తెరచి వుంచుకోవాలని, కుటుంబం విచ్ఛిన్నమైన సందర్భాలలో తమ జీవితాలను సాఫీగా గడిపేందుకు అవసరమైన అర్హత కలిగియుండాలని ఈ కథలోని స్త్రీ పాత్రల జీవితాలు నిర్దేశిస్తాయి.

'చిగురుటాకులు' కథలో స్త్రీలు పిల్లల విషయంలో పొరపాటుగా వ్యవహరిస్తే కలిగే పరిణామాలను వివరించారు. ఈ కథలో జానకి మధ్య తరగతి గృహిణి. ఈమెకు గోపి అనే కొడుకుంటాడు. ఒకసారి గోపి బంతి కొనుక్కోవడానికి రెండు రూపాయలు కావాలని జానకిని అడుగుతాడు. రేపిస్తానని చెప్పి పంపిస్తుంది. పక్కింటి పిన్ని అరువు అడగటంతో అల్మారా తీసిన జానకికి అందులో రెండు

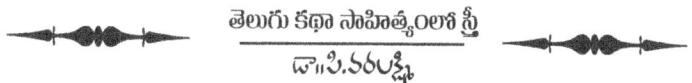

రూపాయలు తక్కువగా కనిపిస్తాయి. గోపి వాటిని తీశాడన్న అనుమానంతో అతనిని బాగా కొడుతుంది. గోపి నిజం చెప్పినా నమ్మదు. దాంతో తల్లి కొట్టిన దెబ్బలు భరించేకన్నా అబద్ధాన్ని చెప్పడం మేలని భావించి చివరకు గోపి ఆ రెండు రూపాయలు తానే తీసానని అబద్ధం చెబుతాడు. జానకి భర్త ఆ రెండు రూపాయలను తన కిచ్చిన విషయం గుర్తు చేశాక చేయని నేరానికి పిల్లవాడిని శిక్షించానని బాధపడుతుంది. అధికారం చిగురుటాకు వంటిది. ఎండతగిలి వాడిపోకుండా కాపాడుకోవాలి. అలాగే పసిమనస్సు కూడా చిగురుటాకు వంటిది. చిగురుగా వున్నప్పుడు చిన్న ముల్లు గ్రుచ్చుకున్న ఆ గుర్తు ప్రభావం ఆకు ముదిరి పోయే వరకు శాశ్వతంగా వుంటుందని పిల్లల విషయంలో జాగ్రత్తగా ప్రవర్తించాలని జానకి తెలుసుకుంటుంది.

ఈ కథా సంపుటిలో 3వ కథ 'చక్కని రాజమార్గముండగా'. కాలేజీ చదువులకు వచ్చిన యువతీ యువకులు పరస్పర ఆకర్షణకు లోనుకావడం సహజం. వారి మధ్య ఏర్పడే పరిచయాలు ప్రేమలకు, వివాహానికి ముందే లైంగిక సంబంధాలు ఏర్పడేందుకు అవకాశం కల్పిస్తాయి. ఈ వైఖరిని నిరసిస్తూ వెలువడిన కథ యిది.

ఇందులో ప్రసాద్ మేరీ వంటి యువతులతో చేసే స్నేహాలు, సంబంధాలు చూపించి ఇలాంటి సంబంధాలలోని కృత్రిమతను మైథిలి వల్ల తెలుసుకున్న ప్రసాద్ స్త్రీ పురుష సంబంధాలకు చక్కని రాజమార్గము వివాహమేనని గుర్తించి తన పాత జీవిత విధానానికి స్వస్తి చెబుతాడు. ఈ కథలో స్త్రీ పురుషులిరువురికి తమ కోరికలు తీర్చుకునే చక్కని రాజమార్గంగా వివాహ వ్యవస్థను సమాజం స్థాపించిందనీ, దాన్ని గుర్తించి యువతరం ప్రక్కదార్లు పట్టకుండా తమ జీవితాలను రాచబాటలో నడుపుకొని సుఖమయం చేసుకోవాలని సూచించింది.

సంప్రదాయ భావనలు గల స్త్రీ పాత్రలు కోడూరి కౌసల్యాదేవి కథలలో కనిపిస్తాయి. గాడిదలూ - గంధపుచెక్కలు కథలో కాంతమ్మ పాత్ర ఈ కోవకే చెందుతుంది. ఈ కథలో ఆలస్యంగా నిద్రలేచిన కూతురుతో కాంతమ్మ "చదువులూ సంధ్యలు అంటూ ఇలా విర్రవీగుతారని నేను నిన్ను చదివించలేదు. అయినా ఇలా ఏకు మేకై కూర్చున్నావే. బియ్యేలు, ఎమ్మేలు తగలెడితే, ఇంకా ఎలా తయారయ్యుండేదానివో ఎద్దులాగా" అంటూ మందలిస్తుంది. కాంతమ్మ అన్న మాటల ద్వారా చదువుకున్న స్త్రీలు గర్వంతో విర్రవీగుతారు. వినయంగా వుండరు. కుటుంబంలో ఇమడరు. అనే సంప్రదాయ భావాలు సమాజంలో స్థిరపడి వున్నాయని తెలుస్తుంది. ఎమ్మే చదివిన కాంతమ్మ కోడలు విమల తన అత్తగారి చాదస్తాన్ని గుర్తించి "కాస్త చదువు, వ్యాపకం అంటూ వుంటే ఎవరికైనా ఓ పద్ధతి, శిక్షణా అనేవి తిన్నగా వుంటాయి. చదువులేక సూరీడు అలా వున్నదంతే". అని చెప్పిన సందర్భంలో ""చదువుపేరిట స్కూళ్ళలో పడి మగాళ్ళ వేట చేసుకోవల్సిన గతిలేదు నా కూతురికి. శుభ్రంగా కట్నమిచ్చి పెళ్ళి చేయగల తాహతున్నది మాకు" అని పరోక్షంగా విమలను విమర్శిస్తుంది. కాంతమ్మ కొడుకు ఎమ్మే చదవుతూ తన సహాధ్యాయిని అయిన విమలను ప్రేమించి పెళ్ళిచేసుకుంటాడు. కొడుకుకు వచ్చే కట్నంపై ఎన్నో ఆశలు పెట్టుకున్న కాంతమ్మకు ప్రేమ పెళ్ళి పేరుతో పైసా కట్నం లేకుండా వచ్చిన విమలంటే గిట్టదు. చదువుకుంది కాబట్టే తన కొడుకును వలవేసి పట్టిందని ఆమె అభిప్రాయం. అందుకే ఒక్కసారి తన కూతురు సూరీడుతో "ఎమ్మే పాసయింది గనుకనే నా డాక్టరేట్ కొడుకుని వెంటపడి గద్దలా తన్నుకుపోయింది. సాటి వాళ్ళందరికి లక్షల లక్షలు కట్నం పలుకుతూ వుంటే నా ముఖాన ఓ పట్టుచీర మాత్రం పడింది". అంటుంది.

చదువువల్ల జీవిత విషయాలలో స్త్రీల భాగస్వామ్యం చురుకుగా వుంటుంది. వారిలో నిర్ణయాధికారం ఏర్పడుతుంది. ఈ క్రమంలోనే ఎమ్మే చదివిన విమల తన జీవిత భాగస్వామిని తానే ఎంపికచేసుకుంది. దీనివల్ల పెళ్ళిలో పెద్దల

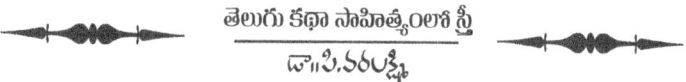

ప్రమేయం, వరకట్న ప్రసక్తి లేకుండా పోయాయి. అయితే కాంతమ్మ వంటి సంప్రదాయ స్త్రీలు దీన్ని భరించలేరు. ఇది తమ ఆధిక్యతపై దెబ్బ. పెద్దరికానికి అవమానకరం అనుకుంటారు. ఆర్థిక ప్రయోజనం దెబ్బతినడం వుండనే వుంది. అందువల్లనే ఆమె విమలను భరించలేకపోయింది. అడుగడుగునా అవమానించాలనే ప్రయత్నిస్తుంది.

కూతురుకు పెళ్ళి సంబంధం నిర్ణయించే సందర్భములో ఆమె అభిప్రాయాన్ని తెలుసుకోమన్నప్పుడు కూడా "మన ఇంటా వంటా లేవు. ఆడపిల్లలు నోరెత్తడమనేది పెళ్ళివిషయంలో. రాధాకృష్ణగాడు ఏదో అప్రాచ్యపు పనిచేశాడే గాని మన వంశంలో ఏ మగవాళ్ళు మాత్రము వాళ్ళకి వాళ్ళు పిల్లని ఎంచుకొని ముడిపెట్టుకున్నారు చెప్పండీ ? తల్లిదండ్రుల మాట ప్రకారం పెళ్ళిళ్లు జరగడమే మన వంశాచారం" అంటుంది. కాంతమ్మ మాటలు చదువుకున్న యువతరం చైతన్య వంతులై తమజీవిత విషయాలలో స్వీయనిర్ణయాధికారాన్ని కలిగియుండటం కుటుంబవ్యవస్థకు భంగకరమని తెలుపుతున్నాయి. స్వయం నిర్ణయాధికారాన్ని పితృస్వామ్య సమాజం ఆమోదించదు. ఆ సమాజ ప్రతినిధిగా స్వయం నిర్ణయాధికార చైతన్యాన్ని అందించే చదువు వారికి అవసరం లేదని కాంతమ్మ భావన. అందుకే కూతుర్ని చదివించలేదు. ఆమె పెళ్ళి విషయంలోను ఆమెను సంప్రదించకుండానే నిర్ణయం తీసుకుంది. అత్తగారింట్లో తన ఆడపడచు సూరీడు స్వభావాన్ని, ప్రవర్తనను గమనించిన విమల "విద్య ఉన్నవారు విచక్షణను పాటిస్తారనేది సత్యమా, విద్యలేని సూరీడువంటి మూర్ఖులు ఎక్కువ తప్పటడుగులు వేస్తారనేది సత్యమా" అని తనలోతాను మధనపడుతుంది.

'పేరు ప్రఖ్యాతి' కథలో దీపావళి పండుగ ఏర్పాట్లగురించి భర్త, పిల్లలతో చర్చించాలనుకుంటుంది సుశీల. కాని వారు ఏదో విషయం గురించి సుదీర్ఘ చర్చలో వుండటం చూసి అసలు విషయమేమిటని ఆరా తీస్తుంది. పేరు, ప్రఖ్యాతి తెచ్చిపెట్టే పని చేయడానికి చర్చిస్తున్నామని వారు సమాధానం చెబుతారు. వారికి తెలుగు సరిగ్గా రాదనే విషయాన్ని గుర్తుచేస్తుంది సుశీల.

పండుగ బట్టల కోసం వెళ్ళివచ్చిన సుశీల ఇంట్లో టేబుల్ మీద తాను చదివే నవలలు, తెలుగులో వ్రాసిన పాత వుత్తరాలు వుండటం చూస్తుంది. పిల్లలు, భర్త కలిసి, ఆ వుత్తరాలు, నవలల సహాయంతో తన తల్లికి తెలుగులో వుత్తరం వ్రాశారని తెలుసుకుంటుంది. దాన్ని కనీసం సుశీలకు చూపకుండానే పోస్టు చేస్తారు. ఆ ఉత్తరం చదివిన సుశీల తల్లిదండ్రులు ఊరినుండి వచ్చి సుశీలమీద పడి ఏడుస్తుంటారు. ఏనాడు తెలుగులో ఉత్తరం వ్రాయని తమ అల్లుడు తప్పుల తడకగా వ్రాసిన ఆ ఉత్తరాన్ని చదివి అతని మతి భ్రమించిందని భావించి ఓదార్చడానికి వచ్చారని తెలిసి తమ వీధిలో ఈ రకంగా పేరు ప్రఖ్యాతులు పొందిన భర్తను చూసి నవ్వాలో ఏడవాలో ఆమెకు తెలియదు.

కర్తవ్యం కథలో ఉద్యోగం చేసే స్త్రీలు ఎదుర్కొనే సమస్యలు కనిపిస్తాయి. ఈ కథలో కమల ఉద్యోగంలో చేరిన కొన్ని రోజులకే ఉద్యోగ జీవితంపై విరక్తిని పెంచుకుంటుంది. "అబ్బ ఆడవారు ఎందుకు ఉద్యోగాలకోసం ఎగబడుతారు. ఇటు హడావిడిగా ఇంట్లో వంట, అటు ఆఫీసుకు పరిగెత్తడం, మరలా వచ్చి ఇంటి పని, ఇంతేనా జీవితం ? పూర్తిగా మరమనిషై పోయాను. సాంఘిక జీవనమనేది దూరమైపోయిందినాకు" అనుకుంటుంది. కమల ఇలా అనుకోవడానికి కారణాలు అన్వేషించినట్లయితే ఇంటి బాధ్యతలను నిర్వర్తిస్తున్న స్త్రీలు ఉద్యోగాలు చేయాల్సి వస్తే అటు ఇంటిపని, ఇటు ఉద్యోగ నిర్వహణను చేయాల్సివుంటుంది. వారికి ఉద్యోగం చేయటం అదనపు బాధ్యతగానే వుంటుంది. దీంతో స్త్రీలపై పనిభారం, ఒత్తిడి అధికమవుతాయి. అంతేగాక ఆఫీసులో ఉద్యోగాలు చేస్తున్న స్త్రీల పట్ల అల్పమైన అభిప్రాయాలు తోటి పురుష ఉద్యోగులకు వుండటాన్ని గమనిస్తుంది కమల. ఒకరోజు ఆఫీసు సమయం అయిన తర్వాత తన పని కట్టిపెట్టి సీటునుండి లేస్తున్న కమలను ఉద్దేశించి హెడ్ క్లర్క్ "ఈ ఆడవాళ్ళతో వచ్చిన చిక్కే ఇది. అయిదయ్యేసరికి ఆఫీసువదిలి పారిపోవాలనుకుంటారు. బండెడు పని బాకీవున్నాగానీ, ఇలాగైతే ఎలా" అని విసుక్కుంటాడు. "పాపం ఇంటిదగ్గర

103

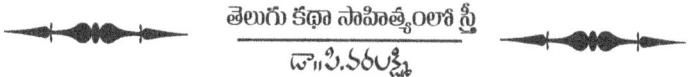

మగాళ్ళూరుకుంటారా మరి" ? అని మరో ఉద్యోగి, ఆ ఊరుకోక ఉరెట్టుకుంటారా ? మరీ అంత అనుమానించే వాళ్ళు తగుదుమమ్మా అంటూ ఉద్యోగాలకెందుకు పంపుతారో పెళ్ళాల్ని ? ఇంట్లో దాచుకోరాదూ అంటూ ఇంకో సహోద్యోగి తన గురించి మాట్లాడుకోవటం వింటుంది కమల. ఉద్యోగాలు చేస్తున్న స్త్రీల పట్ల చులకన భావం, కీలకమైన బాధ్యతలను అప్పగించటానికి వెనుకాడటం, కుటుంబ నిర్వహణకు యిచ్చిన ప్రాధాన్యతను, ఉద్యోగ నిర్వహణకు ఇవ్వరనే అపవాదు సమాజంలో నెలకొని వున్నాయని గ్రహిస్తుంది కమల. ఈ క్రమంలో స్త్రీలు తమనుతాము అన్ని పనులు చేయగల ప్రతిభావంతులుగా గుర్తింపు తెచ్చుకోవడానికి పురుష ఉద్యోగులకన్నా అదనపు నియమాన్ని, పనిభారాన్ని నెత్తిన వేసుకొని తమను తాము కార్యదీక్షాపరులుగా నిరూపించుకోవాల్సిన అవసరం వుందని తెలుసుకున్న కమల ఆఫీసు సమయం దాటిన తర్వాత కూడా వుండి మిగిలిపోయిన పనిని చేసుకొని వెళ్తుంది. ఈ రకంగా తనను అనుమానించే పరిస్థితులపట్ల, శక్తులపట్ల, ప్రత్యక్ష సంఘర్షణకు దిగకుండా తనలోతానే సంఘర్షణ పడుతూ, ఆ మౌన సంఘర్షణలో శాంతికోసం కుటుంబం, సమాజం కోరిన పద్ధతిలోకి తనను తాను ఒదిగింపచేసుకొని జీవించడానికి సంసిద్ధురాలై వుద్యోగాన్ని వదులుకోవాలని నిర్ణయించుకుంటుంది.

ఈ కథా సంపుటిలో చివరికథ 'అందని ద్రాక్షపళ్ళు'. ఇందులో కుటుంబ ఆంక్షలకు లోబడి మసులుకుంటూ కాలేజికి వచ్చిన ఆడపిల్లలను మగపిల్లలు ప్రేమలంటూ వెంటపడటం, పెద్దలు తమకు నిర్ధేశించిన పరిమితులను, కట్టుబాట్లను అవగాహన చేసుకొని వారు నిర్దేశించిన మార్గంలోనే నడవాలని భావించే అమ్మాయిలు మగపిల్లలు ప్రతిపాదించిన ప్రేమలను తిరస్కరించినా, పెద్దలు నిర్ణయించిన ప్రకారం పెళ్ళిళ్ళు చేసుకొని స్థిరపడ్డాక వాటి ప్రభావం ఎలా వుంటుందో చూపించే కథ 'అందని ద్రాక్షపళ్ళు'. పితృస్వామిక సమాజపు

కట్టుబాట్లలో జీవితాన్ని కొనసాగిస్తున్నప్పటికీ తమ ప్రమేయం లేకుండా స్త్రీలు ఎదుర్కొనే సమస్యలు ఈ కథలో గమనించవచ్చు. కళాశాల రోజులలో తన ప్రేమని తిరస్కరించిందని కాంచన కాపురాన్ని కూలద్రోయాలని నిర్ణయించుకుంటాడు మోహన్. కాంచన శీలంపై నిందలు వేస్తూ ఆమె భర్తకు ఆకాశరామన్న ఉత్తరాలు వ్రాస్తాడు. దీనికి ప్రధాన కారణం ఒక స్త్రీ శీలంపై నింద వేస్తూ, చిన్న వుత్తరం వ్రాస్తే కూడా నిజానిజాలు తెలుసుకోకుండానే ఆమెను అనుమానించి విడిపోయే సంస్కృతి నెలకొని వుండటమే. “ఆడది అందంగా వున్నా అనుమానమే ! అందంగా వుంటే అనుమానము. అందవికారంగా వుంటే అలుసు ! చదువుకుంటే అసహ్యం, చదువులేని మొద్దయితే అవహేళన ! ఎంత చిత్రంగా వుందే ఆంధ్రయువతీ నీ పరిస్థితి” అన్న రచయిత్రి మాటలు దీన్ని బలపరుస్తాయి. విద్యార్థి దశలో జరిగిన విషయాలపై భార్యను వేధించే కుసంస్కారిని కాదని అన్న కాంచన భర్త ఔదార్యంతో ఈ కథ సుఖాంతమవుతుంది.

మొత్తం మీద విద్య అనే కథా సంపుటిలోని కథలలో గల స్త్రీ పాత్రలను పరిశీలించినప్పుడు చదువుకున్న పాత్రలైన రమాదేవి, విమల, కమల పాత్రలు సంస్కారవంతులుగా ఆదర్శనీయ పాత్రలుగా తీర్చిదిద్దబడినవి. చదువుకున్న స్త్రీలే కుటుంబంపట్ల వినయవిధేయతలు కలిగివుంటారని, భర్తపట్ల బాధ్యతతో ప్రవర్తిస్తారని నిరూపిస్తాయి ఈ పాత్రలు. అదేవిధంగా చదువుకోని సూరీడు వంటి స్త్రీ పాత్రలను సంస్కార హీనులుగా చిత్రించడం ద్వారా ఏ చదువు చదివితే ఆడపిల్లలు కుటుంబానికి విధేయులుగా వుండకుండా పోతారన్న భయం సమాజంలో వ్యాపించివుందో అది వాస్తవం కాదని, పైగా చదువే స్త్రీని కుటుంబానికి మరింత విధేయురాలిగా చేస్తుందని, చదువుకోని స్త్రీల వల్లనే కుటుంబాలు గందరగోళంలో పడి అశాంతిమయంగా వుంటాయని చెప్పకనే చెప్పినట్లు అయింది.

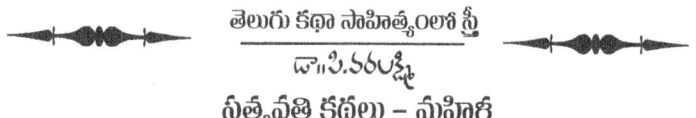

సత్యవతి కథలు – మహిళ

బి. శివమ్మ

సత్యవతి గారు 1940 జూలై 2వ తేది గుంటూరు జిల్లా కొలకలూరులో పుట్టి పెరిగారు. తల్లి కనకదుర్గ, తండ్రి సత్యనారాయణరావు. తన ఊళ్ళోనే ఎస్.ఎస్.ఎల్.సి. వరకు చదివి, అనంతరం హైదరాబాదులో బియస్సీ పూర్తి చేశారు. ఈ సమయంలోనే కథలు రాయడం మొదలు పెట్టారు. పెళ్ళైన తర్వాత రెండు సంవత్సరాలు ఆంధ్రప్రభలో సబ్ ఎడిటర్‌గా పనిచేసారు. తదనంతరం గృహిణిగా ఆమె కాలం గడిపారు. ఆ కాలంలోనే ఇంగ్లీషు ఎమ్.ఎ. కూడా పూర్తిచేసారు. కథా రచన కూడా కొనసాగించారు ఆంధ్రప్రభ, ఆంధ్రజ్యోతి వంటి పత్రికలలో ఈమె కథలు ప్రచురించబడ్డాయి. ఇప్పటి వరకు వచ్చిన మొత్తం కథలు 37 ఈమె కథలన్నీ స్త్రీల జీవితానుభవాలను కేంద్రంగా చేసుకొని రచించినవే.

1985-1995 దశాబ్దిని స్త్రీవాద ఉద్యమ సాహిత్యాభివృద్ధి దశాబ్దమని పేర్కొనాలి. జీవితాన్ని స్త్రీల దృష్టికోణం నుంచి పరిశీలించి వాఖ్యానించడం, స్త్రీల ప్రయోజనాల గురించి ఆందోళన చెందడం, స్త్రీలు వ్యక్తులుగా, సమూహాలుగా, సంస్థలుగా అభివృద్ధి చెందడంకోసం కొత్త ఆచరణ విధానాలు రూపొందించడం ఈ దశాబ్ది లక్షణాలు, సాహిత్యానికి కొత్త వస్తువునిచ్చిన లక్షణాలు ఇవి. ఈ కొత్త వస్తువును గ్రహించి కొత్త జీవిత దృక్పథంతో మంచి కథలను రచించిన వ్యక్తి సత్యవతిగారు. చదువుకొని ఉద్యోగాలు చేస్తూనో, చేయకుండానో కుటుంబమనే చక్రంలో ఒదిగిపోయి జీవిస్తున్న మధ్యతరగతి స్త్రీల జీవితాలను కేంద్రంగా చేసుకొని తన రచనలను సాగించారు. ఈమె రచించిన కొన్ని కథల్లోని మహిళల స్వభావాలు, స్థితిగతులు, జీవన విధానాలను ఈ వ్యాసంలో వివరించాను.

ఆడపిల్లగా జన్మించి, గోవులాగా పెంచబడి అందరికీ అణిగిమణిగి ఉండడానికి అలవాటు పడిన స్త్రీగా గోవు కథలో గోమతి మొదట కనిపిస్తుంది. చివరికి తనకు పిల్లలను కనే హక్కు కూడా లేకుండా చేయడంతో సహించలేక

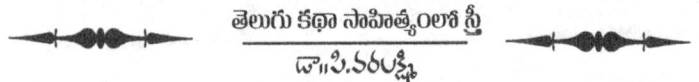

తిరుగుబాటు చేసి తన హక్కును సాధించుకున్న, పరిణామం చెందిన మహిళగా గోమతి ఈ కథలో కనపడుతుంది. తాయిలం కథలో శారద కనీసం తన ఇష్టాలేవీ తీర్చుకొనేంత తీరిక, అవకాశం లేని స్త్రీ, భర్తను, ఆయన స్నేహితులను, సహోద్యోగులను ఆదరించి ఆతిథ్యమిచ్చే భార్య. తన భర్త అభివృద్ధికోసం నిరంతరం శ్రమిస్తూ తనను తాను కోల్పోయి భర్తపనిచేసే కంపెనీ నుంచి కేవలం ప్రోత్సాహక బహుమతులు అందుకొనే సాధారణ మహిళగా శారద తాయిలం కథలో కనిపిస్తుంది.

ప్రశాంతమైన గృహ వాతావరణం ఏర్పాటు చేయడంకోసం భర్తల ఆధిక్యానికి, అహంకారానికి, అహంభావానికి లొంగిపోయి తమను తాము కోల్పోయిన స్త్రీలుగా "ముసుగు" కథలో రాజ్యం, కామేశ్వరి పాత్రలు కనిపిస్తాయి. ఒకవైపు లైంగిక అవసరాలకోసం వివాహేతర సంబంధం ఏర్పరచుకొని, మరొకవైపు భార్యపట్ల యథాప్రకారంగా ప్రేమ ఉన్నట్లు నటించే భర్త సంగతి తెలిసీ అతని నుండి విడిపోలేక వంట ఇంటిలో తనను తాను సమాధి చేసుకున్న స్త్రీగా భద్రత కథలో మిసెస్ మోహన్ కనిపిస్తుంది.

వివాహ సంబంధాలు ఆర్థికపరమైన సంబంధాలుగా మారుతున్న నేటి వ్యాపార ప్రపంచంలో భార్య అయిన కారణంగా తన అందం, చందం, చదువు, సంపాదన అన్నీ తన భర్త అభివృద్ధికే పెట్టుబడిగా మార్చి తన జీవితం తనది కాకుండా చేసుకొని విషాదాన్ని అనుభవించే మహిళగా "గణితం" కథలో తులసి కనిపిస్తుంది.

భర్త తెలివి తేటలకు సరిసమానంగా తనను తాను మార్చుకుంటూ మెదడును, హృదయాన్ని శరీరాన్ని మొద్దు పరచుకొని భర్తకు, పిల్లలకు అన్నీ అమర్చి పెట్టే గృహిణిగా "గాంధారిరాగం" కథలో సరస్వతి పాత్ర చిత్రించబడింది. స్త్రీ ఉద్యోగిని అయినా ఇంటి పనిభారం అంతా స్త్రీలదే అంటుందీ సమాజం.

అందుకే ఉద్యోగం చేసే స్త్రీ జీవితం ఇటు ఇంటి పనుల భారం, అటు ఆఫీసు పనుల భారంతో నిత్యం ఆందోళనగా పరిణమిస్తోంది. ఈ విధంగా పనులు ఎక్కువ కావడం వల్ల ఏర్పడిన గందరగోళంలోపడి స్త్రీకి వ్యక్తిగత గుర్తింపనేది లేకుండా పోతోంది. తనను వ్యక్తిగతంగా అభివృద్ధి చెందకుండా అడ్డుపడే సంసార బంధాలకంటే, వ్యక్తిగా తనకొక గుర్తింపునిచ్చే ఉద్యోగ జీవితానికి అందులో అభివృద్ధి చెందడానికి ప్రాధాన్యతను ఇచ్చే స్త్రీగా "బదిలీ" కథలో రజని కనిపిస్తుంది.

భార్య పిల్లలను వాళ్ళమానాన వాళ్ళను వదిలేసిన బాధ్యతారహితుడైన తండ్రి. తన మానావ తనని వదిలేసి కొడుకుని మాత్రం తీసుకొని మరొక పురుషుడి ఆశ్రయం పొందిన తల్లి. అటువంటి తల్లిదండ్రులకు పుట్టిన కూతురుగా సమాజ తిరస్కారానికి గురికాకుండా ఉండేందుకు ఆర్థిక స్వాతంత్ర్యాన్ని పొంది తనకంటూ ఒక ప్రత్యేకమైన వ్యక్తిత్వాన్ని నిర్మించుకోవాలనే తపన, ఆశయం కలిగిన స్త్రీ కల్యాణి. తన ఆశయ సాధనకు అవసరమైన డబ్బుకోసం తనను నమ్మిన వారింట్లోనే వెండి కంచం తెచ్చి అమ్ముతుంది. తాను చేసిన తప్పును సరిదిద్దుకొని ఆ బాధనుండి బయట పడటానికి తన సంపాదనతో వెండి కంచం కొని వాళ్ళకిచ్చి క్షమాపణ చెప్పి తన నిజాయితీ నిరూపించుకోవాలని వెళ్ళిన కల్యాణికి చివరికి మిగిలింది తల్లిదండ్రుల లక్షణాలు ఎక్కడికి పోతాయిలే అన్న తిరస్కారమే. తాను ఏ చెడు వారసత్వానికి దూరంగా తన వ్యక్తిత్వాన్ని నిలబెట్టుకోవాలని అనుకున్నదో ఆ వంశ వారసత్వమే మళ్ళీ తన ఉనికిని ప్రశ్నార్థకం చేస్తుంటే ఆమె తట్టుకోలేక పోయింది. "నేను అమ్మని కాను - నాన్నని కాను - నేను కల్యాణి" అని గట్టిగా అరవాలనిపించిందటే తన ఉనికిని నిబెట్టుకోవటం కోసం నిరంతరం పోరాడే మహిళగా "నిజాయితీ" కథలో కల్యాణి కనిపిస్తుంది.

భారతి చదువుకొని ఉద్యోగం చేస్తూ భర్తతోపాటు సమానంగా సంసారం బరువు బాధ్యతలు మోస్తున్న స్త్రీ. భర్త మాటకు ఎదురు సమాధానం చెప్పే

అలవాటులేనిదే కానీ,ఆలోచన, ఆత్మగౌరవం లేనిది మాత్రంకాదు. భర్త తన స్నేహితులకు విందులిచ్చి కాలక్షేపం చేస్తూ సంతోషం పొందగలడు. కానీ భార్య స్నేహితులు విందుకు వస్తున్నారంటే అనవసరం అని అనగలిగాడంటే అది కుటుంబం అతనికిచ్చిన యజమాని అనే హోదావల్లనే అని గ్రహించకలదు. తన భర్త మరొక స్త్రీ ఆకర్షణలోపడి తిరుగుతున్నాడని తెలిసి ఊరుకొంటావేమని తన ఆడబిడ్డ తనను నిలదీసినపుడు మీ పాద దాసిని ఏలుకోండి అని,పాదాలు పట్టుకొని ఏడవలేనని చెప్పి తన ఆత్మగౌరవాన్ని ప్రకటించింది. పరువు ప్రతిష్టలకు జడిసేవాళ్ళు, డబ్బు హోదాలకు లొంగేవాళ్ళు సంసారాన్ని వదిలి వెళ్ళిపోలేరన్న సామాజిక సత్యాన్ని అర్థం చేసుకొని జీవితాన్ని సాగించిన మహిళగా "సుడిగాలి" కథలో భారతి కనిపిస్తుంది.

చదువు, సంస్కారం, ఉద్యోగం, ఆర్థిక స్వాతంత్ర్యం ఉన్న ఏ స్త్రీ కయినా కష్టంలో ఉన్న సాటి స్త్రీని ఆదుకునే ప్రయత్నం చేసే స్వేచ్ఛమాత్రం ఉండదు. దేవుడు కథలో సుమతి కష్టాల్లో ఉన్న తన స్నేహితురాలిని ఆదుకోవాల్సిన అవసరం వచ్చినపుడు అది ఇష్టంలేని తన భర్త నిర్ణయానికి భిన్నంగా తన సహజమైన మానవీయ స్పందనను నిలుపుకొనే స్త్రీగా సుమతి కనపడుతుంది.

స్త్రీకి పెళ్ళి ముఖ్యమా? ఉద్యోగం ముఖ్యమా? అన్న ప్రశ్నను పెద్ద చిక్కు సమస్యగా ముందుకు తెచ్చిన పితృస్వామ్య సమాజం ఆధునిక స్త్రీ జీవితాన్ని కూడా కుటుంబానికే పరిమితం చేయాలని చూస్తూనే ఉంది. కానీ ఆధునిక మహిళకు పెళ్ళికన్నా ఉద్యోగమే ముఖ్యమని, తద్వారా వ్యక్తిత్వాన్ని నిలుపుకోవడంతో పాటు ఆర్థిక స్వాతంత్ర్యాన్ని పొందవచ్చని డాటర్స్ ఆఫ్ ఇండియా కథలో వసంత, కాత్యాయని నిరూపించారు.

ఒక మహిళ పెళ్ళికి ఇవ్వాల్సిన ప్రాధాన్యం ఏమిటి? పెళ్ళిపట్ల ఉండ వలసిన దృక్పథం ఏమిటి? అనే ఆలోచనలతో నిరంతరం పోరాడుతూనే ఉంది.

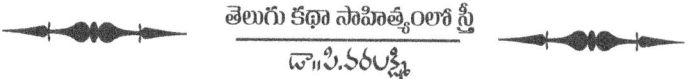

ఈడూ, జోడూ సరిపోయేలా హోదా ఉన్న వరుడు ఎదురుపడినపుడు అతనికి ఆకర్షించే విధంగా అలంకరించుకొని ప్రవర్తించాలని ఆడపిల్లలకు నేటికీ నిర్దేశించ బడుతూనే ఉంది. కానీ ఆత్మగౌరవం కలిగిన ఆధునిక మహిళ అందుకు తలవంచదని, తన జీవితం ఎలా ఉండాలో తానే నిర్ణయించుకోకలదని, అవసరమైనపుడు ఖచ్చితంగా మాట్లాడడం నేటి మహిళ నేర్చుకున్న కొత్త విద్య అని "డామిట్" కథలో వసంత నిరూపించింది. ఆ కొత్త విద్యను ప్రదర్శించి తనను చూడటానికి వచ్చిన అమెరికా పెళ్ళికొడుకు తల తిరిగి పోయేలా చేసిన మహిళగా వసంత కనబడుతుంది.

తరతరాలుగా స్త్రీ పాటించాల్సిన ధర్మాలుగా కొన్ని సూత్రాలు బోధించబడుతూనే ఉన్నాయి. ఆ సూత్రాలను అవగాహన చేసుకొని చైతన్యం పొందలేని స్త్రీలు వాటిని సహజ ధర్మాలుగానే భావిస్తూ నేటికీ తమ ఉనికి ఆ ధర్మాలను నిర్వర్తించటంలోనే ఉందని నమ్ముతున్నారు. చదువుకున్న స్త్రీలు, ఉద్యోగాలు చేస్తున్న స్త్రీలు కూడా ఉత్పత్తికో, పునరుత్పత్తికో వినియోగించే శారీరక జీవులుగా సంప్రదాయ ధర్మాలు పాటిస్తున్నారే తప్ప దానికి భిన్నంగా తన మెదడును ఉపయోగించగలమనే వాస్తవాన్ని గ్రహించలేక పోతున్నారు. ఇటువంటి విశ్వాసాలతోనే జీవించి మరణించిన స్త్రీగా "సూపర్‌మామ్ సిండ్రోమ్" కథలో అనురాధ కనిపిస్తుంది. ఎన్నడూ ఒంట్లో బాగాలేదన్న మాట బయటకు రాకుండా కుటుంబం కోసం ఉద్యోగం చేసింది. ఆర్థిక వ్యవహారాలు చక్కబెట్టి కుటుంబ స్థాయిని పెంచింది. కూతురికి అమెరికా అబ్బాయితో పెళ్ళి చేసింది. కొడుకును అమెరికా పంపడమే జీవిత ధ్యేయంగా అనుక్షణం శ్రమించింది. అందరి పనులు తనమీదే వేసుకొని శ్రమించడం వల్ల పొందిన అలసటకు ఊరటగా, శారీరక బాధలకు ఉపశమనంగా మందులు మింగి మింగి చివరికి ప్రాణాలను కోల్పోయింది. శ్రమ పెరిగే కొద్దీ ఒత్తిడి అధికమవుతుంది. దీనివల్ల ఆరోగ్యం క్షీణిస్తుందని ఈ కథలోని అనురాధ పాత్ర తెలియచేసింది.

సత్యవతి గారి కథలలో కనిపించే స్త్రీలందరూ ఏ స్థాయిలో ఉన్నా తమ హక్కులను మాత్రం పొందలేకపోయారు. కుటుంబాల మనుగడకోసం తమ సర్వ శ్రమ శక్తులను పణంగా పెడుతూ చివరికి శారీరకంగా, మానసికంగా తమను తాము కోల్పోతున్నామని గ్రహించి, తమ తమ పరిధులలో ప్రయత్నాలు చేసి విజయం సాధించారు. కుటుంబ జీవన భద్రతకు, ఉద్యోగానికి, సామాజిక జీవితానికి మధ్య ఉండే సంబంధ వైరుధ్యాలు స్త్రీ మీద పురుషుడికున్న అధికారం నుండి ఉద్భవించాయని సత్యవతిగారు తన కథల్లో సవివరంగా వ్యక్తపరిచారు. స్త్రీ స్థితిగతులు ఎంత ఉన్నతంగా ఉన్నా పురుషుడి ఆధిక్యత మాత్రం కొనసాగుతూనే ఉంటుందని నిరూపించారు. స్త్రీ తన వ్యక్తిత్వం మంచింది అనిపించుకోవటానికి, కుటుంబ శాంతిని కాపాడటానికి అనుక్షణం తన సహజ స్వభావాన్ని మరుగు పరచుకొని, ఎప్పటికప్పుడు కొత్త స్వభావాన్ని అలవర్చు కోవాల్సిన పరిస్థితులను కళ్ళకు కట్టినట్లుగా చిత్రించారు.

నేటి స్త్రీ పెళ్లికన్నా ఉద్యోగానికే ఎక్కువ ప్రాధాన్యతను ఇస్తుందని తెలిపారు. ఆత్మగౌరవం కలిగిన ఏ స్త్రీ అయినా పురుష ఆధిక్యతను తట్టుకోలేరని నిరూపించారు. స్త్రీల జీవితంలోని పరాధీనతను, దు:ఖాన్ని గుర్తించిన వాస్తవాలను అతిశయంతోను, అద్భుతంగాను చిత్రించారు. ఈమె కథల్లోని స్త్రీ పాత్రలను పరిశీలించి చూస్తే పితృస్వామ్య కుటుంబ వ్యవస్థలో పీడితులుగా “స్త్రీలందరూ ఒకటే” అనే విషయం స్పష్టంగా తెలుస్తుంది.

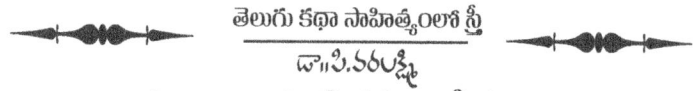

అత్తలూరి విజయలక్ష్మి కథలు – స్త్రీ పాత్ర చిత్రణ

టి. షర్మిలా ప్రతిమ

రచయిత్రి పరిచయం

సృజనాత్మక సాహితీరంగంలో తనదైన ముద్ర వేసి, విశిష్ట స్థానం సంపాదించుకున్నవారు అత్తలూరి విజయలక్ష్మి. వీరు సుమారు రెండు వందల కథలు రాశారు. ఇవన్నీ దిన, వార, మాస పత్రికల్లో, ఆకాశవాణి హైదరాబాదు కేంద్రంలో ప్రసారమయ్యాయి. కథలే కాక దత్తపుత్రుడు, మహావృక్షం, ప్రతిమాదేవి, గూడు చెదరిన గువ్వలు, అమావాస్య తార, అర్చన మొదలైన నవలలు రచించారు. అభ్యుదయం ఎక్కడ, అంతర్మథనం, ఉత్తరం, స్పర్శ, మ్యాచ్ ఫిక్సింగ్ వంటి నాటికలు సుమారు30 వరకు రచించారు. 40 నాటకాలు ప్రసారం అయ్యాయి. కొన్ని కథలు తమిళ, కన్నడ, హిందీ, ఇంగ్లీషు భాషల్లోకి అనువాదం అయ్యాయి. ప్రస్తుతం ఈ వ్యాసానికి ఆధారమైన "ఒప్పందం" కథల సంపుటి వీరి నాల్గవ రచన. ఇందులో 20 కథలు ఉన్నాయి. 2013జూన్‌లో పుస్తకరూపం దాల్చింది.

1) **ఒప్పందం**: ప్రాచీన కాలం నుండి వస్తున్న వివాహ వ్యవస్థను కాదని, తనకున్న చదువు, ఉద్యోగంపై ఆధారపడి ఇల్లు, పిల్లలు వంటి బాధ్యతలు లేకుండా స్వేచ్ఛగా జీవించాలని కోరుకున్న ఓ స్త్రీకి ఎదురైన సామాజిక సమస్యలు ఏమిటన్నదే ఈ ఒప్పందం కథ. రమ్య ఉద్యోగం చేస్తూ, హాస్టల్‌లో ఉంటోంది. జీవితంలో పెళ్ళీ, పిల్లలు అంటూ ఏ ఒప్పందం లేకుండా స్వేచ్ఛగా బ్రతకాలన్నది ఆమె కోరిక. పెళ్ళై, పిల్లలున్న సురేష్‌ను ప్రేమించింది. వీళ్ళిద్దరూ ఉండడానికి ఒక ఇంటిని అద్దెకు తీసుకున్నారు. రమ్యకు చిన్న సంసారం ఏర్పడింది. శుక్రవారం సాయంత్రం నుండి సోమవారం దాకా రమ్యతో ఉండి వెళ్ళిపోతాడు. ఇది వారి మధ్య ఒప్పందం. కొన్నిరోజులు బాగానే గడిచాయి. ఈ విషయం తెలిసిన తల్లిదండ్రులు నానాచీవాట్లు పెట్టారు. చేసేదిలేక మాట్లాడడం మానేశారు. రోబోట్ల కాలంలో కూడా ఆడపిల్ల

తల్లిదండ్రుల నిర్ణయాలపై ఆధారపడటం సరికాదని తలచి, తన నిర్ణయాన్ని మార్చుకోలేదు. తర్వాత కొన్నాళ్ళకు కూతురు పుట్టినరోజనీ, భార్యతో సినిమాకనీ రాకపోకలు తగ్గించాడు. చుట్టు ప్రక్కల ఇళ్లలోని వారు ఆమెను పట్టించుకోవడం లేదు. వాళ్ల ఇళ్లలో జరుపుకొనే పండుగలకు, పబ్బాలకు ఈమెను మాత్రం పిలవడంలేదు. ఒకరోజు ఆమె బావ శ్రీధర్, తమ్ముడు ప్రమోద్‌లు షాపింగ్‌మాల్‌వద్ద కనిపించినా మాట్లాడకుండా వెళ్ళిపోయారు. కొన్నిరోజులకు శ్రీధర్ కనిపించి పెళ్ళైనవాణ్ణి ప్రేమించాల్సిన అగత్యం ఏమిటని ప్రశ్నించాడు. ప్రేమించాకే, అతనికి పెళ్ళైనట్టు తెలిసిందని, తన అభిప్రాయం మార్చుకోలేక పోయానని, అంతేకాక తన మనస్తత్వానికి ఇలాంటి జీవితమే బాగుంటుందని అనిపించింది.

అందుకు తనూ ఒప్పుకున్నాడు. అని రమ్య సమాధానమిచ్చింది. "బాధ్యతలు లేకుంటే ఇద్దర్నేం ఖర్మ ఇరవైమందిని కూడా భరిస్తాడు మగవాడు." ఇకనైనా వివేకంతో మేల్కొనమని సలహా ఇచ్చాడు శ్రీధర్. రమ్యను ఇంటివరకు కారులో దింపి వెళ్ళిపోయాడు. ఇది చూసిన సురేష్ రమ్యను అనుమానించాడు. అవమానిస్తున్నాడు. మొదట్లో ఉన్న ప్రేమ ఇప్పుడు అతనికి లేదు. శ్రీధర్ మాటలు గుర్తుకొచ్చాయి. తనెవరు? తన ఉనికి ఏమిటి? ఈ సమాజంలో తన స్థానం ఏమిటి? ఈ సమాజంలో స్త్రీ ఎంతసేపటికీ ఒకరి భార్యగానో, మరొకరి కూతురుగానో, ఓ కుటుంబానికి కోడలిగానో తప్ప రమ్యగా బ్రతికే స్థానం లేదా? కుటుంబ వ్యవస్థలో కుదించుకుపోయి బతకాలే తప్ప స్వతంత్రంగా తనదైన ప్రత్యేక స్థానం ఈ సమాజంలో కల్పించుకొనే అవకాశం లేదా? అన్న ప్రశ్నలతో నిండిపోయింది రమ్య మనసు. ఆమెకు జీవితం ఓ తియ్యని పాటలాఉండాలని కోరిక. తనకిష్టమైనప్పుడు, తీరిక ఉన్నప్పుడు, ఆ వాంఛ కలిగిప్పుడే ఆ పాటలోని తియ్యదనాన్ని ఆస్వాదించాలని అనిపిస్తుంది. కానీ ఈ సమాజం తనకిష్టమైన పాట వినవద్దని శాసిస్తుందేం? అలా శాసించే హక్కు సమాజానికి ఎవరిచ్చారు?

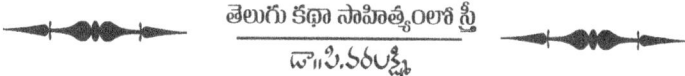

ఆఖరి వాక్యంగా "ఎవరి కూతురిగానో, భార్యగానో ఎందుకు బ్రతకాలి? తను రమ్య. రమ్యగానే బ్రతుకుతుంది." అని ముగించారు రచయిత్రి.

ఈ కథ ద్వారా జీవితమంటేనే ఒప్పందం. ఎవరి స్వేచ్ఛని వారు కాపాడుకుంటూ, వారి ఆత్మాభిమానాన్ని పదిలపరచుకొంటూ గడిపేలాగా పెళ్ళికి ముందే మాట్లాడుకోవాలి. అంతేకానీ ఫెమినిజం పేరుతో అర్థంలేని స్వేచ్ఛకోరుకొని, అర్థవిహీనమైన జీవితం గడపడం సరైన పని కాదని శ్రీధర్ పాత్ర సూచిస్తుంది. స్త్రీ మనస్సులో వివాహ వ్యవస్థపై ఉన్న అవిశ్వాసం, ఏవగింపులకు ప్రతీక రమ్య. కానీ ఆ వివాహ వ్యవస్థనే పట్టుకొని జీవించే సమాజం ఇంకా ఆమె చుట్టూ ఉంది. మరి పరిష్కారం ఏమిటి? అన్నదానికి ఈ కథ ఆఖరి వాక్యాలే సమాధానం.

2)**యాక్సిడెంట్:–** ఎదిగిన పిల్లలుండి, యాభై ఏళ్ళ వయసుగల ఒక స్త్రీకి ఒకవ్యక్తి పరిచయం అయ్యాడు. ఆ పరిచయం స్నేహం కావడానికి ఎంతోకాలం పట్టలేదు. ఒక బలహీన క్షణంలో అతనికి దగ్గర కావడం, వెంటనే తన తప్పిదాన్ని తెలుసుకొని, భర్తకు చెప్పి స్వాంతన పొందాలని అనుకొంటుంది. కానీ ఎలా చెప్పాలో తెలియక సతమతమౌతుంది. ఒకవేళ చెప్తే క్షమిస్తాడో, లేక వదిలివేస్తాడో అన్న సంఘర్షణలో నలిగిపోతుంది. చివరకు ఏదైనా సరే భర్తకు చెప్పాలని నిర్ణయించుకొంటుంది. ఆ సాయంత్రం భర్త రాకకోసం ఎదురుచూస్తూంది. అంతలో కారు వచ్చిన చప్పుడైంది. కారులోంచి భర్తదిగాడు. ఇంటిలోకి వస్తుండగా ఫోన్ రింగైంది. అతని గంభీరమైన స్వరం సరదాగా వినిపిస్తోంది. "ఏయ్ ఏంటి ఇప్పుడు ఫోన్ చేశావు? నీ దగ్గర్నించి బయలుదేరి అరగంటైనా కాలేదు. అప్పుడే విరహమా? రేపు వస్తాగా... ష్యూర్... నీ దగ్గరకు రాకుండా బ్రతకగలనా? ఓకే డార్లింగ్..బై..గుడ్‌నైట్ "అని. ఈ మాటలు వినగానే ఆమె శరీరం చలితో వణకడం ప్రారంభమైంది. నిశ్శబ్దంగా, నిర్జీవంగా లోపలికి నడిచింది. ఇది స్థూలంగా కథ. ఇలాంటివి అరుదుగా జరిగినా, నేటి సమాజంలో భార్యాభర్తల మధ్య ఉన్న దూరాన్ని, లోపాలను ఎత్తి చూపుతున్నది.

3) మిగిలిందేమిటి:- ఇది కూడా వివాహవ్యవస్థకు సంబంధించిందే. రావుగారు రిటైర్మెంట్‌కు దగ్గర పడుతున్న ఓ మంచివ్యక్తి. భార్య సుభద్ర, విదేశాల్లో ఉద్యోగాలు చేస్తున్న ఇద్దరు పిల్లలు ఉన్నారు. ఒకరోజు అతనిచిన్ననాటిస్నేహితురాలైన రమ కన్పించింది. ఆవిడ తన తమ్ముళ్ళు, చెల్లెళ్ల బాధ్యతలతో జీవితాన్ని గడిపి చివరకు తను ఒంటరిగా మిగిలిపోయింది. చాలాకాలం తర్వాత కలిసిన ఆమెతో రావుగారు రోజూ ఒక గంట కూర్చొని మాట్లాడటం తప్పుగా అనిపించింది సుభద్రకు. ఫలితంగా అతని ఆఫీసుకు వచ్చి కమీషనర్‌కు ఫిర్యాదు చేసి వారిరువురిమధ్య ఉన్న స్నేహాన్ని రచ్చకీడ్చడమేకాక ప్రతినెలా భర్త జీతంలో 50% తనకు ఇప్పించాల్సిందిగా కమీషనర్‌ను కోరింది. ఆఫీసులో అందరూ రావుగారి గూర్చి ఒక్కొక్కరు ఒక్కొక్క విధంగా అనుకొంటున్నారు. రావుగారు లాంగ్‌లీవు పెట్టి, ఎటో వెళ్ళిపోయారు. కొన్నిరోజుల తర్వాత రమ దగ్గరే ఉంటున్నట్లు తెలుస్తుంది. ఒకరోజు మార్కెట్లో ఆఫీసులో పనిచేసే లత కన్పిస్తుంది. ఆఫీసు వివరాలు అడిగి తెలుసుకొని, రమను పరిచయంచేసి, వాళ్ల కథ వివరిస్తాడు. "ఇన్ని సంవత్సరాల నాజీవితం గడచిపోయాక, నేను కోల్పోయినదేమిటో నాకర్థమైంది" అంటాడు రావుగారు. రావుగారు రిటైర్మెంటుకు రెండు నెలల ముందు తిరిగి ఆఫీసుకు వచ్చాడు. ఆఫీసులో గొప్పగా ఫంక్షన్ ఏర్పాటు చేశారు. ఆరోజు ముఖ్య అతిథిగా సుభద్ర రాలేదు. రమ వచ్చింది. అతని మంచితనం గూర్చి చాలా హుందాగా మాట్లాడింది. చివరకు రావుగారి ఆస్తిలో 50% మిగిలిందన్న మాట. స్వేచ్ఛని కోల్పోకుండా ఉండటం కోసం ప్రతిమనిషికీ తనదంటూ ఓ ప్రైవేట్ లైఫ్ ఉండాలని రావుగారి పాత్ర ద్వారా సూచించారు. ఇలా వివాహాలు విచ్ఛిన్నం కావడానికి కేవలం మగవాళ్ల అహంకారమే కాదు. ఆడవాళ్ల స్వార్థం కూడా కారణమని అంటారు రచయిత్రి. ఇదినిజమేనని అనిపిస్తుంది. ఇన్నేళ్ల సంసార జీవితం గడిచినా భర్త నడవడికలను అర్థంచేసు కోకపోవడం, ఇప్పటికీ చెప్పుచేతల్లో

పెట్టుకోవాలనుకోవడం సుభద్ర తప్పైతే, ఇన్నాళ్ల వారి అనుబంధాన్ని వదిలేయడం అతని మానసిక స్థితికి ప్రతీక.

4)నిర్ణయం:- భర్త చనిపోయాక భార్యకు కట్టుబొట్టు తీసివేయడాన్ని నిరసించే ఓ అమ్మాయి కథ.సత్యం అతని కుటుంబం శాంతివాళ్ళ ఎదురింట్లో నివసిస్తుంటారు. ఒకరోజు ఉదయాన్నే లేవగానే పెద్దగా ఏడుపులు వినిపిస్తున్నాయి. వెళ్ళిచూస్తే ఎప్పుడూ చెల్లెమ్మా చెల్లెమ్మా అని పిలిచే సత్యం నిర్జీవంగాపడి ఉన్నాడు. శాంతి మనసు భారమైంది. అక్కడున్న అతని తల్లిని, భార్యను ఓదార్చింది. సాయంత్రానికి అంత్యక్రియలు జరిగిపోయాయి. పదోరోజు దినకర్మలు చేయాలనీ, అప్పుడు సత్యం భార్య భారతికి ఆడవాళ్ళందరూ కలిసి పసుపు కుంకుమలు తీసేయడమనే తంతు చేస్తారని విన్నది. ఇలాంటివి ఎప్పుడో సినిమాల్లో చూసింది. ఇప్పుడు కూడా ఇలాంటివి జరుగుతున్నందుకు నివ్వెరపోయింది. ఎలాగైనా ఆపాలని నిర్ణయించుకొంది. ఇరుగుపొరుగు సాయం తీసుకోవడానికి ప్రయత్నించింది. ఎవ్వరూ స్పందించలేదు. చివరగా ఈ అమానుషాన్ని ఎలా ఆపాలో పాలుపోక తనవంతు బాధ్యతగా సత్యం భార్య భారతిని తీసుకొనివచ్చి తన గదిలో వేసి గడియపెట్టి, ఈ తంతు జరగకుండా నిరసిస్తుంది.

స్త్రీకి పుట్టుకతో వచ్చిన హక్కులను సంప్రదాయం పేరుతో కాలరాయడం మొత్తం స్త్రీ జాతికే అవమానం. పదిమంది ఆడవాళ్లు కలిసి బొట్టు చెరిపేయడం సంప్రదాయం కాదు.నీచత్వం, అమానుషత్వం. ఈ మనుషుల కుళ్లు మనస్తత్వానికి ప్రతిబింబం అని నిరసించారు రచయిత్రి. సమాజంలోని వ్యక్తుల్లో మార్పు రావాలనీ, అప్పుడే సంస్కరణలు జరుగుతాయని రచయిత్రి భావన. సమాజంలో జరిగే దురాచారాలను ఎవరికి వారు వ్యక్తిగత సమస్యలుగా భావించి ఇతరుల విషయాల్లో కల్పించుకోక పోవడం సమంజసం కాదంటారు రచయిత్రి.

5) మిసెస్ రాజారావు :- ఎం.ఎ చదువుకున్న హిమబిందుని ఆమెకన్నా పదేళ్లపెద్దవాడైన ఓ రాజకీయ నాయకుడికి కట్టబెట్టాడు ఆమె తండ్రి. ఆ నాయకుడు కిల్లీ వ్యాపారం నుండి కిడ్నీ వ్యాపారం దాకా అన్నీ చేశాడు. దీంతో అతని భార్య అతన్ని అసహ్యించుకొంది. అతని రాక్షస రతి నుండి ఇద్దరు ఆడపిల్లలు పుట్టారు. కొన్నాళ్లకు ఎవరో దుండగులు అతన్ని కిరాతకంగా కాల్చి చంపారు. అతనికి రాజకీయ లాంఛనాలతో అంత్యక్రియలు జరిగాయి. సీఎం నివాళులర్పించారు. హిమబిందు బొట్టులేకుండా ఏడుస్తూ ఫోటోలు తీయించుకొని యిస్తే, ఎన్నికల్లో నిలబెడతామని సందేశం పంపారు. చచ్చినవాడి పరపతిని పెట్టుబడిగా పెట్టి అతని భార్యను ఓటర్లు ఎన్నుకుంటారు. ఇకనుంచి ఆమె మిసెస్ రాజారావు. ఏనాడూ రాజకీయాలు తెలియని ఆమె ఏం చేయగలదు?ఎలా పాలించగలదు? ప్రజల సానుభూతి కోసం తను బొట్టు పెట్టుకోకూడదు. విధవరాలి గెటప్‌లో ఫోటోలు తీయించుకోవాలి.

భర్త చనిపోయాడని తెలియగానే స్వేచ్ఛగా నిట్టూర్చింది. భర్త చనిపోయిన బాధ ఆమెకు లేదు. కానీ దైన్యంగా కనిపించాలి. పత్రికలవాళ్ళు ఫోటోలు తీశారు. జనం సానుభూతి పలికారు. కానీ ఆమె మనసు ఎదురు తిరిగింది.ఆమెకు మిసెస్ రాజారావుగా బతకాలనిలేదు. కర్మకాలి ఒక ఖూనీకోరుకు భార్య అయింది. అతను మరణించినా అతని భార్యగా ఎందుకు బతకాలి. ఇకనుండి తన జీవితం తనది. తన పిల్లల భవిష్యత్తు కోసం ఏదైనా చేయచ్చు. కాబట్టి హిమబిందు ఎం.ఎ లిటరేచర్‌గా ఆత్మవిశ్వాసంతో, దృఢనిశ్చయంతో బతకాలనుకుంది.

6)ఆకలితీరింది :- పార్వతి పేదింటి పిల్ల. ఈమె తండ్రి ఓ సోమరి, తాగుబోతు. ఇల్లు వదిలి ఎటో వెళ్లిపోయాడు.ఈమె తల్లికి ముగ్గురు పిల్లలనూ పెంచే స్థోమత లేక వారిని పరులకు కుదిర్చింది. అలా పార్వతి భ్రమరాంబ ఇంటిలో వచ్చి పడింది. భ్రమరాంబది పెద్దగొంతు. ఆ గొంతువింటేనే పనివాళ్ళకి భయం. ఇంటిపెత్తనమంతా భ్రమరాంబదే.ఆరోజు ఇంట్లో భ్రమరాంబ దంపతులకు షష్టిపూర్తి. అందుకే నాలుగు

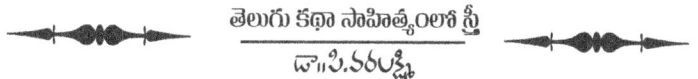

రోజులనుండి ఇల్లు కళకళలాడుతోంది. వచ్చేవారికోసం ఇంట్లో రకరకాల పిండి వంటలు తయారు చేశారు.పార్వతి ఓ బొంగరంలా తిరుగుతూ అన్నిపనులూ చేస్తోంది. ఉదయం తాగిన టీ తప్ప కడుపులో ఇంకేమీలేదు. ఉదయం అందరికీ జీడిపప్పు ఉప్మా చేసి పెట్టారు. కానీ పార్వతిని కాసింత ఉప్మా తినమని ఎవరూ అనలేదు.పూజ తర్వాత అందరికీ ప్రసాదం పంచారు. నీకప్పుడే తినడానికి తొందర ఎందుకని భ్రమరాంబ పార్వతిని అక్కడినుండి పంపివేసింది. అందరి భోజనాలయ్యేసరికి మధ్యాహ్నం మూడున్నర అయింది. భోజనాల్లో వడ్డించిన రకరకాల పదార్థాలలో చాలావరకు పార్వతి చూడనేలేదు. అవన్నీ చూస్తూంటే పార్వతికి నోరూరుతోంది. అయినా నిగ్రహించుకొని తన వంతుకోసం ఎదురుచూసింది. అంతలో భ్రమరాంబ పార్వతిని భోజనానికి రమ్మని కేకవేయడంతో గబగబ సిద్ధమైంది. కంచంలో చద్దన్నం, కాసింత పప్పు,ఆలుగడ్డ,ఆవకాయ చూడగానే పార్వతికి కళ్లనిండా నీళ్లు తిరిగాయి. అందర్నీ పట్టించుకొనే భ్రమరాంబ ఈరోజైనా తనను పట్టించుకోకపోవడం పార్వతి జీర్ణించుకోలేకపోయింది. కనీసమానవత్వాన్ని చాటలేని పెద్ద కుటుంబాలవాళ్ల భేషజాల మధ్య పేదవారు ఏవిధంగా నలిగిపోతారో, పేదల శారీరక శ్రమను ఎలా దోచు కొంటున్నారో ఈ కథ చక్కగా వివరిస్తుంది.

7)గర్భగుడి :– ఆధునిక పోకడలకు పోయి తల్లికావడాన్ని అసహ్యించుకొనే అమ్మాయి కథ.తనూజ, రాహుల్ భార్యాభర్తలు. పెళ్ళైన నాలుగేళ్లకు తనూజ తల్లి కాబోతోందని తెలిసి అందరూ సంతోషించారు. కానీ తనూజకు ఇష్టంలేదు. తను అబార్షన్ చేయించుకుంటానని తెగేసి చెప్పింది.అదివిని అందరూ షాక్అయ్యారు. నచ్చచెప్పాలని చూసినా తన పట్టువీడలేదు. చేసేదిలేక రాహుల్ డాక్టర్ వద్దకు తీసికెళ్ళాడు. డాక్టర్ పరిస్థితి అర్థం చేసుకొని వారం తర్వాత రమ్మని చెప్పింది. ఈ వారం రోజులూ ఇంట్లో ఎవరూ మాట్లాడలేదు. రాహుల్ కూడా అడిగిన వాటికి ముక్తసరిగా సమాధానమిస్తున్నాడు. పిచ్చివాడిలా తయారయ్యాడు. అతని ప్రవర్తన

నచ్చని తనూజ అతనితో గొడవపడింది. రాహుల్ కోపోద్రిక్తుడయ్యాడు. ఈ నాలుగేళ్లలో అతని కోపాన్ని మొదటిసారి చూసింది. డాక్టర్ వద్దకు తీసికెళ్లమని అడగడానికి ధైర్యం చాలక కొన్నిరోజులు వాయిదా వేయడంతో వేవిళ్ళు కూడా తగ్గాయి. ఆఫీసుకు బయలుదేరింది. అప్పటికే ఆఫీసులో అందరికీ తెలిసిపోయినందున అందరూ ఆమెకు శుభాకాంక్షలు తెలిపారు. కొంతమంది స్నేహితులు సూచనలు, సలహాలు ఇచ్చారు. దీంతో ఈ ఒక్కసారికి బిడ్డను కనాలని నిర్ణయించుకొంది. అప్పటినుండి ఇంట్లో అందరూ ఓ రాణిలా చూసుకొంటున్నారు. చివరకు డెలివరీ టైం దగ్గరపడింది. తనూజకు ఆడపిల్ల పుట్టింది. మెలకువ వచ్చి కళ్లు తెరచి చూసే సరికి పక్కనే బుజ్జిపాపాయి తల్లిపక్కలో హాయిగా నిద్రపోతోంది. గుండెల్లోంచి వెల్లువెత్తుతున్న మమతానురాగాలతో మైమరచి పోయింది సరోజ. నేటికాలంలో అందానికే ప్రాధాన్యత ఇస్తూ, తల్లికావడం, పిల్లలను పెంచడం వంటి పనులను ఇష్టపడని యువతుల మనోభావాలకు అద్దం పడుతుందీకథ.

8) తప్పెవరిది? :- కాలేజిలో కలిసి చదువుకున్న మాధవి, విశాల్ పెళ్లి చేసుకొని భార్యాభర్తలయ్యారు. విదేశాల్లో ఎం.యస్ చేయాలని అన్ని ఏర్పాట్లు చేసుకున్నారు. ఆఖరు నిమిషంలో విశాల్ తల్లి జబ్బుపడటంతో విశాల్ తన ప్రయాణాన్ని విరమించుకున్నాడు. కానీ మాధవి తన కెరియర్ త్యాగం చేయడానికి ఒప్పుకోలేదు. విదేశాలకు ప్రయాణమైంది. విశాల్ తల్లిని చూసుకోవడానికి ఒక అమ్మాయిని కుదిర్చాడు. ఆమె పేరు అపర్ణ. తల్లి చనిపోతూ అపర్ణను భార్యను చేసింది. ఇప్పుడు మాధవి ఇండియా వచ్చింది. తన స్థానాన్ని ఇంకొకరికి ఇచ్చిన విశాల్‌ను నిలదీసింది. అపర్ణ వారి మాటల యుద్ధానికి కన్నీళ్ళ పర్యంతమైంది. ఆమెను చూసి జాలిపడింది మాధవి. "నాకు చదువుంది, డబ్బుంది, ధైర్యం ఉంది. అన్నింటికీ మించి బతకగలనన్న ఆత్మ విశ్వాసం ఉంది. నీకు బ్రతుకంటే భయం తప్ప ఏమీలేనట్టుంది. ముఖ్యంగా ఆత్మవిశ్వాసం లేని ఆడదానికి బతికే అర్హత లేదు తెలుసా? అని ప్రశ్నించింది.

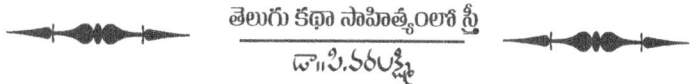

ముగింపుగా ఇవాళ అభయం ఇచ్చే రెండు చేతులూ ఏ కారణం చేతనైనా వదిలేస్తే ఎలా బ్రతకాలో ఆలోచించుకో.. ఆడదానికి రక్షణనిచ్చేది తన చేతులు, తన కాళ్లే. వాటిమీద ఆధారపడడంలో ఉన్న ఆనందం మగాడిమీద ఆధారపడి బతకడంలో లేదు అని హెచ్చరించి వెళ్లిపోయింది. స్త్రీకి బతకగలనన్న ఆత్మ విశ్వాసం, పరిస్థితులను ఎదుర్కొనే ధైర్యం ఉండాలని దానికి చదువు బాసటగా నిలుస్తుందని ఈ కథ ద్వారా తెలియజేశారు.

9) వానపాము కాటేసింది:- వరకట్నంకోసం అత్తింటివారు పెడుతున్న ఆరళ్ళను తట్టుకోలేక ఎదురు తిరిగిన ఓ కోడలి కథ. మాలతి పెళ్ళైంది. కట్నంగా నలభై వేలు, ఓ స్కూటర్ కొనిచ్చారు. పెళ్ళైన కొన్నాళ్ళకే భర్త ఎసిబి వలలో చిక్కి ఉన్న ఉద్యోగం పోగొట్టుకున్నాడు. అత్తగారికి డబ్బు వ్యామోహం. మామగారికి సేవల దాహం. భర్తకు స్వార్థం, ఆడపడుచుకు ఆశలు ఎక్కువ. వీరందరినీ సంతృప్తి పరచడం తలకు మించిన భారమైంది. కొత్త వ్యాపారం చేయడానికి పుట్టింటినుండి 50వేలు తెమ్మని తరిమేశారు. ఆమె తండ్రి అడిగినడబ్బు ఇచ్చి పంపాడు. కొన్నిరోజులకే డబ్బు ఖర్చై పోయింది.కానీ వ్యాపారం చేయలేదు. మరికొన్నిరోజులకు మాలతికి విడాకులిచ్చి, నీలిమను చేసుకొంటే ఆస్తి సొంతమౌతుందని పథకం వేశాడు. ఎదురుతిరిగితే చంపాలని నిర్ణయించుకొన్నాడు. విడాకుల పత్రాలపై సంతకం చేయాలని భర్త మాలతిని ఒత్తిడి చేశాడు. అందరూ చంపుతామని బెదిరించగా నాతోపాటు మీరూ చావండి అంటూ మంచం క్రింద ఉన్న కిరోసిన్ అందరి ఒంటిమీదా పోసి తనూ పోసుకొంది మాలతి. అంతలో పోలీసులువచ్చి అందర్నీ అరెస్టు చేశాడు. ఆడవాళ్లు ధైర్యంగా జరుగుతున్న పరిణామాలను ఎదుర్కొని, దోషులకు శిక్షపడేలా చేయగలిగినప్పుడే కొంతమందిలోనైనా మార్పు వస్తుంది. ఈ విధంగా రచయిత్రి సమకాలీన సమాజంలోని స్త్రీల స్థితిగతులను తన కథాపాత్రల్లో చక్కగా చూపించారు.

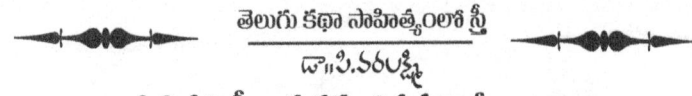

సత్యవతి స్త్రీవాద కథల్లో సమకాలీనాంశాలు

డా॥ కె. ఈశ్వరమ్మ

ప్రకృతి ఏ ధర్మాన్ని ఎవరికి నిర్దేశించిందో ఆ ధర్మాన్ని సక్రమంగా నిర్వహించడానికి సమాజం దోహదం చేయాలి. కానీ వైజ్ఞానికంగా మానవుడు ఎంత అభివృద్ధి సాధించినా స్త్రీ పురుషుల మధ్య అంతరాలు మాత్రం నేటికి సమసిపోవడంలేదు. అందుకే ఆర్థిక, రాజకీయ, సాంఘీక, విద్యారంగాలలో పురుషులతోపాటు సమాన హక్కులు కోరుతూ, స్త్రీలు ఉద్యమాలు సాగిస్తూనే వున్నారు. ఆ ఉద్యమాలకు ఊపిరి పోయడానికి రచయితలు స్త్రీల సమస్యలను చిత్రిస్తూ రచనలు చేస్తూనే వున్నారు. ఎందుకంటే సమాజం ఎప్పుడూ ఒకటిగా లేదు. అది పురోగమనం వైపు సాగుతూవుంది. అలా సాగడానికి తగిన రాజకీయ, ఆర్థిక, సాంస్కృతిక, భూమిక ఆయా సమాజాలలోనే ఏర్పడుతూ వచ్చింది. సమాజాన్ని ముందుకు నడిపించే శక్తులు రెండు 1. ఉత్పత్తి శక్తి, 2. పునరుత్పత్తి శక్తి. ఉత్పత్తి శక్తులను పురుష భావనలోను, పునరుత్పత్తి శక్తులను స్త్రీ భావనలో విశ్లేషిస్తే ముందు పునరుత్పత్తి శక్తులు ఆధిక్యంలో వుండి క్రమంగా ఉత్పత్తి శక్తులకు లోబడ్డాయని పరిశీలనద్వారా తెలుస్తుంది.

సమాజంలో స్త్రీ, పురుష సంబంధాల స్వభావాన్ని తెలియజేసే మాట జండర్. స్త్రీ, పురుష లింగ భేదము సహజమైనదే అయినా వీరి మధ్య అంతరాలు, అసమానతలు, ద్వంద నైతిక విలువలు. వీటినే అమలు చేస్తున్నా సామాజిక వికృతులు స్త్రీవాద సాహిత్యానికి ప్రశ్నించడం నేర్పాయి.

సాహిత్యమంటే మానవ జీవన సంబంధాల సంపుటి. స్త్రీ సమస్త జీవితం పురుషాధీనమైందిగా నిర్వచించడంలో ఇంటా – బైటా స్త్రీల ఆలోచనలు, చర్యలు పురుష ప్రయోజనాలకు అనుగుణంగా నియత్రించే వ్యవస్థ తయారైంది. దాని ప్రభావం వల్ల వివక్ష వుందనే స్పృహ కూడా స్త్రీలకు లేకుండా పోయింది. ఆధునిక

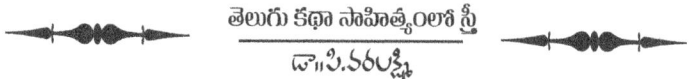

యుగంలో స్త్రీలకు బురకాలు లేకపోయినా స్త్రీల దృష్టికి , మెదడుకి శాశ్వతంగా పరదా తగిలించబడింది. సాంఘిక విలువలు, సిద్ధాంతాలు నీతి సూత్రాలు, అణచివేతను, తామే గ్రహించుకొని స్వీయ నియంత్రణలో పెట్టుకునే పరిస్థితులని తయారు చేసిపెట్టాయి.

సఫ్రగేట్ ఉద్యమం:- పెట్టుబడిదారీ విధానం వల్ల వ్యక్తివాదం, సమానత్వం, స్వేచ్ఛ, సౌభ్రాతృత్వం అనే కొత్తవిలువలు తలెత్తాయి. పారిశ్రామికాభివృద్ధి కారణంగా 19వ శతాబ్దిలో క్రొత్త సమాజానికి నూతన స్త్రీ అవసరమైంది. వ్యక్తిత్వం గల మనిషిగా, పురుషునితో పాటు కొన్ని హక్కుల్ని పొందగలిగే వ్యక్తిగా, నూతన బూర్జువా సమాజ విలువలను తయారుచేసే తల్లిగా, వినియోగదారునిగా స్త్రీ అంత:పురమునుండి బయటికి రావలసిన అవసరం ఏర్పడింది. దానికి పూర్వరంగంగా స్త్రీవిద్య, ఆరోగ్యం, హక్కులు, కొత్తకోర్కెలుగా రూపుదిద్దుకొని ప్రాశ్చాత్యదేశాలలో సఫ్రగేట్ (Suffragette)ఉద్యమం మొదలైంది. 1972లో వెలువడ్డా షీలా రోబోతమ్ రాసిన ఉమెన్ రెసిస్టెన్స్ అండ్ రెవెల్యూషన్ గ్రంథం దీన్ని వివరిస్తుంది. అమెరికాలో నల్లజాతి బానిసత్వ వ్యతిరేకోద్యమాన్ని అందిపుచ్చుకున్న పౌరహక్కుల ఉద్యమమే దీనికి నాంది.

1841లో అమెరికాలో ప్యాక్టరీలో పనిచేసే స్త్రీలు మొదటిసారిగా "పని గంటలు ఎక్కువ కూలి తక్కువ" అనే అంశంపై సమ్మెచేశారు. 1890-1910 లో నిరుద్యోగం ప్రబలి స్త్రీలు పిల్లల సంపాదనే కుటుంబానికి ఆధారమైంది. 1909లో న్యూయార్క్ మొ॥ నగరాల్లో 75% స్త్రీలు వేతనంలో అసమానత వల్ల మెరుపు సమ్మెలు చేశారు. ఫ్రాన్స్‌లో 1848లో జరిగిన విప్లవంలో చనిపోయినవారి కుటుం బాలలో స్త్రీలకు పెన్షన్ ఇవ్వడం ఒక విప్లవాత్మకమైన మార్పు. పారిశ్రామికీకరణ వల్ల పరిమితి కుటుంబాలేర్పడి ఆహార తయారీ నిర్వహణ, పిల్లలబాధ్యత ఇంటిచాకిరీ స్త్రీని శారీరక మానసిక నైతిక శ్రమల్లోకి నెట్టాయి.

సోషలిస్టు ఉద్యమం:- 1860లో చర్నీ చవ్స్కి రాసిన నవల What is to be done స్త్రీ విముక్తి కి సోషలిస్టు విప్లవానికి లోతైన సంబంధాన్ని తెలిపింది. మార్క్ ఏంగిల్స్ లు రాయక ముందే 1892 లో స్త్రీలు నాటి సామాజిక స్థితులపై తమ గళం విప్పి ఊరేగింపు చేశారు. 1870 లో రష్యా విప్లవం వ్యక్తి స్వేచ్ఛకు ప్రాధాన్యమిచ్చిన నేపధ్యంలో సాంఘిక ఆర్థిక విధానాలలో ఎన్ని మార్పులు వచ్చినా వైవాహిక కుటుంబ సంబంధాలు పిల్లల్ని కనడం, పెంచడం సెక్సువాలిటి అంశాల్లో ఏ మార్పు లేదు.

మార్క్సిస్టు ఉద్యమం :- ప్రపంచ విప్లవ పోరాటంలో కార్మిక వర్గం తరపున పోరాడిన విప్లవకారిణి సంపూర్ణ మార్క్సిస్టు క్లారా జట్కిన్. తాను రాసిన "మహిళా ఉద్యమం-లెనిన్ " అనే వ్యాసంలో ఇదివరకు స్త్రీలకు తెలియని అనేక సమస్యలు ఇపుడు వెలుగులోకి వచ్చాయి. పూర్వపు సామాజిక సంబంధాలు శిథిలమై ఇలాంటి నూతన పరిస్థితిని అంచనా వేయాల్సిన అవసరం ఇప్పుడు వచ్చింది అనే లెనిన్ మాటల్ని ఉదహరిస్తూ తాను సైతం స్త్రీ విముక్తికి ఎన్నో పోరాటాలు చేసానని తెలియజేసింది.

స్త్రీ విముక్తి ఉద్యమాలు :-1960లో "జట్టి ఫ్రైడన్ ఫెమెనైన్ మిస్టిక్" గ్రంథం మధ్యతరగతి స్త్రీల పరిస్థితులు, ఒంటరితనాన్ని చూపించింది. 1961 లో "కెనడీ" స్త్రీ పరిస్థితులను అధ్యయనం చేయడానికి ఒక కమీషన్ నియమించాడు.

1966లో National Organization of Women (NOW) ఏర్పడింది. 66-67లో స్త్రీ విముక్తి గ్రూపులేర్పడ్డాయి. ఫ్రాన్స్‌లో 1968లో సైమన్ ది బోవియర్ వ్రాసిన "సెకెండ్ సెక్స్" అనే మొదటి ఫెమినిస్ట్ రచన కమ్యూనిస్ట్ ఉద్యమంలో న్యూలెఫ్ట్ ధోరణి ప్రారంభమైంది. మన జీవితం ఎలా వుంది, అనే ఆలోచన స్త్రీలకు కలిగించింది. 70లలో ఇంటి చాకిరికి ప్రైవేట్‌రహస్యం అనుకున్న విషయాలన్ని రాజకీయాలలో భాగమయ్యాయి. పురుషుని దోపిడీని, లైంగిక అణచివేత

రాజకీయాలుగా స్త్రీలు గుర్తించి తమపై పురుషాధిక్యపు Domination దాని స్వరూప స్వభావాలు అర్థంచేసుకునే విశ్లేషణను ఫెమినిస్ట్ ఉద్యమం పెంపొందించి 1960-70లో ఫ్రెంచి ఫెమినిష్టులు స్త్రీల హక్కులకు, ప్రాధాన్యతలకు చారిత్రక మూలాలు వెతకాలంటూ భాషలు సంస్కృతిని ప్రశ్నించాయి.

భారతదేశం-ప్రాంతీయ స్త్రీవాదం:-1937లో దేశంలో సామ్రాజ్య వాదానికి వ్యతిరేకంగా,1942లో ఫాసిజానికి వ్యతిరేకంగా, బెంగాల్ కరువు సమస్య మీద, వివిధ జిల్లాల్లో వర్గపోరాటాల్లో, 1940 లో శ్రీకాకుళం జమిందారీ వ్యతిరేక పోరాటాల్లో, భూస్వామి వ్యతిరేక రైతాంగ పోరాటాల్లో 947 చిలుపూరు మహిళా సభల్లో, ఐక్య మహిళా సంఘాల నిర్మాణాల్లో,విశాలాంధ్ర, తెలంగాణ విముక్తి పోరాటాల్లో స్త్రీవాదం ఒక స్పష్టమైన రూపాన్ని సంతరించుకుంది. ఈ జాతీయ, అంర్జాతీయ పరిణామాలలో 1970లో నీలిమేఘాలు, గురిచూసి పాడేపాట వంటి స్త్రీ గొంతుకలు తెలుగులో నినదించాయి.

స్త్రీవాద ప్రాధాన్యాన్ని ఫ్రెంచ్ ఫెమినిస్టులకి ప్రయోజనాలుగా గుర్తించారు అవి

1. Exploring :- మానవ సంబంధాలను క్రొత్త దృక్పథంతో పరిశీలించడం
2. Exposing :- అసమానతలను బట్టబయలు చేయడం
3. Explaining :- కారణాలేమిటో వివరించి చెప్పడం, తద్వార స్త్రీ పురుషుల మధ్య నూతన ప్రజాస్వామిక సంబంధాలను నెలకొల్పడం స్త్రీవాద సాహిత్య ప్రయోజనం

వ్యాకరణం-స్త్రీవాదం:-వ్యాకరణంలో "స్త్రీతిర్యగ్జడభిన్నంబులు మహత్తులు" అని స్త్రీలు పశుపక్షాదులు జంగమాత్మక ప్రకృతిని, ఒక గాటన కట్టి పురుష వాచకాలను వేరొక వర్గంగా చూపడం స్త్రీల ఔన్నత్యానికి చిహ్నామో, లేక ద్వితీయ శ్రేణికి గుర్తింపో ఆలోచించ వలసిన విషయం. అందుకే అంర్జాతీయ స్త్రీవాదులు స్త్రీల భావ వ్యక్తీకరణకొక ప్రత్యేక భాష, వ్యాకరణం వుండాలని

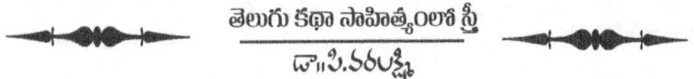

అభిప్రాయపడడం సమంజసమే అనిపిస్తుంది. ఇంతటి విస్తృతమైన నేపథ్యం గల స్త్రీ విముక్తి పోరాటాల్లోంచి తెలుగులో వెలువడిన స్త్రీవాద సాహిత్యం తమ జీవితాలపై తమకే అధికారం లేని లోపలి రెండవ ఆంతరంగిక కోణాలను నిస్సంకోచంగా ఆవిష్కరించి స్త్రీ మనోభావాలకొక ఆత్మగౌరవ ప్రకటన చేసింది. ఇలాంటి బలమైన స్త్రీవాద నేపథ్యంలోంచి పుట్టుకొచ్చిన సత్యవతిగారి "ఇల్లలకగానే" కథాసంపుటిలోని 15 కథల్లో కుటుంబ హింస, దారిద్ర్యము,

గోవు కథలో సాత్వికురాలైన 40 ఏళ్ళ వయస్సులోని గోమతి 60 ఏళ్ళ ప్లీడరు సుందర్రావును పెళ్ళాడుతుంది. అన్ని బావున్నాయని మురిసిపోతుండగా నెలతప్పిందని, అబార్షన్ చేయించి తాను వేసెక్టమీ చేయించుకుంటాడు. ఒక్క నలుసుకోసం తపించిన గోమతి కొమ్ములతో కుమ్మిన గోవులా కుటుంబంపై తిరగబడి సుందర్రావుని తన పడక గదిలోనికి నిషేదించడం ద్వారా పితృస్వామ్య భావాలకు ఎదురుదెబ్బ తగులుతుంది. తాయిలం కథ మధ్యతరగతి గృహిణుల సృజనాత్మక అణిచివేతను చూచిస్తుంది. ఇల్లు ఎంత బాగా అలికితే అంత మంచి గృహిణిగా పేరు తెచ్చుకోవచ్చని, ఆ సంబంధంలో పేరు కూడా మర్చిపోయి మోడులుగా మిగిలిపోయిన గృహిణిల ఇంటిచాకిరికి అద్దం పట్టిన కథ "ఇల్లలకగానే" 2006 మానవాభివృద్ధి నివేదిక స్త్రీలు తమనైపుణ్యాలు పెంచుకోవడానికి సమయాభావం ఒక లోటని చెబుతుంది ఆఖరికి ఆ కథలో ఇల్లాలు తన అమ్మగారింటికి వెళ్ళి తన సర్టిఫికేట్లు కొని ఆనందంగా ఇంటికొచ్చి ఇక నుండి నన్ను శారదా అని పిలవండి... అంటూ ఆత్మవిశ్వాసంతో చెప్పి బూజుదులిపి సోఫామీద కూచుని తన చిన్నప్పటి బొమ్మల్ని పిల్లలకు చూపించిన తీరు రచయిత్రి వ్యంగ్యవైభవాన్ని చిత్రించింది.

భారతదేశంలో పేదరికంపై జరిగిన అధ్యయనం ప్రకారం స్త్రీలు వ్యవసాయ కూలీలు పేదరికం విషయంలో బందీలు. ఈ అంశం "ఇందిర" అనే

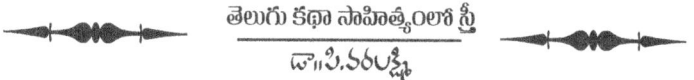

కథలో రచయిత్రి ధనవంతుల ఇళ్ళలో పాచిపని చేసే ఆదిలక్ష్మి రెక్కలు ముక్కలు చేసుకొని, ఇంటికి వచ్చేసరికి తన ఇద్దరు పిల్లల్ని చూస్తే పెద్ద పిల్ల ఇందిర కన్పించక తనని హైదరాబాద్‌లో ఎవరి ఇంట్లోనో పనికి భర్త పెట్టాడని తెలుసుకొని ఆపిల్ల తనకు చేసే చాకిరీని తల్చుకొని కుమిలి ఏడుస్తుంది. నిచ్చెనమెట్ల వ్యవస్థలాంటి దోపిడి లో స్త్రీ కంటే పిల్లలు అట్టడుగున ఉన్నారనే నిష్ఠుర సత్యం మనకళ్ళు ముందు పరుచుకుంటుంది.

"ముసుకు" కథలో ఒక ఫెమినిస్టు సభలో మాట్లాడిన స్త్రీ మేధస్సును కాక అవిడ అందాన్ని మాత్రమే వర్ణిస్తూ ఇంట్లో భార్యను తన పురుషాధిక్య సెక్స్ భావనలతో హీనపరుస్తూ ఎదిగిన పిల్లల ముందు ఎలా ప్రవర్తించాలో తెలియని సోకాల్డ్ మగ ఫెమినిస్టులను ఎండగడుతుంది.

"చీమ" కథలో పనావిడ చెప్పిన తన వాస్తవజీవిత జలపాతంలో చీమలా కొట్టుకొనిపోయిన ఒక మధ్యతరగతి గృహిణి అంతరంగావిష్కరణం తన ఆఫీసు స్నేహితురాలు తన ఇంట్లో అంతాకలిసి పనిచేసుకుంటామని చెబితే అసూయపడినావిడ తన భర్తచేతిలో హింసను చెప్పినపుడు ఆర్థికస్వాతంత్ర్యం తనకెందుకు పనికి వస్తుందని ఆత్మన్యూనతతో బాధపడుతుంది.

"భద్రత" కథలో తన చెల్లెళ్ళకి, తల్లికి సుఖజీవితాన్ని అందించడానికి బాస్‌లతో క్యాంపులకెళ్ళే నీరజని తన భర్త స్నేహితులు విమర్శిస్తుంటే వాళ్ళ కళ్ళు చెత్తకుండీల్లు, గదంతా కుళ్ళువాసన వస్తున్నట్లు అన్పించి, ఆ గృహిణి వంటింట్లోకి వెళ్ళి నిల్చుంటుంది. అంతకంటే భద్ర మైన చోటు ఇక లేదుగా అని రచయిత్రి ముక్తాయింపు. పెట్టుబడిదారీ దోపిడి వ్యవస్థ స్త్రీని భోగవస్తువుగా చూడడం, అవహేళన చేయడం సమాజ రుగ్మతలని ఎండగడుతుంది.

తులసి ఉద్యోగినిగా సంపాదిస్తూ పద్ధతి ప్రకారం నడచిపోతున్న తన జీవితంలో భావుకత లేదని తానే ప్రేమించిన మధు రాధతో ప్రేమైక జీవితాన్ని

గడుపుతుండడం గమనించి తన లెక్క తప్పిందని సిద్ధాంతాలకు అందని నిజాలు కూడా ఉంటాయని ‘ గణితం ’ కథ ద్వారా చెబుతుంది. ఆర్థికంగానే కాక హార్థికంగా ఉండడమే అసలైన స్త్రీత్వమని తెలుస్తుంది.

భర్త దేవుడని పొంగిపోతున్న భార్య దగ్గరకు వైవాహిక జీవితంలో దెబ్బతిన్న ఓ స్నేహితురాలొచ్చి పదిరోజులుంటే ఆ భర్త ఎలా మాటలతో హింసిస్తారో, ఉద్యోగస్తురాలైన తానామెకు ఎలా సాయం చెయ్యలేకపోయిందో తేల్చేకథ. చివరికి ఏదోక ఆదరువు కల్పించడం కొసమెరుపు. 1995లో యునైటెడ్ నేషన్స్ డెవలప్‌మెంట్ ప్రోగ్రాం ప్రతిపాదించినట్లు విద్య, ఉద్యోగం, ఆరోగ్యం, నిర్ణయాధికారం, ఈ స్త్రీకి అభివృద్ధిని చూపించ లేకపోయింది.

ఒకప్పటి స్టేట్ గర్ల్స్ ఛాంపియన్ సరస్వతి ఇల్లే లోకంగా చాకిరీ చేస్తూ వళ్ళు పెరిగిపోయి బాధపడుతుంటుంది. భర్త చేయలేని లెక్కలు కూడా పిల్లలకు చేసేస్తుంది. జన్మజన్మ అంధకారాన్ని భరిస్తున్న ఈ గాంధారి గంతలు విప్పేయాలని నిశ్చయించుకొని రేపటినుండి నేనూ షటిల్ ఆడతాను అన్న ఆత్మవిశ్వాసంతో గాంధారి రాగం నడుస్తుంది. అరుణసంధ్య కథ ముప్ఫైయేళ్ళు సంసారం చేసి పిల్లల్ని పెంచి, పెళ్ళిళ్ళు చేసి, ఇక ఆ ఇంట్లోంచి వెళ్ళాలని నిశ్చయించుకున్న వృద్ధ మహిళ స్వాభిమానం స్వయంనిర్ణయాధికారం మనకు తెలుస్తుంది.

వృద్ధాప్యంలో ఆదుకుంటాడనుకొన్న కొడుకు ఎవరినో పెళ్ళి చేసుకొని డబ్బులిచ్చి వెళ్ళపోతుంటే ఒక్క కౌగిలింత కూడా నోచుకోని తన మాతృత్వాన్ని కన్నీటితో తడుపుకొనే కథ “ వెంకటేశ్వర్లు వెళ్ళిపోయాడు ”. భార్య దూరంగా ఉద్యోగం చేస్తుందని నలుగురూ ఆమెని హేళనగా మాట్లాడితే భార్యని విదలించి కొట్టిన ఆ భర్తను తన స్వాభిమానంలో గౌరవించిన భార్య కథ ‘ బదిలీ ’ స్త్రీల ఆర్థిక స్వావలంభనకు పెట్టిన కిరీటం.

స్త్రీత్వ లక్షణాలంటూ చేసిన బంగారపు గొలుసుల్ని ఛేదించుకుని మానవ లక్షణాలు గల స్వతంత్ర వ్యక్తిగా తనను తాను తీర్చిదిద్దుకున్న స్త్రీవాదం,

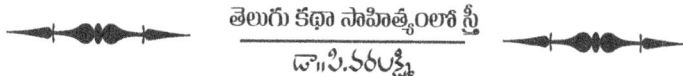

పితృస్వామ్యం, దోపిడీ, ఆర్థిక అసమానత, ఉద్యోగ భద్రత, పేదరికం, ఇంటిచాకిరి, సృజనాత్మక శక్తుల అణచివేత, పురుషాధిక్య భావజాలం వంటివి అనాది నుండి నేటివరకు చాపకింద నీరులా విస్తరించిన సమకాలీనాంశాలను తన సాహిత్యంలో పొదిగి మన ముందు నిర్వచించిన మానవ సంబంధాలను కొత్త ధృక్పథంతో పరిశీలించి , వాటి అసమానతలను బట్టబయలు చేసి దానికి కారణాలను విశ్లేషించి, స్త్రీవాదపు అంతరంగిక దృక్కోణాలను సునిశితంగా మన ముందు ఉంచారు సత్యవతిగారు.

ఈ విధంగా పై అంశాలన్ని నేటి సమాజంలోని స్త్రీలు ఎదుర్కునే ప్రధాన సమస్యలుగానే ఉన్నాయి. వీటన్నిటిని స్త్రీవాద రచయిత్రులు తమ స్త్రీవాద కథాసాహిత్యం ద్వారా ప్రతిఘటిస్తున్నారు. ఏ సమాజమైతే స్త్రీలను గౌరవిస్తూ... వారి పురోభివృద్ధికి పురుషులతో సమానంగా పాటుపడుతుందో, అలాంటి మంచి సమాజమే ప్రగతి పథం వైపు పయనిస్తుంది భావిస్తున్నాను.

డా॥పి.వరలక్ష్మి

"ఓల్గా" రాజకీయ కథల్లో స్త్రీల సాంఘిక స్థితి

డా॥రావిరాల లక్ష్మికాంతం

ఆధునిక యుగంలో ప్రాచ్య సాహిత్యంపై తిరుగుబాటుగా అనేక నూతన సాహిత్య ప్రక్రియలు ఇంగ్లీషు సాహిత్య ప్రభావంతో తెలుగులోకి రావడం జరిగింది. అలా వచ్చినటువంటి నూతన ప్రక్రియ కథ, గురజాడ వారి తొలి కథానిక దిద్దుబాటు కథతో ప్రారంభమై అనేక సామాజిక సమస్యలను దుయ్యబట్టుచూ ఆధునిక కథ రూపుదిద్దుకుంది. వీరేశలింగం గారి సంఘ సంస్కరణను అనుసరిస్తూ గురజాడవారు తన కథల్లో సంఘంలోని దురచారాలను దుయ్యబట్టడం జరిగింది. మహిళలు ఎదుర్కోనే సమస్యలు వ్యభిచారం, కన్యాశుల్కం, విధవా వివాహం మొదలైన సాంఘిక సమస్యలను వస్తువుగా స్వీకరించినటువంటి గురజాడ ఆధునిక కథ నిర్మాణానికి పునాది రాయిని వేసి సంఘాన్ని ప్రశ్నించి, సంఘంలోని దురాచారాలను రూపుమాపే ప్రయత్నం చేసి ఆధునిక కవులకు ఆదర్శప్రాయులు అయ్యారు.

భారతీయ స్త్రీలు ఎదుర్కోనే సమస్యల్లో సాంఘిక దురాచారాలే కాదు అనేక సాంఘిక సమస్యలు కూడా ఉన్నాయి. స్త్రీల వెనుకబాటు తనాన్ని నిరూపించే అవిద్య, వరకట్నం, ఆర్థిక స్వాతంత్ర్యం లేకపోవడం, లైంగిక వేధింపులు, అత్యాచారాలు, అనాదిగా వస్తున్నటువంటి సాంఘిక కట్టుబాట్లు స్త్రీలను ప్రాణం లేని వస్తువుగా, ఆలోచన లేని బొమ్మగా మార్చి వేశాయి. మన ప్రాచీన సాహిత్య కారుల కావ్యాలలో అంగాంగ వర్ణన ఏవిధంగా సాగిందో మన ప్రాచీన కావ్యాలను, ప్రబంధాలను పరిశీలిస్తే అర్థమవుతూనే ఉంది. ఆడవారి జీవితం మగవారి అనందం కోసమే, వారి సుఖం కోసమే అన్నట్లుగా మన సాంఘిక జీవనం తనను తాను పరిశీలించుకోలేని స్థితికి స్త్రీలను నెట్టివేశాయి. ఆధునిక సాహిత్యధోరణుల్లో వచ్చిన భావ కవులు స్త్రీల శరీరం కాకుండా మనస్సును ఆక్రమించే ప్రయత్నం చేశారు కాని స్త్రీల సమస్యలను గురించి తనను తాను తెలుసుకునే విధంగా తనను తాను మార్చుకునే విధంగా వచ్చినటువంటి కవిత్వం స్త్రీవాద కవిత్వం.

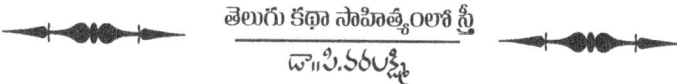

తెలుగు కథా సాహిత్యంలో స్త్రీ

డా॥పి.వరలక్ష్మి

స్త్రీవాద కవిత్వం 90 వ దశకంలో తెలుగు సాహిత్యంపై ప్రధాన ముద్ర వేసింది. అప్పటి నుండి నేటి వరకు అనేక మంది రచయితలు, రచయిత్రులు స్త్రీల సమస్యలపై రచనలు చేసి సమాజంలో సగం అయినటువంటి స్త్రీలను జాగృతం చేశారు అనడంలో ఎటువంటి సందేహం లేదు. స్త్రీల సమస్యలను ప్రధాన వస్తువుగా స్వీకరించి అనేక ప్రక్రియల ద్వారా స్త్రీల సమస్యలను సమాజ దృష్టికి తీసుకువచ్చి స్త్రీలకు వారి సమస్యలు ఏమిటో వారు ఎదుర్కొంటున్న అవమానాలు ఎటువంటివో? సంఘంలో వారి స్థానం ఎటువంటిదో తెలిపి స్త్రీలను జాగృతపరిచి సమస్య ఎదురైనపుడు దానిని ఎదుర్కోనే పరిష్కారమార్గాలను చూపిస్తూ తనదైన శైలిలో స్త్రీల బాగు కోసం అనేక రచనలు చేశారు. "ఓల్గా" అలా తన రచనా ప్రస్థానంలో వెలువడినటువంటి కథల సంపుటి "రాజకీయ కథలు". ఈ రాజకీయ కథలు సంపుటిలో మొత్తం 10 కథలు. అవి 'సీతజడ', 'కళ్ళు', 'ముక్కుపుడక', 'నోర్ముయ్', 'వెన్నుముక', 'రాతిగుండెలు', 'అయోని', 'ఒకరాజకీయకథ', 'కేసు', 'ఆర్తి'.

ఈ కథల్లో ఓల్గా ముఖ్యంగా స్త్రీల శరీరం చుట్టూ, స్త్రీలకు, తోటి స్త్రీలతో, సమాజంలో భర్తతో, తోటి పురుషులతో ఉండేటటువంటి సంబంధాల చుట్టూ కొన్ని కథలను రచించారు. అలాగే కొన్ని కథలను స్త్రీలకు తల్లిగా, భార్యగా, ఉద్యోగినిగా, ముఖ్యంగా ఒక స్త్రీగా ఉండవలసిన హక్కులు గురించి రచించారు. వాటిని ప్రశ్నించి ఎదురు తిరిగి సాధించుకునే విధంగా రచించారు.

సీతజడ: ఈ కథలో ఆడవారి అలంకరణ, ఆమె అందం వీటన్నింటికి హక్కుదారు భర్త,ఆభర్త మరణిస్తే ఆమెకు ఏ అలంకరణలు అవసరం లేదనే విధంగా మన సాంఘీక కట్టుబాట్లు నిర్ణయించిన విధానాన్ని తెలిపారు

కళ్ళు: ఆడవారి కళ్ళు కవుల వర్ణనలకు తగ్గట్టుగా ఉండాలి కాని ఆ కళ్ళు దేనిని చూడకూడదు, చూచినా మాట్లాడకూడదు, కోపం వచ్చిన, సంతోషం వచ్చిన అరవకూడదు. నువ్వు ఆడపిల్లవి అని ప్రతినిత్యం ఆమెను, ఆమె మనస్సును కుశించుకునే విధంగా తయారు చేసింది ఈ సంఘం. ఈ విషయాన్ని ఎంతో సామాజిక అనుభవంతో ప్రశ్నించారు ఈ కథలో.

ముక్కుపుడక: ఆడపిల్లకు ఇష్టాలు ఉండకూడదు. తనకు నచ్చిన విధంగా ఉండకూడదు. ఆడపిల్ల అలంకరణ ఆమె జీవితం మగపెళ్లి వారికి నచ్చే విధంగా ఉండాలి. కాని ఆడపిల్లకు కూడా ఒక మనస్సు ఉంటుంది, ఇష్టాలు ఉంటాయి అనే విషయాన్ని ఆడపిల్లల మానసిక మనోగతాన్ని ఆవిష్కరింపజేశారు ఈ కథ ద్వారా.

నోర్ముయ్: 'ఆడపిల్లవి అలా మాట్లాడకూడదు నోర్ముయ్' అనే మాటలు ప్రతి తల్లిదండ్రులు ప్రతినిత్యం అంటూనే ఉంటారు. పెళ్లి అయినా తర్వాత భర్త 'ఆడదానికి అంత నోరు పనికి రాదు నోర్ముయ్', ఈ విధంగా ప్రతి విషయంలో తన మనోభావాలను వ్యక్తీకరించలేక తన మనస్సులో కలిగిన ప్రతి భావాన్ని అణుచుకుంటూ అసాంఘిక జీవనానికి అలవాటు పడిన స్త్రీ జాతి దైనందిన జీవితాన్ని కళ్ళకు కట్టినట్లుగా చిత్రీకరించారు ఓల్గా.

వెన్నుముక: ఆడపిల్లకు అందం, అణుకువ మాత్రమే కాదు సమస్యకు ఎదురు నిలువగల మనోనిబ్బరం, మానసిక సంసిద్ధత అవసరం అనే విషయాన్ని ఈ కథ ద్వారా తెలిపారు ఓల్గా. ఈ కథలో బ్రాహ్మణ కులానికి చెందిన రాధిక, మాదిగ కులానికి చెందిన కుర్రాడ్ని ప్రేమించి పెళ్లి చేసుకోవడానికి సిద్ధపడుతుంది. ఆడపిల్లకు అందం ముఖ్యం అని వారించే తన తోటి స్నేహితురాళ్ళకు ఆదర్శవంతమైన యువతిగా ఎటువంటి కష్టాన్ని అయినా తట్టుకోగల ధైర్యం రాధిక పాత్ర ద్వారా ప్రవేశపెట్టి, ఆడపిల్లలకు మగవారిని సంతోషపెట్టే అందం ముఖ్యం కాదు, ఆడపిల్ల తన కాళ్ళ మీద తను నిలబడగల ధైర్యం అవసరం అనే విషయాన్ని ఈ కథ ద్వారా తెలియచేశారు ఓల్గా.

రాతిగుండెలు: సుశీలకు రొమ్ము క్యాన్సర్ వస్తుంది. రొమ్ము తీయవలసి వస్తున్నందుకు సుశీల ఏమాత్రం బాధపడలేదు. కారణం ఆ రొమ్ము భాగం తనని క్యాన్సర్ జబ్బుకంటే ఎక్కువ బాధిస్తుంది కనుక. బిడ్డ ఆకలి తీర్చే సమయంలో

కూడా పురుషజాతి ఆ భాగాన్ని నీచమైన ఆలోచనలతో చూడటం వారిరాక్షస కృత్యానికి అది ఒక క్రీడా మైదానం కావడం. యుక్త వయసు వచ్చిన నాటినుండి ప్రతి నిమిషం సమాజంలోని వ్యక్తుల బారి నుండి ఎదురయ్యే సంఘటనలు స్త్రీ జీవితాన్ని ఎంతటి మానసిక వేదనకు గురిచేస్తాయో ఈ కథ ద్వారా నిగూఢమైన స్త్రీల మానసిక ఘర్షణను తెలిపారు ఓల్గా.

ఒక రాజకీయ కథ: ఈ కథలో సీత పాత్ర అత్యంత దయనీయమైన పాత్ర. ఆమెకు గర్భవిచ్ఛిత్తి జరిగి ప్రాణాపాయ స్థితి నుండి బయట పడుతుంది. సీతకు ఇక పిల్లలు పుట్టరు అనే సందర్భంలో భర్త దగ్గర నుండి అత్త గారి వరకు ఆఖరకు సీత తల్లిదండ్రులు కూడా ఆమెను ఓదార్చరు. కనీసం సానుభూతి కూడా చూపించరు. అదే సీత భర్తకు ఉద్యోగం చేసే దగ్గర ప్రమాదం సంభవించి ఉ ద్యోగం చేయలేని స్థితికి చేరుకుంటాడు. ఆ సమయంలో సీత చాలా ధైర్యం చెబుతుంది. యూనియన్ వారు కూడా ధైర్యం చెప్పి మరలా ఉద్యోగం వచ్చే విధంగా చేస్తారు. అదే సీతకు జరిగిన అన్యాయానికి ఒక్కరు కూడా స్పందించరు. ఆమె చెయ్యని తప్పుకు ప్రతి ఒక్కరూ సీత ఏదో తప్పు చేసిన దానిలా నిందిస్తూ ఉ ంటారు. ఆమె భర్తకు ఆయన వంశానికి తీరని అన్యాయం జరిగినట్లుగా బాధపడుతుంటారు. ఈ దుస్థితి ఈనాటి సమాజంలో కూడా అడుగడుగునా కనిపిస్తూనే ఉంది. ఈ కథలో ఓల్గా ఆడవారి పరిస్థితిని వారి దీనావస్థను కళ్ళకు కట్టినట్లుగా చూపించారు.

అయోని : ఈ కథ ద్వారా ఓల్గా ఆడపిల్లలపై జరిగే అత్యాచారాలను వారు ఎదుర్కొనే విషమ పరిస్థితులను నిజంగా జరిగిన ఒక సంఘటన ఆధారంగా రచించారు. నెలల పిల్లల నుండి వయసు పైబడిన ఆడువారి వరకు ఎవరినీ వదలకుండా కీచకుల్లా ఎలా ప్రవర్తిస్తున్నారో మనం చూస్తూనే ఉన్నాం. ఆడపిల్లగా పుట్టడమే పెద్ద నేరం అనే స్థితికి ఈ సమాజం స్త్రీ జీవితాన్ని తీసుకురావడం

132

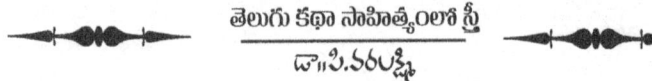

స్త్రీలకు అడుగడుగునా అవమానాలు, చీదరింపులు వీటన్నింటికి నిరసనగా ఈ కథను రచించారు ఓల్గా.

కేసు: రమ్య ఈ కథలో బాలింత. తను ఉద్యోగం చేస్తుంది. మెటర్నటీ లీవు మూడు నెలలే ఇస్తారు ఆ సంస్థ వారు. కానీ సమాజానికి ఆరోగ్యకరమైన బిడ్డలను అందించడం తల్లి బాధ్యత. దానికి గవర్నమెంట్‌కు ఈ సమాజానికి కూడా బాధ్యత ఉంది. అందుకే మెటర్నిటీ లీవును ఆరు నెలలు చేసి,ఉద్యోగం చేసే సమయంలో బిడ్డను చూసుకోవడానికి తగిన ఏర్పాటు చేయమని గవర్నమెంట్‌పై కేసు వేస్తుంది రమ్య. కానీ ఆమె భర్త మరియు సహ ఉద్యోగస్తులు మాట్లాడే చులకనైన హేళనాకరమైన మాటలను విని భార్యను కేసును విత్‌డ్రా చేసుకోమంటాడు. కానీ రమ్య దానికి ఎదురు తిరుగుతుంది. దానికి భర్త అహంకారంతో ఆమెకు విడాకులివ్వడానికి కూడా సిద్ధపడతాడు.అంటే ఆడవారికి ఎటువంటి హక్కులు ఉండకూడదు. వారు ఎటువంటి వ్యతిరేకత ప్రదర్శించకూడదు. అణగిమణిగి ఉండాలి తప్ప వారికి ఎటువంటి స్వతంత్రం లేదనే విషయాన్ని ఈ కథ ద్వారా ఓల్గా స్త్రీల హక్కుల పరిరక్షణలో ఎవరి సహాయ సహకారాలు అందని పరిస్థితిని చూపించారు.

ఆర్తి : ఈ కథలో భర్తతో సరిపడక భార్యాభర్తలు విడిపోతారు. భార్య విడిగా ఉంటూ తన పిల్లలను చదివించుకుంటుంది. భర్త తన పిల్లలు అంటూ పిల్లల్ని తీసుకు వెళతాడు. అప్పుడు ఆమె న్యాయస్థానాన్ని ఆశ్రయించాలని అని అనుకుంటుంది. కానీ తోటి స్నేహితులు, లాయర్లు ఆమెను నిరుత్సాహపరుస్తారు. ఆ బిడ్డలకు తండ్రి హక్కుదారని, నీవు కోర్టుకు వెళ్లినా కేసు గెలవలేవని ఆమెను నీరుగార్చే ప్రయత్నం చేస్తారు. కానీ ఆ తల్లి రక్తమాంసాలు ధారపోసి , కనిపెంచి, అనునిత్యం వారి బాగుకోసం పాటుపడి నాకు ఎందుకు పిల్లల మీద హక్కు లేదు అని న్యాయం కోసం చేసే పోరాటమే ఈ కథ సారాంశం. సమాజమే కాదు

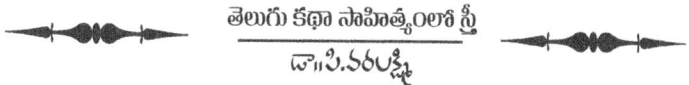

న్యాయస్థానాలు కూడా పురుషులకే హక్కులు అనే సాంప్రదాయాన్ని పాటిస్తున్నాయి. సమాజం కూడా పురుషులు ఏం చేసినా 'వాడికేం వాడు మగవాడు' అనే సాంఘిక దుస్థితి ఈ సమాజానికి అంటుజాడ్యంలా పట్టుకుంది అనే దానికి ఈ కథ ఒక నిదర్శనం.

ఈ విధంగా ఓల్గా తన రాజకీయ కథల ద్వారా సంఘంలో స్త్రీలు అనుభవించే శారీరక, మానసిక హింసలు అర్థం లేని సాంఘిక కట్టుబాట్లు, మహిళల మనసును కాకుండా శరీరాన్ని మాత్రమే చూసే పురుషజాతి రాక్షసత్వాన్ని, స్త్రీలు ఎదుర్కొనే అవమానాలు, హేళనలు మహిళలు ఎదుర్కొనే ప్రతి సమస్యను దుయ్యబట్టడం జరిగింది. స్త్రీలు తనను తాను తెలుసుకొని తను ఏమిటి తను ఏ పరిస్థితిలో ఉంది అనే విషయాన్ని తరచి చూసుకొనే విధంగా ఓల్గా రాజకీయ కథలను మలిచారు. ఈ పురుషాధిక్య ప్రపంచంలో స్త్రీల వేదనను, కష్టాలను కడగండ్లను సమాజానికి తన రచనల ద్వారా తెలియజేసి స్త్రీల బాగు కోసం,వారి బానిసత్వాన్ని రూపుమాపడం కోసం ఓల్గా రచనలు అమె భావపరంపర స్త్రీజాతిని జాగృత పరిచి మేల్కొల్పే విధంగా చేశాయి అనడంలో ఎటువంటి సందేహం లేదు.

ఓల్గా విముక్త కథలు – మహిళ

డా॥ వి.కష్ణవేణి

'ఆధునిక కథా సాహిత్యంలో మహిళ' అనే అంశంలో రచయితలుగా స్త్రీలకు సముచిత స్థానం లభించలేదని పేర్కొనవచ్చు. సనాతన సంప్రదాయాల ముసుగులో స్త్రీలను హైందవ ధర్మాలకు పరిమితం చేసింది సమాజం. విద్యావంతులైన స్త్రీలను వేళ్ళ మీద లెక్కపెట్టవచ్చు. ముందుకాలంలో మైత్రేయి, గార్గి, మొల్ల వంటి వారు బహుస్వల్పం.

తెలుగు సాహిత్యం విషయానికి వస్తే తొలి తెలుగు కవయిత్రి తాళ్ళపాక తిమ్మక్క. వీరు రచించిన 'సుభద్రా కళ్యాణం' స్త్రీ మనసుకు అద్దం పడుతుంది. కానీ ఈమె కంటే ముందు రచయిత్రులు లేకపోవటం శోచనీయం. రాజుల ఆస్థానంలో కవయిత్రులకు ప్రాధాన్యత చాలా తక్కువ. రంగాజమ్మ, ముద్దుపళనిలను తంజావూరు ప్రభువులు ఆదరించినా, వారికి వేశ్యలనే ముద్రవుంది.

వీరేశలింగం, చిలకమర్తి మొదలగు సంఘ సంస్కర్తలు స్త్రీ విద్యను ప్రోత్సహించాలన్న సంకల్పంతో బాలికలకు ప్రత్యేక పాఠశాలలు ఏర్పరచడం శుభపరిణామం. క్రమంగా స్త్రీలు విద్య నార్జించినా సాహిత్యరంగంలో ప్రవేశించిన వారు స్వల్పం. కొద్దిమంది ప్రయత్నించినా ప్రోత్సాహం కొరవడింది. అందుకు కారణం వీరి సాహిత్యంలో పసవుండదనే ప్రచారం.

పురుషాధిక్య సమాజం స్త్రీల సాహిత్యాన్ని చిన్న చూపు చూసింది. కానీ ఎనభయ్యవ దశకంలో ఈ స్థితి మెరుగుపడింది. వాసిరెడ్డి, మాదిరెడ్డి, యుద్దనపూడి, ఆరికెపూడి కౌసల్యాదేవి, శ్రీదేవి...వంటి రచయిత్రులు నవలా సాహిత్యంలో అగ్రస్థానానికి దూసుకువెళ్ళారు. పురుషులు సైతం స్త్రీల పేర్లతో రచనలు చేసేవారంటే.... రచయిత్రుల ప్రతిభా పాటవాలు ఏ స్థాయిలో వుండేవో అర్థం చేసుకోవచ్చు.

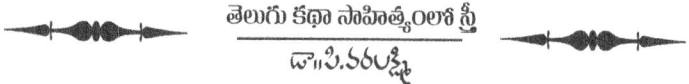

తెలుగు కథా సాహిత్యంలో స్త్రీ

డా॥పి.వరలక్ష్మి

1975వ సం॥ను రచయిత్రుల మార్గానికి గొప్పమలుపుగా పేర్కొనవచ్చు. ఐక్యరాజ్యసమితి ఈ సం॥ను అంతర్జాతీయ మహిళా సంవత్సరం' అని ప్రకటించింది. స్త్రీల జీవితాలలోని లోటును పూరించడానికి ఒక్క సంవత్సర కాలం సరిపోదని తలచి తిరిగి 1976-1985 వరకూ, అంటే పదిసంవత్సరాల కాలాన్ని మహిళా దశాబ్దంగా ప్రకటించారు.

ప్రపంచ వ్యాప్తంగా స్త్రీలోకానికి వచ్చిన చైతన్యం తెలుగు సాహిత్యానికి పాకింది. విద్యావంతులయిన స్త్రీలు 'స్త్రీవాదం' సాహిత్యానికి పునాదులు వేసి ఉత్సాహంతో ముందుకు నడిపించారు. కవయిత్రులు, రచయిత్రులు వివిధ సాహిత్య ప్రక్రియల ద్వారా స్త్రీల సమస్యలను ధైర్యంగా సమాజం ముందు వ్యక్తపరచారు. "ఆకాశంలో సగం" అంటూ పితృస్వామ్య సమాజంలోని అణచివేత ధోరణులను బట్ట బయలు చేశారు. రంగనాయకమ్మ, మల్లాది సుబ్బమ్మ, కె. రామలక్ష్మి, అబ్బూరి ఛాయాదేవి... మొదలయిన రచయిత్రుల ధోరణులను కొనసాగించారు. ఆధునిక కాలం రచయిత్రులు ఓల్గా, జయ ప్రభ, పాడిబండ్ల రజని, కొండేపూడి నిర్మల, పి.సత్యవతి, కుప్పిలి పద్మ, ప్రతిమ.... వంటి రచయిత్రుల కృషి అమోఘం.

వీరిలో రచయిత్రి ఓల్గా స్త్రీవాద సాహిత్యం విభిన్నమైనది. కవిత్వం, కథ, నవల, వ్యాసం, విమర్శ, అనువాదం మొదలయిన వివిధ సాహిత్య ప్రక్రియల ద్వారా స్త్రీల సమస్యలను తనదైన శైలిలో అందించారు. వీటిలో ఓల్గా కథా సంకలనం 'విముక్త' భిన్నమైనది. రామాయణంలో పురుషుల దౌష్ట్యానికి బలైన అహల్య, శూర్పణఖ, రేణుకాదేవి, ఊర్మిళలు.. సీతతో జరిపే సంభాషణలు కథాంశం. ఇందులో ఐదు కథలున్నాయి.

1. సమాగనం
2. మృణ్మయ నాదం
3. సైకత కుంభం

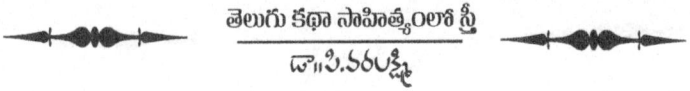

4. విముక్త

5. బంధితుడు

సమాగమం:

ఈ కథలో శ్రీరాముని వలచి రామలక్ష్మణుల చేత ముక్కు, చెవులు పోగొట్టుకున్న శూర్పణఖ వేదన కథా వస్తువు.

వాల్మీకి సంరక్షణలో పెరుగుతున్న లవకుశులు అరణ్యంలో సుందరమైన తోటను గుర్తిస్తారు. యజమానికి ముక్కు, చెవులు లేవని ఎవరో కత్తరించినట్లున్నాయని సీతతో అంటారు. సీతకు శూర్పణఖ స్మరణకు వస్తుంది. 'పద్దెనిమిదేళ్ళ నాటి మాట, రాముడిని వలచి వచ్చింది. ఎంత అందమైన మనిషో. రామ లక్ష్మణుల క్రూరమైన పరిహాసానికి పాపం కురూపియై పోయింది. శూర్పణఖను రాముడు అవమానిస్తే రావణుడు తననపహరించి రాముని మీద ప్రతీకారం తీర్చుకోవాలనుకున్నాడు. పురుషుల పగలూ, ప్రతీకారాలూ తీర్చుకోవటానికేనా స్త్రీ ఉంది?రావణుడి చెల్లెలని తెలియకపోతే రామలక్ష్మణులు శూర్పణఖనట్లా చేసేవారు కాదు. రావణుని రెచ్చగొట్టాలనే రాముడి అభిమతం. అతనితో కయ్యానికి కారణం వెతుకుతున్న రాముడి అన్వేషణ శూర్పణఖ వల్ల నెరవేరింది. అదంతా రాజకీయం అంటూ రామరావణులు యుద్ధానికి సీత, శూర్పణఖలను పావులుగా వాడుకున్న విధానాన్ని వివరించారు రచయిత్రి.

కుమారులు ద్వారా శూర్పణఖ ఉద్యానవనానికి చేరుకుంటుంది సీత. ఆమెను చూసిన శూర్పణఖ....

"సీతా.....అంటే శ్రీరామచంద్రుని........"

శూర్పణఖ మాటలను మధ్యలోనే ఆపేసి

"నేను సీతను. జనకుని కుమార్తెను, జానకిని, భూపుత్రికను" అంది అభిమానంతో. ఈ సంభాషణల వల్ల తన వ్యక్తిత్వ గుర్తింపు మాత్రమే కోరుకునే

సీత మానసిక ఉన్నతిని తెలిపారు రచయిత్రి. కురూపి ఆకారాన్ని భరించడానికి పడిన వేదనను శూర్పణఖ వివరిస్తూ...

" .... జీవితాన్ని ఎదుర్కోవటంలోనే రాటు దేలాను. అందానికి అర్థం తెలుసుకోవటంలోనే అనందాన్ని పొందగలిగాను.....వికృత రూపమైన తొలి రోజులలో బతుకు దుర్భరంగానే ఉండేది.. నేనొక నడిచే అగ్ని పర్వతాన్నయ్యాను....

ముక్కు ఎలా వుండాలని ఆ ఈశ్వరుడు సృష్టి ప్రారంభంలో తలచాడో అటువంటి ముక్కు నాదని నాకెంతో గర్వం... ఆ ముక్కును కోల్పోవటమంటే ఏమిటో నాకు తప్ప మరెవరికీ అర్థం కాదు...' అని ఆమె పడే వేదన చదువరుల గుండె ద్రవింపచేస్తుంది. "సాఫల్యానికి అర్థం పురుషుని సాహచర్యంలో లేదని గ్రహించాను" అంటూ శూర్పణఖ పలికిన వివేక, గాంభీర్య మాటలు ఆలోచింప జేస్తాయి.

సీత, శూర్పణఖల సమాగమం ద్వారా ఓల్గా వివరించిన అంశం... త్రేతాయుగ కాలం నుండి స్త్రీమనసుకు పురుషులు ప్రాధాన్యం ఇవ్వకపోవటం, రాజకీయ చదరంగంలో పావులుగా వాడుకున్న వైనం.

మృణ్మయ నాదం:

ఈ కథ అహల్య ఆవేదనను వివరిస్తుంది. భూపుత్రిక సీతకు, 'నాగలి దున్ననిభూమి' అనే అర్థం వచ్చే అహల్యకు పోలికను చూపారు రచయిత్రి.

సీత అహల్య గురించి రాముడి ద్వారా వింటుంది. సౌశీల్యం లేని మనిషిగా రాముడు చెబుతాడు. తరువాత కౌసల్య నడిగి తెలుసుకుంటుంది సీత. కౌసల్య ఆమె గురించి చెబుతూ "......మహర్షి ఆమెను పరిత్యజించాడు. అహల్య జరిగింది తెలుసుకొని స్థాణవే అయింది. చలనం లేని శిలే అయింది. మన లోకంలోనే లేకుండా, ఇల్లూ వాకిలీ లేకుండా, ఎండా, వాన, చలి తేడా తెలియకుండా ఆ అడవిలో ఉంటోంది. ఎవరికీ కనపడదు. "అంటూ స్త్రీ వేదనను స్త్రీలు అర్థం చేసుకోగలరని వివరించారు రచయిత్రి.

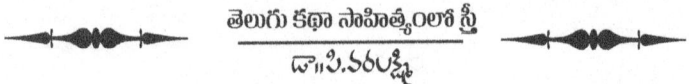

రాముడితో కలిసి అరణ్యావాసంలో వున్నపుడు అహల్య తారసడుతుంది సీతకు. ఇంద్రుడు మహర్షి రూపంలో వచ్చినపుడు, అతను తన భర్త కాదన్న విషయం 'తెలుసా! తెలియదా!' అనే అంశాన్ని కనుక్కోవాలనుకుంటుంది సీత. సత్యమేమిటో చెప్పమంటుంది. అందుకు అహల్య.....

"ఎవరి సత్యం వారిది. సత్యాసత్యాలు నిర్ణయించగల శక్తి ఈ ప్రపంచంలో ఎవరికైనా వుందా?" అంటూ వేదన పడుతుంది.

రావణుని సంహరించిన రాముడు సీతను శీల పరీక్షను కోరిన సమయంలో సీతకు అహల్య మాటలు గుర్తుకువస్తాయి." విచారణ జరపడమంటే.... అపనమ్మకమే కదా.... అంతకంటే ఏదో ఒక నమ్మకమే నయంకదా!" అంటూ నమ్మకం, అపనమ్మకంల మధ్య జరిగే సంఘర్షణల కోసం స్త్రీల శీలంపై జరిపే విచారణను సునిశిత వ్యాఖ్యలతో వివరించారు రచయిత్రి.

శ్రీరాముడు నెలలు నిండిన సీతను అరణ్యాలపాలు చేసినపుడు, అహల్యను చూడాలనుందని వాల్మీకిని కోరుతుంది. ఆమెను పిలిపిస్తాడు. అహల్య, సీతల మధ్య జరిగే సంభాషణలు తాత్త్విక ప్రాధాన్యత కలవి.

అహల్య సీతతో.....

"..... నువ్వంటే నువ్వే... శ్రీరాముని భార్యవు మాత్రమే కాదు. అంతకు మించినది, అసలైనది నీలో వుంది. అదేమిటో తెలుసుకోవాలని స్త్రీల కెవరూ చెప్పరు. పురుషులు అహం ఆస్తులలో, ప్రతాపాలలో, విద్యలో, కులగోత్రాలతో వుంటే స్త్రీల అహం పాతివ్రత్యంలో, మాతృత్వంలో ఉంటుంది. ఆ అహంకారాన్ని దాటాలని స్త్రీల కెవ్వరూ చెప్పరు. విశాల ప్రపంచంలో తాము భాగమని గుర్తించరు. ఒక వ్యక్తికి, ఒక ఇంటికి, ఒక వంశ గౌరవానికి పరిమితమవుతారు...." అంటూ పలికిన మాటలు స్త్రీలకు మార్గదర్శకాలు.

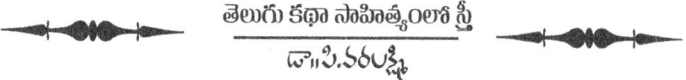

లవకుశులను తన పుత్రులుగా అంగీకరించి, సీతను రాజ్యానికి రమ్మన్నపుడు, సీత తిరస్కరించి తల్లిని చేరడాన్ని రచయిత్రి సమర్థించారు.

"సీత సహాయం లేని రాముడు జీవితంలో మొదటిసారి ఓటమిని రుచి చూశాడు. బయటి నుంచి వచ్చే ఆధారానికి లొంగని సీత, తన లోపల తన మీద తనకున్న అధికారపు శక్తిని మొదటిసారి సంపూర్ణంగా అనుభవించింది" అంటూ సీత ఆత్మస్థైర్యాన్ని వివరించారు.

సైకత కుంభం:-

మరో విభిన్నమైన కథాంశం 'సైకతకుంభం', ఇందులో పరశురాముని తల్లి రేణుకాదేవి ముఖ్యపాత్ర. ఈమె అడవిలో అందమైన కుండలు చేస్తూ జీవనం సాగిస్తూ ఉంటుంది. అరణ్యవాసంలో జలపాతం వద్ద రేణుకాదేవితో సీతకు పరిచయం అవుతుంది. ఆమె తన కుటీరానికి పిలుస్తుంది. రాముని అనుమతితో వస్తానంటుంది సీత. రాముడు అనుమతించడని, పురుషుల స్వభావం తనకు తెలుసునని చెబుతూ....

"భర్తల గురించి కుమారుల గురించీ నాకు తెలిసినట్లు మరెవరికీ తెలియదు". అంటూ దగాపడ్డ హృదయంతో పలుకుతుంది రేణుకాదేవి. కుండలు తెచ్చుకుంటానని రామునితో చెప్పి రేణుకాదేవి కుటీరానికి సీత వెళుతుంది. అక్కడవున్న శిల్పాలలో ఒంపుసొంపుల, సౌందర్యం కంటే హుందాతనం, బలం, నిగ్రహాన్ని కలిగి వుండటం సీతను ఆశ్చర్యపరుస్తుంది. ప్రత్యేకమైన 'సైకత కుంభం'ను సీతకు బహుకరిస్తుంది రేణుకాదేవి. అది ఇసుకతో చేసినది దాని ప్రత్యేకతను వివరిస్తూ.....

" ఈ కుండ చేయటానికి ఎంతో ఏకాగ్రత కావాలి నా ఏకాగ్రత గురించి తెలియని వాళ్ళంతా నా పాతివ్రత్యంతో యిసుక కుండ తయారు చేస్తున్నాననుకుంటారు. నా పాతివ్రత్యానికేమి లోపం లేదు కనుక అనుకోనిమ్మని నేనూ ఊరుకుంటాను"అంటుంది.

తండ్రి మాటలు విని తన కొడుకైన పరశురాముడు తనను నరకడాన్ని గుర్తు చేసుకుంటూ...

"ఆ చావు బతుకుల పోరాటంలో ఎన్నో ప్రశ్నలు! భర్త, కుమారులు అనే బంధాలు స్త్రీలకు అవసరమా? అని - అవసరం లేదనుకుని నేను వారందరి నుంచే దూరంగా వచ్చేశాను. నా విద్యతో బతుకుతున్నాను..." అంటూ తన వేదనను సీతకు వివరిస్తుంది రేణుకాదేవి.

తన భర్త జమదగ్ని గురించి తెలుపుతూ...... " ఎంత జ్ఞానం సంపాదించినా భార్య పాతివ్రత్యంపై పట్టువదలని ముముక్షువులు.." అంటూ పురుషులు స్వభావాన్ని కఠినమైన వ్యంగ్యంగా రేణుకాదేవి పాత్రద్వారా వివరించారు ఓల్గా. కానీ మన భారతీయ సంస్కృతిని చాటే పటిష్టమైన కుటుంబ వ్యవస్థ, వివాహ సంప్రదాయాన్ని రచయిత్రి విమర్శించడం ఎన్నదగిన అంశం కాదు.

శ్రీరాముని ఆహ్వానాన్ని వివరిస్తూ వాల్మీకి... "అమ్మా రాముడు నిన్ను సభకు వచ్చి సభలోనివారందరి ముందూ, సత్యం పలకమన్నాడు. ఆపై నీవిక పట్ట మహిషివి, తర్వాత వీరమాతవు, రాజమాతవు "అంటాడు. "నాకంత అవసరమా?" అంటూ సీత పలికే మాటల ద్వారా 'ఈ అణచివేత నింక సహించనూ' అనేది సీత నిర్ణయమని తెలియజేశారు రచయిత్రి.

విముక్త:

ఈ కథ ఊర్మిళ మానసిక పరివర్తనను తెలుపుతుంది. తనతో ఒక్క మాటయినా చెప్పకుండా తన అనుమతి లేకుండా లక్ష్మణుడు తనను వదిలి వెళ్ళడం ఊర్మిళను విస్మయానికి గురిచేస్తుంది. పద్నాలుగు సంవత్సరాలు గదిలోనే బంధీ అయి ఉండిపోతుంది. అరణ్యవాసం పూర్తిచేసుకొని తనను కలవడానికి వచ్చిన సీతతో ఊర్మిళ.....

"......సర్వ దుఃఖాలకూ మూలం అధికారమేనక్కా... నేను ఎవరి అధికారానికీ లొంగను. నా అధికారంతో ఎవరినీ బంధించను. అపుడు నన్ను

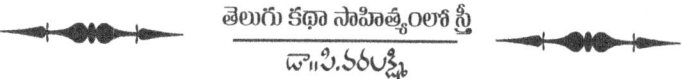

నేను విముక్తం చేసుకున్న భావన. నాలో ఇక ఒకే ఆనందం. గొప్పశాంతి. ఎంతో ప్రేమ. అందరి మీదా జాలి... **పద్నాలుగేళ్ళ సత్యశోధనలో నేచేసిన గొప్ప తపస్సును నిద్ర అనుకున్న వాళ్ళకు నా మాటలు అర్థం అవుతాయా?"** అంటూ ఊర్మిళ పలికిన తాత్త్విక భావాల ద్వారా రమణ మహర్షి బోధనలు గుర్తుకు తెచ్చేలా చేశారు రచయిత్రి.

సీత శ్రీరాముని పిలుపును తిరస్కరించి తల్లిని చేరిన విధానాన్ని తెలుపుతూ....

'శాంతస్మిత వదనంతో పిల్లల నుంచి కూడా విముక్తురాలై తానెక్కడ నుంచి వచ్చిందో అక్కడికి ప్రయాణమైంది', అంటూ వివరించారు.

బంధితుడు:

ఈ కథ శ్రీరాముని వ్యధను తెలియజేస్తుంది. ఆర్య ధర్మాలను పాటించే క్రమంలో సీతను దూరం చేసుకున్న వైనం గురించి రాముడు పడే మనోవేదన ఇందులో కథాంశం.

అరణ్యవాసంలో కూడా రాముడికి ఆదేశాలు వచ్చేవి. వాటి గురించి శ్రీరాముడు ఆలోచిస్తూ.."అలాంటి సంవత్సరాలలో కూడా అపుడపుడూ అయోధ్య నుంచి ఆదేశాలు. ఆర్య సామ్రాజ్య విస్తరణ గురించి, సుగ్రీవునితో స్నేహం, రావణునితో వైరం తప్పని సరి అనే ఆదేశాలు. సందర్భం కుదరాలిగదా అనుకునే వాడు తను. శూర్పణఖ వచ్చిన రోజు సందర్భం వచ్చింది. ఆరోజు తను రాజధర్మం నిర్వర్తించాడు...'అంటూ శూర్పణఖను అవమానించడం యుద్ధం కొరకు మాత్రమేనంటాడు రాముడు.

పుత్రులను స్వీకరించిన తర్వాత సీత రాజ్యానికి వస్తుందో రాదోనని ఆలోచిస్తూ.....

'......తను కూడా ఎప్పటిలాగే సీతకు మరింత దుఃఖాన్ని మిగిల్చాడు...

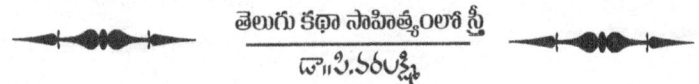

సీత రాదు. ఈపిల్లలను తనకప్పగించి తను విముక్త రాలవుతుంది. తను రఘువంశ వారసులను తయారు చేసిన తర్వాత గాని విముక్తుడు కాలేదు" అంటూ సీత గురించి దుఃఖిస్తాడు.

సీత తన తల్లిని చేరుటకు భర్త కుమారుల నుండి విముక్తురాలవడానికి కారణమయిన స్త్రీల గురించి 'విముక్త' కథల సంపుటి ద్వారా అందించారు ఓల్గా. ఇతిహాసమయిన రామాయణ కథౌన్నత్యానికి భంగం కలుగకుండా పాత్రలను మలచిన తీరు ప్రశంసనీయం. పురుషాధిక్యత, పితృస్వామ్య సమాజ తీరుతెన్నులు, అణచివేత వంటి అంశాలను సున్నితంగా అందించారు. స్త్రీలకు అవసరమయిన మానసిక పరిపక్వత, తనకు తానుగా గుర్తింపు అనే అంశాల ప్రాధాన్యతను విశదీకరించారు.ప్రాధాన్యం లేని పాత్రలుగా రామాయణంలోవున్న స్త్రీ పాత్రలకు అధిక ప్రాముఖ్యత కల్పించి సీత 'విముక్తి'కి వారే కారణాలంటూ మలచిన ఓల్గా స్త్రీ వాద రచయిత్రిగా తమస్థానానికి ఈ కథాసంపుటి ద్వారా చెరగని ముద్ర వేశారు.

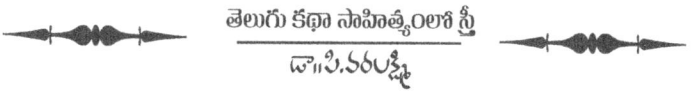

మహమ్మద్ ఖదీర్ బాబు కథలు – మహిళ

డా. ఎస్.గులాబ్ జాన్,

ముస్లింలు ముస్లింలుగా మాట్లాడటం మొదటగా కవిత్వంలో జరిగినా నేడుకథల్లో ఇంకా విస్తృతంగా జరుగుతున్నది. ప్రస్తుతం అస్థిత్వ ఉద్యమాల నేపథ్యం ఎవరి జీవితాల్ని, ఎవరి అనుభవాల్ని వాళ్లే మాట్లాడేచైతన్యాన్ని, ప్రేరణను కలిగించింది. అందువల్ల వాళ్ళ జీవితంలోని సంఘటనలు, జీవితమే కథలు కథలుగారాయడానికి వస్తువైంది. అంతేకాక మునుపు తెలుగుసాహిత్యంలో ముస్లింల జీవితాన్ని చిత్రీకరించిన ముస్లింలు లేరు. నేడు స్కైబాబ, సత్యాగ్ని, ఖదీర్ బాబు,షాజహానా ఇంకా ఇతర ముస్లింరచయితలు కల్పనకు, ఊహలకు పోకుండానే తమ జీవితాన్నే కథలుగా మలవటం వల్ల ఇవి కహానీలు కావు, ముస్లింల జిందగీలు.

ఆధునిక యుగంలో స్త్రీకి స్వేచ్ఛ, సమానత్వం అనే భావాలు కన్పిస్తాయి. ప్రాచీన కాలంలో ఏ మతమూ స్త్రీకి సముచిత స్థానం ఇవ్వలేదు. ఏ దేశంలోనూ, ఏ మతంలోనూ, స్త్రీలు సమాన హోదాను అనుభవించినట్లు దాఖలాలు లేవు. స్త్రీ అంటే ఆట వస్తువనీ, బానిసనీ, భర్తకు సేవలు చేయడమే ఆమె విధి అని స్త్రీలు పురుషుల ఆనందం కోసం సృష్టింపబడిన వస్తువులుగా భావించారు. "స్త్రీకి ఇల్లే స్వర్గమని, పతియే ప్రత్యక్ష దైవమని స్త్రీ స్వాతంత్ర్యానికి అర్హురాలు కాదని చెప్పి ఆమెను బానిసత్వానికి ప్రతీకగా మార్చి, ఆజన్మాంత సంరక్షకత్వాన్ని ప్రతపాదించాడు మనువు".

స్త్రీలకు సంఘంలో ప్రవేశార్హత లేదన్నాడు బుద్ధుడు. జైనం కూడా స్త్రీని చులకనగా చూసింది."ఇస్లాం కూడా స్త్రీని పొలంగా పేర్కొంటూ దానిపై సర్వాధికారాలు దున్నే వాడికే ఇచ్చింది. భర్త అనుమతి, ఇష్టపడని ఇండ్లకు పోవటంగాని, అతనికి ఇష్టంలేని వారిని తన ఇంటికి రానీయటం గానీ చేయకూడదు".

తెలుగు కథా సాహిత్యంలో స్త్రీ

తెలుగు సాహిత్యంలో స్త్రీవాద ధోరణి ఊపందుకున్న తర్వాత దళిత స్త్రీల, ముస్లిం మైనారిటి స్త్రీల సమస్యలు సాహిత్యంలో స్థానం పొందాయి. మైనారిటి స్త్రీల స్థితిగుతుల్ని కొంతవరకు అతిసహజంగా మొట్టమొదటిగా కథల్లోకి తెచ్చిన రచయితగా మహమ్మద్ ఖదీర్‌బాబుఅని చెప్పవచ్చు. స్త్రీలసమస్యల పట్ల ముస్లిం పురుషులే ముందుగా స్పందించి వారి సమస్యలను సాహిత్యం ద్వారా సమాజం ముందు నిలిపారు. తర్వాతఆవర్గం నుండి షాజహానా, రజియా వంటి రచయిత్రులు ముస్లిం స్త్రీల కడగండ్ల జీవితాలను ఆవిష్కరించారు. అందులో మహమ్మద్ ఖదీర్‌బాబు రాసిన ముస్లిం మైనార్టి కథల్లోని స్త్రీ పాత్రలు పడే మనోవ్యధలను గూర్చి చాలా చక్కగా హృదయాన్ని కదిలించేవిధంగా రచించారు. కనుకనే ఆయనగారి కొన్ని కథలను పరిచయం చేయదలచాను.

కుటుంబంలో స్త్రీ పడగ్గదికీ, వంటింటికి పరిమితం.ఇంటిల్లి పాదికీ ఊడిగం చేసే బానిస.ఆ శ్రమకు విలువ లేదు. కుటుంబంలో భర్త యజమాని, భార్య బానిస. భర్త అదుపాజ్ఞల్లో భార్య నడుచుకోవాలి.పనిలో ఉండే కష్టాన్ని గుర్తించక ఆజ్ఞలు జారీ చేసి భర్త భార్యను నసపెట్టిన వైనాన్ని ఖదీర్‌బాబు "కసాబ్ గల్లీలో సేమ్యాల ముగ్గు" కథ తెలియచేస్తుంది. స్త్రీ శ్రమను గుర్తించకపోవటం, ఇంటిపనిలో పాలు పంచుకోకపోవటం. అదీ ఇదీ, అలా ఇలా చేయమని ఆర్డర్లు జారీ చేయటం పురుషాధిపత్యానికి నిదర్శనం.

రంజాన్ పండుగకు స్పెషల్ సేమ్యాలు. పూర్వం పిండి, నూనె తీసుకొని సేమ్యాలమిషన్ ఎక్కడుంటేఅక్కడికెళ్ళి పచ్చి సేమ్యాలు వేసుకొని ఎండబెట్టుకొని వెళ్ళేవారు. అలాగే ఖదీర్‌బాబు వాళ్ళమ్మ తెలిసిన వారుసేమ్యాల మిషన్ ఇస్తామని చెప్పగా పిండి కలిపి సిద్ధంగా పెట్టుకొంటుంది. ఆ మిషన్‌వారు తమ బంధువులకిచ్చినట్లు తెలియగానే భయంతో వణికిపోతుంది. తన భర్త సేమ్యాలు చక్కగుండాలని ముందే హెచ్చరించిఉంటాడు. అందుకని ఆ పిండిని వృధా

కానివ్వకుండా మండుటెండలో ఖదీర్ వాళ్ళమ్మ,నాన్నమ్మ, పక్కింటావిడ కష్టపడి వేస్తే కరీంభాయ్ ఆ సేమ్యాలను చూసి పేర్లు పెడతాడు. వారు అలా కష్టపడటానికి కారకుడైన కరీంభాయ్‌ని చూసి ఏడ్వాలో నవ్వాలో తెలీక అయోమయంలో పడ్డారు వారు.

సాధారణ జీవితం గడుపుతూ పేదరికం కారణంగా ఇంట్లో కుటుంబీకులకు కడుపునిండా తిండి పెట్టలేక తప్పించుకొనే మగవారికి సమాధానంగా కన్నతల్లి తన బిడ్డలకు కడుపునిండా తిండి పెట్టడానికి ప్రయత్నం చేయడంలో తనకు ఏలాంటి పాపమైనా అంటనీ అని సమాధానపరచుకొనే స్త్రీ పాత్రను ఖదీర్ బాబు “పాపాలన్నీ మాయమ్మకేనంట” అన్న కథలో చిత్రీకరించారు.

“రంజాన్ నెల దగ్గరపడుతోంది ఇంటిల్లిపాదీ ఉపవాసముండాలని కరీంభాయ్ చెప్తాడు. అందుకు అతని భార్య తను కాని, తన పిల్లలు కానీ ఉండరని కచ్చితంగా చెబుతుంది. పండగ ఉపవాసాలు ఉండక పోతే పాపమని చెప్పినా వినిపించుకోదు. ఎందుకంటే ఉపవాసం ఉండాలంటే కడుపునిండా తిండిఉండాలి. అది తన ఇంట్లో లేదని ఉన్న పచ్చడి మెతుకులు తినిపించి కన్న బిడ్డలు ఆకలితో మలమలమని ఉపవాసం పేరుతో మండిపోతుంటే చూస్తూ సహించలేక వారికి కపుదు నిండా తిండి పెట్టి ఆ నెలలో చుట్టుకొనే పాపాలన్నీ తనకే అంటినా ఫరవాలేదు అని ధీమాను వ్యక్తం చేస్తుంది.

పేదరికంతో పిల్లల కడుపు నింపటం కోసం డబ్బు కాజేసి తీయలేదని పవిత్ర గ్రంథమైన ఖురాన్‌పై ఒట్టు పెట్టే స్త్రీ పాత్రను “ మా జరీనాంటి స్పెషల్ సెలవుల కత” అన్న కథలో చిత్రీకరించారు.

జరీనా భర్త కష్టజీవి. కష్టపడి సంపాదిస్తాడు కాని ఇంటికి ఇవ్వడు. ఇచ్చినా చాలీ చాలనంతగా ఇస్తాడు. పిల్లలకు కడుపు నిండా తిండి కూడా పెట్టలేని దుస్థితి ఏర్పడిందని బాధపడుతూ భర్తను నిలదీసేది జరీనా. అలా నిలదీసినందుకు అతని కోపానికి బలైె దెబ్బలుతినేది.

ఒకసారి ఇలాగే భర్త ఇంటికి డబ్బులు ఇవ్వలేదని జరీనా అతని జేబులో నుంచి డబ్బు తీసి పిల్లలకు కడుపునిండా తిండిపెడ్తుంది. ఆమె భర్త డబ్బు ఎవరు తీశారని నిలదీసినపుడు తను కాదని చెప్పి ఖురాన్‌పై ఒట్టు పెట్టుకుంటుంది. సర్తాజ్ అలా ఒట్టు పెట్టుకోవడం పాపమని, కళ్ళు పోతాయని చెప్పినపుడు జరీనా "నా బిడ్డల కంటేనా, నామొగుని కంటేనా వాళ్ళ కడుపు నిండితే అంతే చాలు" అని అంటుంది.

కుటుంబంలో పిల్లల ఆకలిదప్పులు తీర్చటం, ఆలనా పాలనా చూడటం మొదలైన బాధ్యతలన్నీ తల్లివే. కుటుంబ పోషణకు పురుషుడు విదిలించిన నాలుగు కాసుల్తో సరిపెట్టుకోవాల్సిందే. ఆర్థికంగా భర్త సంపాదన కుటుంబపోషణకు ఇంట్లో సరదాగా పెంచుకొన్న పూల మొక్క ద్వారా వచ్చే ఆదాయంతో వేన్నీళ్లకు చన్నీళ్లు తోడుగా భావించి పూలమ్ముకునే దుస్థితిని గూర్చి " మా అమ్మ పూల యాపార" అన్న కథలో చిత్రీకిరంచాడు. సర్తాజ్ ఖదీర్‌బాబు తల్లి. ఆమె సరదాగా పెంచుకున్న సన్నజాజి పూలమొక్క విరివిగా పూలు పూస్తుంది. ఆ పూలను అమ్మి ఇంట్లో లేని సరుకులను కొనుక్కునేది. తన కుటుంబాన్ని పోషించుకొనేది.

ఇలాగే పూల రిహానా అనే ఆవిడ సర్తాజ్ వద్ద పూలు కొనుక్కొని అమ్ముకొని కుటుంబాన్ని పోషించుకొనేది. కొంతకాలం తర్వాత డబ్బు విషయంలో సర్తాజ్, రిహానా గొడవ పడ్డారు. చివరకు రిహానా సర్తాజ్ వద్దకు వచ్చి ఎవరో చెప్పిన మాటలు విని రెడీమేడ్ దండలమ్మితే అధిక లాభాలొస్తాయని ఆశ పెట్టగా కుటుంబ పోషణనిమిత్తం అలాంటి దండలను అమ్మి నష్టపోయానని అందుకే తన ముఖాన్ని చూపెట్టడానికి అవమానంగా భావిస్తున్నానని చెప్పి భాదపడుతుంది రిహానా.

ఇలా స్త్రీలు తమకు ఎలాంటి పాపం తగిలినా ఫరవాలేదు. తమ పిల్లల కడుపులు నింపాలని, భర్త చాలీ చాలని సంపాదనకు తోడుగా వారు కూడా కష్టపడే ముస్లిం స్త్రీల జీవితాలెన్నో.

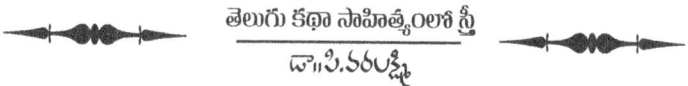

ఆచార వ్యవహారాలు వల్లే కాకుండా ఆకలిదప్పులు తీర్చుకోవడంలో కూడా స్త్రీ దయనీయమైన స్థితిలో ఉంది. ముస్లింలలో పెళ్ళి సందర్భంగా ఆడవాళ్ళపట్ల అమలవుతున్న వివక్ష, హింస, పురుషుల దాష్టీకం, దౌర్జన్యాలను "దావత్" అన్న కథలో చిత్రించారు.

అస్లాం మేనకోడలు పెళ్ళిలో ఎవరికి ఏలోటు జరగకూడదని శతవిధాలా ప్రయత్నం చేస్తాడు. అతనిప్రయత్నం విఫలమౌతుంది. రావాల్సిన ముప్పురానే వస్తుంది. పెళ్ళికొడుకు ఊరేగింపు గర్రా కాగానే అమ్మాయి అబ్బాయి నెత్తిన కలకండ, బిస్కెట్లు పడినవెంటనే పెళ్ళికొడుకు చదివింపుల కార్యక్రమం దగ్గర లేకుండా తన బంధువులకు ఏ లోటు రాకూడదని భోజనాల వద్దనే ఉంటాడు పెళ్ళికొడుకు.

పసిబిడ్డలకు పట్టెడన్నం కోసం ఆడపెళ్ళి తరపు ఆవిడ ఎన్నో ప్రయత్నాలు చేస్తుంది అంతేకాకుండా భోజనాల సమయంలో మగవారికే ప్రాధాన్యత ఇచ్చారు. అదే మగపెళ్ళివారి మగవాళ్ళు, తరువాత వారి ఆడవాళ్ళు, ఆ తర్వాత ఆడవారి తరపున మగవాళ్ళు భోంచేయగా చివరలో ఆడపెళ్ళి వారి ఆడవాళ్ళకు పెట్టారు. అస్లాం బంధువు తనకు మాంసం వేయలేదని కోపగించుకుని పెళ్ళిలో రాద్ధాంతం చేసి భార్యను కొట్టుకుంటూ తీసుకెళ్తాడు. అస్లాం తన మేనకోడలి పెళ్ళి ఏ ఆటంకం లేకుండా జరిపించాలి. అత్తారింట్లో వేలెత్తి చూపించుకోకూడదని తాపత్రయ పడినందుకు ఫలితం అవమానం అందుకు అతను భగవంతున్ని ప్రార్థిస్తాడు. తనకు అమ్మాయిలు పుడితే గొంతునులిమి చంపేస్తానని బాధతో తన భావాల్ని వ్యక్తం చేస్తాడు.

పెళ్ళి విందులోనే కాదు పండుగ పబ్బాల్లో ప్రతిరోజూ కడుపారా ఎంతమంది స్త్రీలు తినగలుగుతు న్నారు? రంజాన్ పండుగ రోజు చస్తూ బతుకుతూ వండిన వంటకాలను క్యారేజీలకు, దావత్‌లకు పంచి అడుగుబడుడైనా ఆడవాళ్ళకు వుందా అని లోచించని సగటు పురుషులను గూర్చి చెప్పటం జరిగింది.

స్త్రీ ఇంటి చాకిరీకి గుర్తింపు లేకపోవటమే కాక తిండీతిప్పల విషయంలో కూడా వివక్షతకు గురవు తోంది. పురుషులు,పిల్లలు, బంధువులు తిన్నతర్వాతే మిగిలిన అడుగుబడుగూ ఆడవాళ్ళు ఆకలి తీర్చుకుంటున్నారు. పండుగ రోజు కూడా కడుపునిండా, రుచికరంగా తిండి తినలేని స్థితిని "పండుగపూట పలావు ముక్కలు" అన్న కథలో చాలా చక్కగా చిత్రీకరించారు.

సర్తాజ్, నజీర్ కల్సి తన ఆడబిడ్డ కొడుక్కి సంబంధం చూడటానికి వెళ్తారు. అమ్మాయి నల్లగా ఉంటుంది. నల్లగా ఉందని తెలిస్తే తన అల్లుడు ఒప్పుకోడని తెలిసి అమ్మాయి తెల్లగుందని, నవ్వు, నడక హీరోయిన్లని పోలి ఉందని వర్ణించి అబ్బాయిని పెళ్ళికి ఒప్పిస్తారు.

పెళ్ళయ్యాక అమ్మాయిని చూడటానికి ఉత్సుకతతో ఉంటాడు పెళ్ళికొడుకు 'జుల్వా'లో అమె ముఖంచూడగానే తనకు మోసం జరిగిందని భావించి అల్లరి చేసి అమ్మాయిని వదిలేసి పారిపోతాడు. "ఉన్నది ఉన్నట్లు చెప్పకపోవటానికి కారణం ఆడపిల్ల పెళ్ళి రకరకాల కారణాల వల్ల సమస్య కావటమే. ఎట్లా చెప్పమంటావు నాయనా మనిళ్ళలో కూడా ఆడపిల్లకాయలున్నారు. వాళ్ళేమైనా అందగత్తెలా? అప్సరసలా? ఈ కాలపు పిలకాయలు కదలడంలా, ఉన్నదున్నట్లు చెబితే పెళ్ళిళ్ళు అయ్యేదానికేనా?" అని ప్రశ్నిస్తుంది సర్తాజ్.

ఇస్లాం సాంప్రదాయంలో ప్రతి ముస్లిం యొక్క కర్తవ్యం తన కన్న తల్లి దగ్గర పాలభిక్ష తీర్చుకోవాలి. దానినే "దూద్ బఖష్" అంటారు. అంటే ప్రతి తల్లి బిడ్డను నవమాసాలు మోసి, జన్మనిచ్చి తర్వాత రెండేళ్ళపాటు అతనికి తన పాలుపట్టి పోషిస్తుంది. కనుకనే ఆదరణ, వినయ విధేయతల మేరకు తండ్రి అధికంగా అర్హుడని సేవాదృష్ట్యా తల్లి స్థానమే గొప్పదని చెప్పటం స్వర్గం మీ తల్లిపాదాల క్రింద ఉంది అని ఇస్లాం ధర్మంలో తల్లి విశిష్ట ధర్మం గూర్చి చెప్పబడుతుంది. ఈఅంశాన్ని తీసుకొని ఖదీర్‌బాబు "దూద్ బఖష్"అన్న కథలో ఓ తల్లి ఆవేదనను వ్యక్తం చేశాడు.

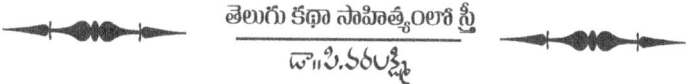

పేదరికంతో జీవనం కొనసాగిస్తున్న షఫీ అనుకోకుండా జబ్బున పడతాడు. చిన్నా చితకా వైద్యాలు చేయించినా నయంకాక పోగా చివరకు అతను చనిపోతాడు. అతని తల్లి వద్ద పాలబిక్ష తీసుకోకుండానే మరణించిన వ్యక్తిని కన్న తల్లే పాలబిక్ష పెట్టి రుణ విముక్తున్ని చేయాలి.కానీ షఫీ తల్లి ససేమిరా ఒప్పుకోదు తన బిడ్డను తానే చంపుకొన్నానని ఆవేదన చెందుతుంది. "తొంభై తొమ్మిది రక్తపు చుక్కలు కలిస్తే ఒక పాలచుక్క అవుద్ది అట్టాంటి పాల చుక్కలెన్నటినో కుడిపి బిడ్డల్ని పెద్ద చేస్తుంది. గనుక ఆ తల్లి రుణం ఆ బిడ్డ తీర్చుకోలేడని చెప్పే ధర్మంలో షఫీగాడు పుట్టాడు".

"నాయనా నేను నీకు పాలు కుడిపే పెద్దవాణ్ణి చేశాను. నువ్వు నా పాలు తాగి రుణపడి ఉన్నావు. నా ధర్మాన నేను పోక ముందరే నీ కర్మాన నువ్వుపోయినావు గనుక ఇదిగో ఈనలుగురు మనుషుల ఎదుట నేను నా మనసు నిండుగా నీకు పాలబిక్ష పెడతాఉన్నా. నా పాలు తాగిన రుణం ఇయ్యాలతో చెల్లిపోతా ఉంది". అని బాధపడుతూ షఫీకి దూద్ బఖష్ చేసి సాగనంపుతుంది షఫీ తల్లి.

భారతదేశంలో ముస్లింలంటేనే చెడ్డవారనీ, వాళ్ళుచేసే పనులన్నీ చెడ్డవనీ, పాకిస్తాన్ ఐఎస్ఐ ఏజెంట్స్, ఇస్లామిక్ టెర్రరిస్టు, జీహాదీలు అని నానా రకాల పేర్లతో మైనారిటీ కాలేజెస్, మదరసాలలో మొదలైన చోట్ల స్థావరాలు ఏర్పాట్లు చేసుకుని భారతదేశంలో అల్లకల్లోలం చేస్తున్నారనే భావనతో ప్రతి ముసల్మాన్‌ను హింస పెట్టటం జరుగుతోంది. తత్ఫలితంగా అమాయకులైన ముస్లింల కుటుంబాలు, జీవితాలు చిద్రమవుతున్నాయి. అలాంటి కోవకు చెందిన కథే "ధాకన్" ఇందులో ఓ తల్లి నిరీక్షణ కల్పిస్తుంది.

రసూల్ అహ్మద్ ఓ చిరుద్యోగి. వచ్చే జీతంతో కుటుంబాన్ని పోషించుకొంటూ కొడుకుని మైనారిటీ ఇంజనీరింగ్ కాలేజిలో చేర్పించి చదివిస్తూ ఆడపిల్లల్ని ఇంటి పట్టునే గోషాలో పెరగనిస్తాడు. అతని భార్య ముషీరా

సాంప్రదాయాలకు విలువనివ్వటమే కాదు సంసారంలోని కష్టసుఖాల్ని బయటకు పొక్కనిచ్చేదికాదు.నికార్సైన మనిషి. సంసారాన్ని గుట్టుమట్టుగా నడుపుతుంది. అంతే ఖచ్చితంగా వంట పాత్రలపై జతైన మూతలు పెట్టే వ్యక్తి.

ముషీరా పెద్దమ్మాయి పెళ్ళీడుకొచ్చినా పెళ్ళి చేసే స్థోమత లేక తగిన సంబంధం రాదు. ఆ అమ్మాయి లేచిపోతుంది. ఆ అవమాన భారం భరించలేక హైద్రాబాద్‌లోని పాతబస్తీకి చేరుకొని మిగిలిన ఇద్దరమ్మాయిల్ని కంటికి రెప్పలా కాపాడుకొంటూవస్తుంటుంది.

ఒకానొకసందర్భంలో ముస్లింలు "నారే తక్బీర్ అల్లాహ్ అక్బర్" అని నినాదాలు చేసినందుకు వారిని పోలీసులు చితకబాదేశారు. అంతలో గుజరాత్ అల్లర్లు, గోద్రాలో రైలు తగులబెట్టిన వైనం లాంటివి జరిగేసరికి ఇదంతా చేస్తున్నది ముస్లింలేనని భావిస్తారు.వారు పాకిస్తాన్ తొత్తులని వివిద పేర్లతో విద్యాసంస్థలు, పవిత్ర స్థలాలను కేంద్రంగా చేసుకొన్నారనే నెపంతో దాడులు నిర్వహిస్తారు. ఇంజనీరింగ్ చదువుతున్న ముషీరా కుమారుడు ఆ అల్లర్లకు భయపడి చదువుమానేస్తాడు.మనస్తాపానికి గురై అతనితండ్రి చనిపోతాడు.ఆ విద్యార్థి ఉద్యోగవేటలో పడి అన్నింటిలో రాణించినా ఉద్యోగం లభించదు. తన దురదృష్టం అని మొదట్లో సరిపుచ్చుకొన్నా చివరికి తెలిసిందేంటంటే తను ముసల్మాన్‌గా పుట్టడమే పెద్దనేరం అని తర్వాత బానిసై ఇంట్లోనుంచి వెళ్ళిపోతాడు. ఇద్దరమ్మాయిలతో తాను కూడా చమ్కీ వర్కులు చేసుకొంటూ ఇల్లు గడుపుతూ తన బిడ్డ రాకకోసం ఎదురు చూసి చూసి చివరకు ముషీరా ఏవిధంగా ఐతే పాత్రలపై మూతలు పెట్టేదో అలాగే తన ఇంటిని, మనుషుల తలుపులను మూతలు పెట్టేస్తుంది.

ఇలా సాంప్రదాయాల పేరుతో, మత రాజకీయాల పేరుతో ముస్లిం స్త్రీలపై జరిగే అణచివేతను ఖదీర్‌బాబు తమదైన శైలిలో రచనలు చేశారని చెప్పటంలో అతిశయోక్తిలేదు.

తెలుగు కథాసాహిత్యం – స్త్రీవాదం

తోట వెంకటస్వామి

తెలుగులో స్త్రీవాద సాహిత్యోద్యమం 1970కి రూపుదిద్దుకొన్నప్పటికీ ప్రపంచవ్యాప్తంగా ఇది సామాజిక ఉద్యమంగా ప్రారంభమై రెండువందల సంవత్సరాలు దాటిందని చెప్పవచ్చు. 1789లో ఫ్రెంచి విప్లవం ద్వారా స్వేచ్ఛ, సమానత్వం, సోదరత్వం అనే నినాదాలు ప్రచారంలోకి వచ్చాయి. ఆనాటికే ఫ్రాన్స్‌లో మహిళలు తమ హక్కులకోసం ఉద్యమించడం మొదలుపెట్టారు. 1870 రష్యావిప్లవంలో వ్యక్తి స్వాతంత్ర్యం గురించి మాట్లాడుతున్నప్పుడు అందులో స్త్రీ విముక్తికి ప్రాధాన్యం కల్పించటం జరిగింది. 1889లో పారిస్‌లో జరిగిన అంతర్జాతీయ సమావేశంలో స్త్రీ పురుషుల సమానహక్కుల ప్రస్తావన వచ్చింది. 1911 నాటి చైనా విప్లవంలో స్త్రీలు కార్మిక పోరాటాల్లో పాలు పంచుకోవడం జరిగింది. ఈ సామాజిక ఉద్యమాలతోపాటు కొందరు స్త్రీల రచనలు కూడా భారతదేశంలో స్త్రీవాద ఉద్యమానికి ప్రేరణ కల్గించాయి.

కథాసాహిత్యం

కనుపర్తి వరలక్ష్మమ్మగారి 'కథ ఎట్లా ఉండాలి?' (1940) అనే కథలోని 'రాజేశ్వరి' అనే పాత్ర "అసలు బిడ్డలకు మల్లే కథలకు కూడా మాతృత్వం ఉంది" అంటుంది. 70, 80 ఏళ్ళ క్రితమే, స్త్రీవాదం అన్న పేరు కూడా తెలుగులో వినిపించని కాలంలో 'కథ చెప్పటం మా జన్మహక్కు' అని కనుపర్తి వరలక్ష్మమ్మగారు సగర్వంగా ప్రకటించారు. అనగనగా అంటూ అమ్మమ్మ చెప్పిన కథతో స్త్రీల కథ మొదలైందని చెప్పవచ్చు. రాక్షసుడ్ని చంపేసిన రాజకుమారుడి చుట్టూ అల్లుకున్న రాకుమారి అందమైన ఊహల కథ. ఏ రాకుమారుడో వచ్చి యౌవన రెక్కల మీద ఎగరేసుకుపోతాడన్న ఊహల నుంచి రాకుమారుడ్ని పెళ్ళిచేసుకోకుండానే వారసుల్ని కనగలిగే స్థాయికి ఎదిగింది నేటి కథల్లోని కథానాయిక. సిద్ధాంత పరంగా ఇటువంటి మార్పుని స్త్రీవాద కథా పరిణామ క్రమంగా చెప్పుకోవచ్చు.

తెలుగు కథా సాహిత్యంలో స్త్రీ

డా॥పి.వరలక్ష్మి

సమాజచరిత్రకు సాహిత్యం అద్దంలాంటిదైతే, మానవజీవనానికి కథ ప్రతిబింబంలాంటిది. సమాజ పరిణామాలను విమర్శనా దృష్టితో చూసినప్పుడు దాని తాలూకా ప్రతిబింబం మనకు సాహిత్య రూపాల్లో కనిపిస్తుంటుంది. సాహిత్యానికి, సమాజానికి మధ్య ఉన్న ప్రతిఫలం అవగాహన చేసుకున్నప్పుడు సాహిత్యం కూడా సరిగ్గా అర్థమవుతుంది. నా ఈ వ్యాసంలో ముఖ్యంగా స్త్రీవాద రచయిత్రుల కథల్ని మాత్రమే పరిశీలించటం జరిగింది.

స్త్రీవాదం

తెలుగు సాహిత్యంలో స్త్రీవాద సాహిత్యం తీవ్రసంచలనాన్ని రేకెత్తించి అనేక వాద వివాదాలకు కారణమైన సంగతి అందరికీ తెలిసిందే. 1980లో స్త్రీవాద రచయితలు తమదైన స్వరంతో, భావవ్యక్తీకరణలతో, కొత్త ఇతివృత్తాలతో, సరికొత్త భాషతో, పదచిత్రాలతో తిరుగుబాటు ప్రకటించారు. పితృస్వామ్యం, స్త్రీ, పురుష లైంగిక వివక్ష, స్త్రీల అణచివేత, ఇంటిచాకిరీ మొదలైన విషయాల్ని స్త్రీవాద చర్చల్లోకి తీసుకువచ్చింది. స్త్రీగా పుట్టడం వేరు, స్త్రీగా తయారు చేయబడటం వేరు అన్న సంగతిని స్త్రీలు గుర్తించగలిగారు. తరతరాల సమాజం కోటానుకోట్లమంది స్త్రీలను తయారుచేసి వారిని ఆ విధంగా అదుపుచేయటాన్ని స్త్రీవాదులు నిలదీశారు. స్త్రీ, పురుష వివక్ష గురించి స్త్రీవాద రచయిత్రులు చైతన్యవంతులై ప్రశ్నించారు. అలాంటి ఆత్మచైతన్యాన్ని, వ్యక్తిత్వ వికాసాన్ని ప్రతిబింబింపచేసే కథ, కవిత, నవలా సాహిత్యాన్ని స్త్రీవాదులు సృజించారు.

మొదటి దశలో అతి కొద్దిమంది రచయితలకు మాత్రమే పరిమితమైన స్త్రీవాదం క్రమంగా స్త్రీ, పురుష భేదం లేకుండా మొత్తం సమాజవాదంగా మారింది. ఇవాళ స్త్రీవాదం కేవలం స్త్రీలవాదమే కాదు. సమాజంలో అన్ని వర్గాల వారిది. స్త్రీ చైతన్యాన్ని, వ్యక్తిత్వాన్ని గౌరవించే స్త్రీ, పురుష పాత్రల్ని జండర్ భేదం లేకుండా అందరూ తమ రచనల్లో చిత్రిస్తున్నారు. దీన్ని స్త్రీవాదం సాధించిన విజయంగా చెప్పుకోవచ్చు. అయితే ఈ మార్పు సమాజంలో ఆశించిన రీతిలో లేకపోయినప్పటికీ సాహిత్యంలో మాత్రం కనిపిస్తుంది.

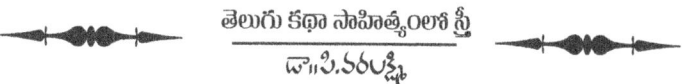

తెలుగు కథా సాహిత్యంలో స్త్రీ

డా॥పి.వరలక్ష్మి

స్త్రీల జీవితాల గురించి, సమాజంలో స్త్రీల భాగస్వామ్యాన్ని గురించి రచయిత్రులు మొదటి నుంచి కథలు రాస్తూనే ఉన్నారు. తమలోని స్త్రీత్వాన్ని నిర్వచించుకుంటూ రచయిత్రులు రాసిన కథలూ ఉన్నాయి. అయితే స్త్రీవాద కథ అన్నది మాత్రం 1980ల తర్వాత మాత్రమే కనిపించే భావన. ఇది ప్రధానంగా సైద్ధాంతికపరమైన వ్యత్యాసాన్ని తీసుకొచ్చింది. 1902లో వెలువడ్డ బండారు అచ్చమాంబ 'స్త్రీవిద్య' కథనుండి మొదలు పెడితే మొదట స్త్రీ విద్యతోనే రచయిత్రుల కథ మొదలైంది. భర్తకోసం చదువుకుంది అచ్చమాంబ కథానాయిక. ఆ కథా ఇతివృత్తం అప్పటి సమాజ పరిస్థితులకు తగ్గట్టు ఉంది. చదువుకోవడంతో మొదలైన స్త్రీ చైతన్యం నెమ్మదిగా ఆర్థిక స్వాతంత్ర్యం, ఆత్మగౌరవం, స్వాభిమానం, కుటుంబంలో, సమాజంలో సమానస్థానం, సమానహక్కులు గురించి మాట్లాడటం వరకూ వచ్చింది. సామాజికంగా స్త్రీలలో క్రమక్రమంగా వచ్చిన ఈ మార్పుకి రచయిత్రుల సాహిత్యం అద్దం పడుతుంది.

మొదటి దశలో రచయిత్రుల కథల్లో కుటుంబంలో, సమాజంలో స్త్రీ, పురుషుల మధ్య అంతరాల్ని, వివక్షను అతి సహజమైన విషయంగా భావించగా స్త్రీవాద కథ ఆ వివక్షను 'పురుషాధిపత్య రాజకీయంగా' గుర్తించి ఎదిరించగలిగింది. అంటే ప్రధానంగా స్త్రీలు రాసిన కథలకు, స్త్రీత్వపు గుర్తింపుతో రాసిన కథలకు, స్త్రీవాద కథలకు ఉన్న అంతరం సైద్ధాంతికపరమైంది. ఆ సైద్ధాంతికత సమాజంలో అణచివేతకు గురైన అన్ని వర్గాల స్త్రీలకు ప్రాతినిధ్యం వహించింది.

స్త్రీల సమస్యలు, స్త్రీ, పురుష సంబంధాలు, వివాహ వ్యవస్థలోని లొసుగులు వీటన్నింటి గురించి విస్తృతంగా చర్చించిన స్త్రీవాదులు ఇప్పుడు సమాజంతోపాటు కొత్తరూపు తీసుకుంటున్న సమస్యల గురించి మాట్లాడుతున్నారు. గ్లోబలైజేషన్ ప్రభావంతో స్త్రీల జీవితాల్లో వస్తున్న మార్పుల్ని సునిశిత పరిశీలనతో చర్చకు పెడుతున్నారు. మారుతున్న పల్లెలు, పట్టణ స్వరూపాలు, కరువు రక్కసి కాటుకు

గుర్రై క్షీణిస్తున్న మానవ సంబంధాలు, అంతరిస్తున్న కులవృత్తులు, జూదంగా మారిన వ్యవసాయం, రాజకీయ రంగాల్లో స్త్రీలపై కొనసాగే అణచివేత, స్త్రీలు ఎంచుకుంటున్న ఆ కొత్త జీవితాల్లోని మానసిక, శారీరక ఒత్తిడులు, మత విద్వేషాలు, ప్రవాస జీవితంలోని సంఘర్షణ - ఇలా సమాజం విశ్వరూపాన్ని తమ కథల ద్వారా స్త్రీవాదులు చర్చకు పెడుతున్నారు.

ఓల్గా, కుప్పిలి పద్మ, గీతాంజలి, నల్లూరి రుక్మిణి, పి. సత్యవతి, వి. ప్రతిమ, కొండవీటి సత్యవతి, ముదిగంటి సుజాతారెడ్డి, సుభద్ర, ఎస్. జయ, చంద్రలత, కె. వరలక్ష్మి, షాజహానా, పుట్ల హేమలత, సి. సుజాత, నిర్మలారాణి, ఇంద్రగంటి జానకీబాల లాంటివాళ్ళు ఇటీవల రాస్తున్న కథల్ని చదివినప్పుడు వారి కథల్లోని ఇతివృత్త వైవిధ్యాన్ని, శిల్ప పరిణితని బట్టి మనకు ఈ విషయం స్పష్టమవుతుంది.

మొదట్లో శరీర రాజకీయాల గురించి మట్లాడిన స్త్రీవాదులు ఇవాళ రాజకీయ, రాజ్యవ్యవస్థల గురించి మాట్లడుతున్నారు. ప్రతిమగారి 'రాజపుండు', 'గంగజాతర', కొండవీటి సత్యవతిగారి 'ముందడుగు' లాంటి కథలు రాజకీయరంగంలో స్త్రీలు పావులవుతున్న వైనాన్ని ప్రశ్నిస్తుండగా, కుప్పిలి పద్మగారి 'కుబుసం', సత్యవతిగారి 'మంత్రనగరి', ప్రతిమగారి 'సాలెగూడు' లాంటి కథలు గ్లోబలైజేషన్ వికృత స్వరూపాన్ని బట్టబయలు చేస్తున్నాయి. కొత్త కొత్త జీవితాలలో స్త్రీలపై మానసిక, శారీరక ఒత్తిడి పెరగడమే కాకుండా వారి వ్యక్తిత్వాలు ప్రశ్నార్థకమవుతున్న తీరును సునిశితంగా ఎత్తి చూపిస్తున్నాయి.

చంద్రలతగారి 'ఆవర్జా', కుప్పిలి పద్మగారి 'సాలభంజిక' అనే కథలు - వైవాహిక సంబంధాల్లో స్త్రీలు పడే మానసిక సంఘర్షణను నల్లూరి రుక్మిణిగారి కథలు - పల్లెజీవితంలోని వైరుధ్యాలను చిత్రిస్తే, నిర్మలారాణి, రంగనాయకమ్మగార్ల కథలు కరువు, ఫ్యాక్షనిజం భూతాల నోట్లో చిక్కుకున్న స్త్రీల బతుకుల్లోని వేదనను చిత్రిస్తాయి. షాజహానా, గీతాంజలి కథలు ఆగ్రహంతో ప్రశ్నిస్తుండగా, ఓల్గారాసిన

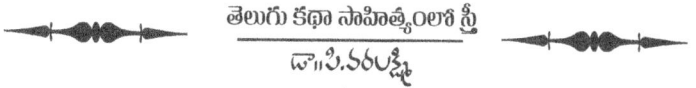

'సమాగమం' లాంటి కథలు పురాణ స్త్రీల మనోభావాలకు సరికొత్త వ్యాఖ్యానం చెబుతాయి.

ప్రవాస జీవితంలో స్త్రీలు పడే సంఘర్షణను చిత్రించే కథల్ని స్త్రీవాద కథల్లో ఓ భాగంగా చూడవచ్చు. ప్రవాసాంధ్ర రచయిత్రులలో చాలామంది తమని తాము స్త్రీవాదులుగా ప్రకటించుకోక పోయినా వారికథల్లోని స్త్రీ పాత్రల సంఘర్షణ, ప్రవాస జీవితంలోని వైరుధ్యాలను వారు చిత్రిస్తున్న తీరు స్త్రీవాదానికి ఓ మంచి గుర్తింపుగా చెప్పుకోవచ్చు. నిడదవోలు మాలతిగారి 'చివురుకొమ్మ', 'చేవ', 'నిజానికి ఫెమినిజానికీ మధ్య', 'డాలర్‌కో గుప్పెడు రూకలు' అనే కథలు, శేషుశర్మగారి 'అన్వేషణ', 'అగాథం' అనే కథలు, కమలగారి 'అమెరికా ఇల్లాలు' అనే కథ, ఉపాధ్యాయుల సూర్యకుమారిగారి 'అమ్మపెళ్ళి', చెరుకూరి రమాదేవిగారి 'యాధృచ్ఛికం' మొదలైన కథలు ప్రత్యేకంగా స్త్రీవాద ముద్రతో లేకపోయినప్పటికీ 21వ శతాబ్దంలో స్త్రీల జీవన విధానాన్ని అవి ప్రతిబింబిస్తున్న కారణంగా వాటిని స్త్రీవాద కథలుగా చెప్పుకోవచ్చు. ఈ విధంగా స్త్రీవాద రచయిత్రుల కలం నుండి వస్తున్న అనేకానేక కథలు సమాజంలో స్థూలంగానే కాకుండా సూక్ష్మంగా కూడా జరుగుతున్న మార్పుల్ని మన కళ్ళకు కట్టినట్లు చూపిస్తున్నాయి. సామాజిక బాధ్యతతో వీరు రాస్తున్న కొత్త కథలు పాఠకులకు దిశా నిర్దేశం చేస్తున్నాయి.

అయితే స్త్రీవాదం చల్లబడిపోయిందని, స్త్రీవాద కథలు ఇతివృత్త లోపంతో మూసధోరణిలోకి వెళ్తున్నాయని, స్త్రీవాద కథల చిత్రణ అంతా నగర, పట్టణ వాసాలకు సంబంధించి మాత్రమే ఉంటుందన్న విమర్శలను మాటలతోనో, వ్యాసాలతోనో కాకుండా పదునైన తమ సాహిత్యంద్వారా స్త్రీవాదులు తిప్పి కొడుతున్నారనటానికి పైనపేర్కొన్న కథలే మంచి ఉదాహరణలు. అయితే ఇక్కడ మనం అంగీకరించాల్సిన సత్యం ఏమిటంటే ఏ వాదానికైనా కొన్ని పరిమితులు ంటాయి. అలాంటి పరిమితులు అస్తిత్వవాదాలన్నింటికి ఉన్నట్టుగానే స్త్రీవాదానికి

కూడా ఉండి, స్త్రీవాద కథలు మూసధోరణిలోకి వెళ్ళడం లేదన్నది వాస్తవమైనప్పటికీ ఒక వాదంగా స్త్రీవాద సాహిత్యం కొన్ని పరిమితులకు లోబడి మాట్లాడుతోంది అన్నది మాత్రం నిరాకరించలేం.

"స్త్రీలు శరీర ధర్మాలను హీనపరిచే పితృస్వామ్య సంస్కృతిని ఎదిరించే క్రమంలో కొన్నిసార్లు స్త్రీవాద సాహిత్యం స్త్రీల చుట్టూ కొన్ని కొత్త 'మిత్'లను కల్పించింది. స్త్రీల ప్రత్యేకతలను ఆధిక్యాలుగా ప్రకటించింది. స్త్రీల శరీర ధర్మాలను, పునరుత్పత్తి శక్తిని 'సంపూర్ణ స్త్రీత్వం'గా నిర్వచించిన సాహిత్యం వచ్చింది. ఆ మేరకు అవి, శారీరక లోపాలున్న స్త్రీలను గొడ్రాళ్ళుగా, మాచకమ్మలుగా వెక్కిరించిన పురుషాధిపత్యానికి జవాబు చెప్పే శక్తిని కోల్పోయాయి" అన్న కాత్యాయిని మాటల్లోని వాస్తవాన్ని గుర్తించి స్త్రీవాద రచయిత్రులు ఆత్మ పరిశీలన చేసుకోవడం కూడా ఈ సందర్భంలో అవసరమే.

ముగింపు

గురజాడ "దిద్దుబాటు" తొలి తెలుగు కథగా మొదలైనా కథా చరిత్రలో తొలితరం రచయిత్రులకున్న ప్రాధాన్యత అతిస్వల్పం. కథాసాహిత్య చరిత్రలో రచయితలకు ఇచ్చిన స్థానం రచయిత్రులకు ఇవ్వలేదు. స్త్రీవాద సాహిత్యం 1980ల్లో మొదలైనా, బండారు అచ్చమాంబ, కనుపర్తి వరలక్ష్మమ్మ మొదలుకొని అనేకమంది రచయిత్రులు స్త్రీ చైతన్యం, స్త్రీ వ్యక్తిత్వం లాంటి అంశాల్ని 1900 నాటికే అప్పటి కాలమాన పరిస్థితులకు తగ్గట్టు తమ రచనల్లో ప్రస్తావించారు, చర్చించారు. అచ్చమాంబ, వరలక్ష్మమ్మ, పి. శ్రీదేవి, శివరాజు సుబ్బలక్ష్మి మొదలైన రచయిత్రుల కథల గురించి ఎవరూ ఎక్కడా చర్చించిన దాఖలాలు మనకు కథా సాహిత్య చరిత్రలో కనిపించవు. కథకు సంబంధించిన చర్చలన్నింటిలోనూ 1950ల నాటి రచయిత్రుల ప్రస్తావనలు నామమాత్రంగానే కనిపించడం విషాదకరం. తెలుగు

కథ మీద ఇప్పటివరకూ వచ్చిన పుస్తకాలు, వ్యాసాలు అనేకం పరిశీలించినపుడు ఓ ముగ్గురు, నలుగురు రచయిత్రుల పేర్లతో ఫలానా వారు రాసేవారు అంటూ ఏకవాక్యానికే పరిమితం కావడం కనిపిస్తుంటుంది. రచయిత్రుల కథల గురించి, వారి శైలి, కథనం గురించి సీరియస్‌గా ఎవరూ చర్చించినట్లు కనిపించదు. గురజాడ 'దిద్దుబాటు'ని అచ్చమాంబ 'స్త్రీవిద్య', 'ఖానా' లాంటి కథల్ని పక్కపక్కనే పెట్టి చూసినప్పుడు 'దిద్దుబాటు' కంటే 'స్త్రీవిద్య', 'ఖానా' కథలు ఏ విధంగానూ తీసిపోవన్న సత్యం బోధపడుతుంది.

158

తెలుగు కథ – గిరిజన స్త్రీ

డా. జి. శైలమ్మ

భారతదేశానికి ఉన్న ఎన్నో ప్రత్యేకతలలో 'గిరిజనులను' కలిగి ఉండటం ఒకటి. భారతదేశంలో, ఆంధ్రప్రదేశ్ రాష్ట్రంలో జరిగిన వివిధ పోరాటాల్లో అత్యధికంగా పాల్గొని ప్రాణ త్యాగాలు చేసింది గిరిజనులే. గిరిజనులు అనగానే తలలో ఈకలు, మొలలో గజ్జెలు, ఒంటినిండా కప్పుకోడానికి గుడ్డలు లేని విచిత్ర జీవులు అని అనాగరికులని కొందరనుకొంటారు.

కొండల్ని ఆశ్రయించి జీవించే వారిని గిరిజనులని, ఆదివాసులని, నల్ల ప్రజలని, కొండ మనుషులని, నిషాదులని, కిరాతులని పలురకాలుగా పిలుస్తారు. గిరిజనులైతే తమని తాము కొండ దొరలని, కొండ రెడ్లని, కోయతూర్ అని, భీముని సంతానం అని గర్వంగా చెప్పుకొంటారు.

గిరిజనులు ఆర్థికంగా, సాంఘికంగా, రాజకీయంగా విద్యాపరంగా అభివృద్ధికి దూరంగా వెనుకబడి ఉన్నారు. ఆంధ్రదేశంలో 35కు పైగా గిరిజన తెగలున్నాయి. నాలుగు తెగలకి చెందిన వారు మైదాన ప్రాంతంలో నివసిస్తున్నారు. గిరిజనులు కొండల్లోను, మైదాన ప్రాంతంలోను నివసిస్తూ ప్రత్యేకమైన సంస్కృతి సంప్రదాయాన్ని కలిగున్నారు.

సమాజం అనగానే కుటుంబ వ్యవస్థ ప్రత్యక్షమవుతుంది. కుటుంబంలో స్త్రీలు, పురుషులు, పిల్లలు, పెద్దలుంటారు. భారతదేశంలో కులాలు, మతాలను బట్టి, సాంఘిక, ఆర్థిక స్థితిగతులను బట్టి వివిధ వర్గాలు రూపొందాయి. వర్గాల్ని బట్టి వివిధ రకాల సమాజాలు ఏర్పడ్డాయి. సమాజం ఏదైనప్పటికి ప్రతి చోట సమస్యలు ఎదుర్కొంటున్నది, అణచివేతకు గురౌతున్నది స్త్రీ అని చెప్పక తప్పదు.

20వ శతాబ్దిలో వచ్చిన వివిధ సాహిత్య ప్రక్రియలలో కథ, నవల ప్రధానమైనవి. రచయితలు స్త్రీ పడుతున్న పాట్లను ఎదుర్కొంటున్న సమస్యల్ని,

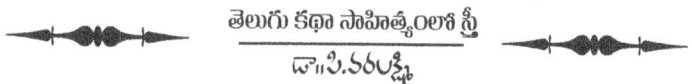

గిరిజనులతో సంబంధ బాంధవ్యాలు ఏర్పరచుకొన్న గిరిజనేతరుల వలన స్త్రీలు ఎదుర్కొంటున్న సమస్యల్ని, గిరిజనాభివృద్ధి కోసం రాజ్యాంగం ఏర్పరచిన చట్టాలు గిరిజనేతరులు అనుకూలంగా మార్చుకొంటున్న తీరుని, గిరిజన స్త్రీలను పెళ్లి చేసుకొని బినామీ పేర్లతో భూమిని సంపాదించుకుంటున్న అగ్రవర్ణస్తుల తీరుని, గిరిజన స్త్రీ వివాహ వ్యవస్థలోని లోపాలను సాంఘికంగా ఆర్థికంగా ఎదుర్కొంటున్న సమస్యల్ని కొంత మంది రచయితలు కథల్లో ప్రతిఫలింప చేయడానికి ప్రయత్నించారు.

స్త్రీ పాత్రను ప్రధాన ఇతివృత్తంగా తీసుకొని గూడూరు రాజేంద్ర రావు "చెంచి" కథను 1932లో రాశారు.

గూడూరు రాజేంద్రరావు "చెంచి" కథలో యానాది చెంచుగాడు తన పెళ్లికి కొత్త బట్టలు కొనడం కోసం సాయిబు దగ్గర 'ఆరు' రూపాయలు అప్పుగా తీసుకొని పెళ్లి చేసుకొంటాడు. తన భార్య చెంచికి అప్పు చేసి పెళ్లి చేసుకొన్న విషయం తెలియదు. అప్పు వసూలు చేసుకోడానికి వచ్చిన సాయిబు కన్ను చెంచిపై పడుతుంది. చెంచుగాడు సాయిబు బాకీ తీర్చే క్రమంలో కంటి చూపు పోగొట్టుకొంటాడు. చెంచి, చెంచుగాడి బాధ చూడలేక పుట్టింటికి వెళ్లి ఆరు రూపాయలు తెచ్చి సాయిబు బాకీతీర్చేయాలని నిర్ణయించుకొంటుంది. సాయిబు బాకీ తీర్చాలని చెంచిగాడు సాయిబు చెప్పినట్లు వడ్లు దంచుతాడు. ఈ క్రమంలో వడ్లపొట్టు కళ్లలో పడి చూపు కోల్పోయి జ్వరంతో బాధపడుతూ పడుకొని ఉంటాడు. చెంచిగాడి ఆకలి బాధ తీర్చడంకోసం ఊరు మీదకు వెళ్లి నాలుగు ఇళ్లు తిరుగుతుంది. సాయిబు ఇల్లు అని తెలియక సాయిబు ఇంటికి కూడా అడుక్కోడానికి వెళ్లిన చెంచి, అదునుకోసం చూస్తున్న సాయిబు చేతిలో నలిగిపోతుంది. శీలాన్ని కోల్పోయిన చెంచి సాయిబుని ఈ వ్యవస్థను చీదరించుకొని చెరువులో పడి చనిపోతుంది. సాయిబు చెంచి పైట కొంగుకి మానాన్ని

దోచుకున్నందుకు పరిహారంగా ఆరు రూపాయిలు ముడేస్తాడు. చెంచి చనిపోయిన వార్త చెంచుగాడు తెలుసుకొని శవంపైపడి ఏడుస్తాడు. చెంచి పుట్టింటికి వెళ్లి ఆరురూపాయలు తెచ్చిందని, ప్రమాదవశాత్తు చెరువులో పడిపోయిందని చెంచిగాడు అనుకొంటాడు. "నా బంగారు చెంచా! మీ అమ్మ గారింటికి పొయ్యినావా నాకు జెప్పకుండా మా నాయినా!" అంటూ ఏడుస్తాడు. చెంచిని చెంచుగాడు చంపాడని పోలీసులు నిర్ణయించి విచారణ నిమిత్తం జైల్లో వేస్తారు. చాలా తెలివిగా సాయిబు తప్పుకుంటాడు. ఒక గిరిజనేతరుని వల్ల యానాది కుటుంబం అంతరిస్తుంది.

పోట్లూరు సుబ్రహ్మణ్యం "వేటకుక్క" 1987లో రచించారు. కోయ యువతి వేటాడేతీరు. శత్రువుపై దాడి చేసే తీరు చూస్తే ఎవరైనా ఆశ్చర్యపోవాల్సిందే. గిరిజనులు ఫారెస్టు అధికారిని దైవంలా భావిస్తారు. గూడెం దొర కుమార్తె పేరు మున్నీ. వేటలో ఆరితేరిన పిల్ల. కొత్తగా వచ్చిన అటవీశాఖాధికారి ఆమెను పరిచయం చేసుకొంటాడు. అతని చేతిలో మోసపోతుంది. మున్నీ నెలతప్పిన విషయం అతనితో చెప్పి పెళ్లి చేసుకోమని అడుగుతుంది. రాజారామ్ వచ్చే జాతరకి పెళ్లిచేసుకొంటానని నచ్చచెప్పి ఉద్యోగాన్ని ట్రాన్స్‌ఫర్ చేయించుకొని మున్నీకి దూరంగా వెళ్లిపోతాడు. నెలలు గడిచినా అధికారి రాకపోవడంవల్ల మున్నీ మోసపోయిందని తెలుసుకుంటుంది. అవమానభారంతో లోయలో పడి చనిపోతుంది. మున్నీ ఆత్మహత్య చేసుకున్న విషయం, మున్నీకి అన్యాయం జరిగిందన్న విషయం మున్నీ స్నేహితురాలు కుక్క రాజాకి మాత్రమే తెలుసు. అప్పటి నుండి కుక్క అతని రాకకోసం నిద్రాహారాలు మాని ఎదురు చూస్తుంది. ఆ సమయం రానే వచ్చింది. మున్నీ కోసం రాజారాం వచ్చాడు. మున్నీ చనిపోయిందని రాజారాంకి తెలియదు. కుక్క రాజారాంని గుర్తించి అతనిపైపడి గోళ్లతో రక్కుతుంది. ఆ బాధ భరించలేక లోయలో పడిచనిపోతాడు. తప్పు చేసిన వారికి తగిన శిక్షపడుతుంది.

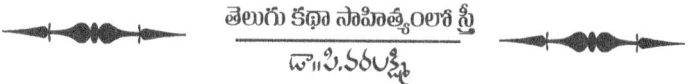

ఏ. విద్యాసాగర్ "కోయకన్నె" 1993లో వచ్చింది. ఈ కాలానికి కూడ గిరిజన స్త్రీలలో అక్షరాస్యత పెరగలేదు. అమాయకత్వం తరగలేదు. గిరిజనేతరుల చేతిలో కేవలం ఒకనాటి సుఖం కోసం నలిగిపోయే అమాయకులైన కోయకన్నెల గతేమిటి? గిరిజన ప్రాంతంలో భూమి సంపాదించడం కోసం కోయ స్త్రీలను పెళ్లాడినట్టు నటించి తమ చేత ఆరుగాలం కష్టం చేయించుకొని, ఇంట్లో పనిమనిషిలా చూడబడుతున్న కోయకన్నెల సంగతి ఏమిటి?

ఈ ప్రశ్నలనిటి గురించి ఆలోచింప చేసే కథ కోయకన్నె. గిరిజనాభివృద్ధి పాఠశాలలో పని చేస్తున్న ఉపాధ్యాయుడైన బాలకృష్ణచేతిలో రాజమ్మ మోసపోతుంది. గిరిజన యువతి రాజమ్మ. వయస్సు పాతిక సంవత్సరాలు. చంకలో మూడు సంవత్సరాలపాప. బాలకృష్ణ వివాహితుడు. బాలకృష్ణ భార్య పంచాయితీ పెట్టించి రాజమ్మ పీడను వదిలించుకొంటుంది. రాజమ్మ మోసపోతుంది. బాలకృష్ణ, రాజమ్మల అభిప్రాయం గమనిస్తే గిరిజన స్త్రీలు మోసపోతున్న తీరు తెలుసుకోవచ్చు.

"ఏమమ్మా? నువ్వేమంటావు అతనితోనే ఉంటావా? - విద్యాసాగర్ అడిగితే

అదే నా భయం దేశంగాని దేశంల ఏమవుతదో ఏమో? - రాజమ్మ

తనకు పెళ్లయిందని నీకు తెలీదా? - విద్యాసాగర్

కాలేదనే చెప్పిండు - రాజమ్మ

నిన్ను పెళ్లి చేసుకోమని నువ్వు అడగలేదా? - విద్యాసాగర్

ఏడాది పైగ కాపరం జేస్తుంటే యింక అడిగేదేముందనుకున్న" రాజమ్మ

బాలకృష్ణకు, రాజమ్మ ద్వారా కలిగిన కుమార్తె పేర పదివేల రూపాయలు ఫిక్సెడ్ చేయిస్తాడు. కోయకన్నెకి జరిగిన అన్యాయాన్ని ఈ పదివేలు పూడ్చగలదా? తనని మోసం చేసిన కృష్ణతో కలిసి జీవించలేదని తెలుసుకొన్న రాజమ్మ పూటగడవడానికి ఉద్యోగం ఇమ్మని ఐటిడిఎ అధికారిని అడుగుతుంది.

తరాలు మారుతున్నా స్త్రీ మోసపోవడంలో మార్పు లేదు. బగాది వెంకటరావు "ఇనప్పురుగు" 1999లో వెలువడింది. బతుకు దెరువు కోసం గిరిజన ప్రాంతానికి వచ్చిన సదానందం చుక్కమ్మని ప్రేమిస్తాడు. సదానందం చదువుకున్నోడు, తెలివైనోడు చుక్కమ్మ తనని పెళ్లి చేసుకుంటాడని నమ్మి అతనికి దగ్గరవుతుంది. ఫలితంగా చుక్కమ్మ నెలతప్పుతుంది. సదానందం చుక్కమ్మ కడుపు కడిగించి వేరే అమ్మాయిని పెళ్లి చేసుకోవాలనుకొంటాడు. చుక్కమ్మలో వచ్చిన మార్పుకి కారణం తెలుసుకుంది. చుక్కమ్మ తల్లి పంచాయితీ పెట్టించి సదానందాన్ని నిలదీస్తుంది. సదానందం తనకు తెలియదని చెప్పి బుకాయిస్తాడు. ఇతని మాటవిన్న చుక్కమ్మ ఇలాంటి వారిని గూడెం వైపుకి కూడా రానీకూడదని, నమ్మకూడదని, విషపురుగులతో పోల్చి సక్రమమైన మార్గాన్ని ఎంచుకున్న మగువ చుక్కమ్మ.

".......అయ్యా అందరికీ దండాలు నా మాటినండి నాను యిదిగీ యినప్పురుగుని జతగట్టి తప్పుసేసాను. ఆ తప్పుని యెల్లకాలం సాగదీసి ఒప్పు జెయ్యెద్దు. పురుగుని మారసలేం యీ అడివిల యే యినప్పురుగులొద్దు తగిలీయండి. మళ్లా మళ్లా మన జాతి తలదించుకునే తప్పు మరెవురూ సెయ్యకుండా...సూడండి. సీడ పురుగుల్ని అంటగట్టవొద్దు......" పుట:85.

మోసం చేయడం తెలియని గిరిజన స్త్రీలకి మోసపోవడమే తెలుసు అంతేకాదు ఆ మోసాన్ని మళ్లీ వ్యక్తం కాకుండా చూసుకొనే సమర్థులని చుక్కమ్మ ద్వారా తెలుస్తుంది.

మల్లిపురం జగదీశ్ మొదటి గిరిజన రచయిత ఈయన కలం నుండి జాలువారిన 'శిలకోల' 2009న వెలువడింది. ఈ కథలో ఉద్యోగిని అయిన గిరిజన మహిళ గిరిజనేతరుని చేతిలో మోసపోతుంది. ఆమెకు ఒక పాప. పాపపుట్టిన ఏడాదికి ఆమె అతనికి రెండో భార్య అని తెలుసుకొంటుంది. సర్పంచిగా ఆమె పేరు పెట్టి పదవిని దక్కించుకోవాలని ఆమె కుమార్తెను ఎలక్షన్ అధికారి

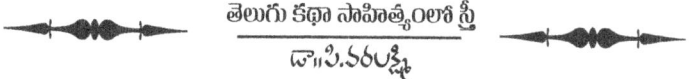

దగ్గరికి పంపమని అడుగుతాడు. అప్పుడు ఆమె ఒక రాక్షసుడ్ని పెళ్లి చేసుకొన్నట్లు భావించి బాధపడుతుంది. అతనితో కలిసి జీవించడం ఇష్టంలేక స్వతంత్రంగా బతకాలని నిర్ణయించుకొంటుంది. భర్త జగన్నాథంని ఇంట్లో నుండి బయటకు గెంటేస్తుంది.

మూఢనమ్మకాలు ఆచారాలుగా మారి గిరిజన స్త్రీలను ఇబ్బందులకు గురి చేస్తున్నాయి. పుట్టుక రీత్యా స్త్రీలో జన్యుపరమైన మార్పులు జరుగుతుంటాయి. సమర్త, ప్రసవం మొదలైన పరిస్థితులలో శుచి, శుభ్రం పేరుతో ఇంటి బయట వెలేసినట్లు పెడతారు. ఈ సమయంలో ప్రాణాంతకమైన వ్యాధులు, ప్రకృతి వైపరీత్యాలవల్ల ప్రాణాలు కోల్పోతుంటారు. గోపీ భాగ్యలక్ష్మి 'జంగుబాయి' 1993 కథలో కాయిదా (ఆచారం) పేరున స్త్రీ పడే ఇబ్బందులను ఆచరణలో వాళ్లు పడుతున్న ఆవేదనను ప్రస్తావించారు.

ఈ విధమైన ఆచారాలవల్ల జంగుబాయి మేనత్త జ్వరంతో చనిపోతుంది. ఏం చేసుదమ్మా - పెద్దలు పెట్టిన కట్టడి మా మేనత్త ఒకామె జ్వరంతో నున్నపుడే ముట్టయ్యింది. ఇంట్లకు రానియ్యలే - అప్పుడు సలికాలం జెరం ఎక్కువై బయటనే నీల్గినీల్గి పాణమిడిసింది అని టీచరుతో చెప్పి జంగుబాయి బాధపడుతుంది.

మూడు రోజుల వయస్సున్న పసికందుకి తలనీలాలు తీసే ఆచారం ఉండటంవల్ల జంగుబాయి బిడ్డకి మూడోరోజు వెంట్రుకలు తీయడంతో తెల్లారేటప్పటికే బిడ్డ జ్వరం వచ్చి చనిపోతుంది. తొలిచూలి బిడ్డను కోల్పోయిన జంగుబాయి అక్క ఏడుస్తుంది. ఈ ఆచారంవల్ల కన్న తల్లులకు కడుపుకోత తప్పడం లేదు.

"ఏం చేసుదు? ఆడపుటుక పుట్టే బదులు అడివిలమానై పుట్టాలె కాయిదా (ఆచారం) పాడుకాను జంగుబాయి తల్లి బాధ పడుతుంది".

భర్త తిన్న కంచంలో అన్నం తినడం. భర్తకి మామకి మరుదులకి స్నానం చేయించే ఆచారం, జాతర సమయంలో వంటల దగ్గరికి స్త్రీలని రానీకుండా ఉండటం స్త్రీ ఆచారం పేరుతో అనుభవించే కష్టాలు నల్లక్క "ఆచారం" కథ 1997లో వెలువడింది.

కేశునాయిక్, భార్య రూప్లి ఎనభై సంవత్సరాల ప్రాయంలో కూడా అడివికెళ్లి కట్టెల మోపు తెస్తుంది. ఆకలవుతున్నా మగ వాళ్లు తిన్న తరువాతనే తినేటటువంటి పద్ధతి ఉంది. ఆడవారిపై అణచివేత, ఆధిపత్య పోరు కనిపిస్తుంది.

"నేను యెక్కడ తాగుతాను మాకి తప్పుపడతారు మా మొగోళ్లు" మాతృసామిక వ్యవస్థ ధ్వంసమై పితృసామిక భావజాలం గిరిజనుల్లోకి ప్రవేశించిందనడానికి నిదర్శనం.

స్త్రీలు వడ్లు దంచి పొట్టు తీసి, తవుడు తీసి బియ్యాన్ని అన్నానికి అనుకూలంగా తయారు చేసి పెట్టుకోవాలి. ఆ బియ్యంతో అన్నం వండాలి. మామకు, భర్తకి స్నానం చేయించడం ఆచారం. నిండు గర్భిణీలకు మినహాయింపు లేదు.

గర్భిణి స్త్రీలకు, పుట్టబోయే బిడ్డకు దెయ్యం పడుతుందని, వారికి ఏదైనా హాని జరుగుతుందని నమ్ముతారు. అందువల్ల పూజారి చేత కొరడాతో గర్భిణి స్త్రీలను కొట్టిస్తారు. ఒక్కోసారి ప్రాణాపాయం కూడా జరిగే ప్రమాదం ఉంది. పెద్ద పూజారి తరువాత చిన్న పూజారి కొడతాడు. (ఇద్దరు మగాళ్లు ఒకరుమార్చి ఒకరు) నిండు గర్భిణి అయిన ధాత్లీని కొరడాతో ఏడు దెబ్బలు కొడతారు. ఆ దెబ్బలకు ధాత్లీ కింద పడిపోతుంది. ఆచారం ముసుగులో స్త్రీ పడే కష్టాలు ఇబ్బందులు ఈ కథలో దర్శనిమిస్తాయి. ఈ సమయంలో పూజారి పిలిచినపుడు వెళ్లి వారి కోరికలు తీర్చిన స్త్రీలకు దెబ్బలు తక్కువ పడతాయి. పోనటువంటి వారికి అధికంగా దెబ్బలు పడతాయి. పూజారులు అక్కసు తీర్చుకోడానికి ఇది మంచి అవకాశం.

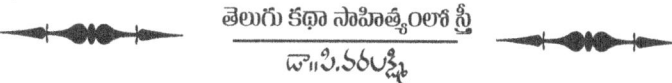

కుటుంబ పోషణలో స్త్రీలు, పురుషులు బాధ్యత వహిస్తారు. గిరిజన తెగల్లో పురుషులకంటె స్త్రీలే కుటుంబ పోషణలో ఎక్కువ బాధ్యత వహిస్తారు. ఉప్పల నరసింహం "బియ్యం" 1994లో ఎర్రలైటు కథా సంకలనంలో వెలువడింది.

ఎరుకల పాపమ్మ పొద్దంతా వెదురు బుట్టలల్లి పందులన్నిటిని రాత్రి గుళ్లకి పంపి గూడుకి అడ్డంగా రాళ్లు పెడుతుంది. రాత్రి భోజనానికి కావాల్సిన బియ్యం ఉండవు. ఇంట్లోకి ఏమి కావాలో పట్టించుకోని భర్త, కుటుంబభారం మొత్తం స్త్రీపై పడిన తీరు ఈ కథలో కనిపిస్తాయి.

"చేతుల బుడ్డ పైస లేదు. ఇంట్ల గింజలు లేవు మరి ఎట్ల సంసారం.... ఎల్లదనుకుని అయ్యకల్లు దుకాండ్లకు పోయిండో ఏమో తెలువది. ఇప్పుడు ఎవరింటికిబోతే ఎవరు పెడ్తరు? ఈ సంసారంతోని నాకయితే పిచ్చి లేశినట్టుంది". పాపమ్మ చాలా బాధపడుతుంది.

గిరిజనుల్లో ప్రాథమిక అవసరం అయిన ఆహారం కొరతగా ఉండటం. పిల్లల ఆకలి మంటను చల్లార్చడానికి ఒక తల్లి పడే తపన ఈ బియ్యం కథలో స్పష్టమవుతుంది.

నాగరిక సమాజానికి దూరంగా అడవిలో నివసించే గిరిజనులు ఎన్నో కష్టాలు పడుతున్నారు. పగలు, రాత్రి తేడాలేని పేటల్లోని స్త్రీలు, ప్రసవించే సమయంలో కూడా వెలుతురు లేక కష్టాలు పడుతున్న తీరు, చీకట్ని తొలగించుకోడానికి ప్రభుత్వం గ్రామానికిచ్చిన గ్యాస్ లైట్‌ను గ్రామసర్పంచి సొంతం చేసుకుంటే ఆయనను ఎదిరించి గ్యాస్ లైట్ తమ పేటకు తెచ్చుకున్న స్త్రీల విజయగాథ ఉదయమిత్ర "గ్యాస్ లైట్" 2001లో వెలువడింది.

జంగు బాయికి తొలి కాన్పు. మంత్రసాని ప్రసవం చేయడానికి చాల కష్టపడుతుంది. బుడ్డి దీపాలు ఆరిపోతుంటాయి. ఈ సమయంలో వెలుగు కోసం సర్పంచి పోచయ్యని ఎదిరించి లైటు తెచ్చుకుంటారు. వెలుగులో పాప పుడుతుంది. వారి జీవితంలోకి 'పోరాటమనే' వెలుగు ప్రవేశపెట్టిన పాపకి 'బిజిలీ' (వెలుగు) అని పేరు పెడతారు.

కరువు సృష్టించిన బీభత్సం సొంత ఊరుని భూమిని వదిలి ఎక్కడో పరాయి ఊరులో పరదేశులుగా కొంతమంది నివసిస్తే, ఉన్న భూమి, సొంత ఊరుపై అభిమానం, వర్షం కురవక పోతుందా పంటలు పండకపోతాయా అని ఆలోచించి ఉన్నవారు, ఆకలి మంటలు చల్లార్చుకోడానికి పుట్టిన బిడ్డల్ని అమ్ముకొనే దయనీయ గాథను, బిడ్డల్ని కోల్పోయిన తల్లిపడే వేదనను, బతికున్న పిల్లల ఆకలి తీర్చడానికి మళ్లీ గర్భాన్ని ధరించే సన్నివేశాల్ని శాంతి నారాయణ "నమ్ముకున్న రాజ్యం" కథ 2004లో వెలువడింది.

నాగుల గుడ్డం తాండాకి చెందిన మేగ్యానాయక్ భార్య కమలాబాయి ఆరు మంది పిల్లలు. కరవు సృష్టించిన దారిద్ర్యాన్ని తొలగించుకోడానికి ఇద్దరు పిల్లల్ని అమ్ముకొంటారు. కుటుంబం అంతా సున్నం తయారు చేసి అమ్ముకొంటారు. కమలాబాయి మళ్లీ గర్భవతి. ముప్పై రెండేళ్లకే అరవై ఏళ్ల ముదుసలిగా కనిపిస్తుంది. కమలాబాయిని చూసినవాళ్లు ఆపరేషన్ చేయించుకోవచ్చు కదా! అంటే

"ఆపరేసన్ సేయిచ్చుకుంటే సంసారం గడసద్దా తల్లీ. పిల్లల్ని అమ్ముకోడానికే కంటావుండాను. ఆపరేసిన్ సేయిచ్చుకుంటే వుండే పిల్లోల్లను యాగంప కిందముయ్యల్ల? అని వాపోతుంది.

కన్నబిడ్డను అమ్ముకున్న తల్లి ఇలా అనుకొంటుంది. "రక్తం పంచుకున్న బిడ్డలు ఎక్కడున్నారో, ఎవరి బిడ్డలని చెప్పుకుంటారో" తల్లి పడే వేదనని ఈ కథలో చిత్రించారు.

కర్మభూమిలో ఉన్న పేద, బిక్కి, ధనికులు అక్షరాస్యులు నిరక్షరాస్యులు తలకొరివి పెట్టి పున్నామనరకం నుండి తప్పించే తనయుడి కోసం ఎదురుచూస్తారు. కొడుకు పుట్టక పోవడానికి కారణం స్త్రీ అసమర్థత అని భావిస్తారు. ఈ మగాళ్లు నిజం తెలుసుకొనేదెప్పటికో వేచి చూడాల్సిందే.

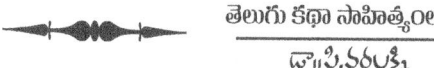

ఈ సారి కొడుకు పుట్టకపోతే మరో అమ్మాయిని పెళ్లి చేసుకొంటా అని బెదిరించే పురుష పుంగవులు గిరిజన తెగలోను కనిపిస్తున్నారు. భర్త పెట్టే బాధలు భరించలేక కన్న బిడ్డని చంపుకున్న వైనాన్ని డా॥ కె.ఎల్. ప్రసాద్ "అయ్యో! అమ్మా!" కథ 2008లో వెలువడింది.

మగపిల్లాడు పుట్టలేదని కమిలి భర్త బిచ్చు తాగి వచ్చి కొట్టేవాడు. "ఈ నరకం పగవాళ్ళకి కూడా ఉండొద్దు వచ్చే జన్మలో నన్ను పేదరాలిగా పుట్టించకు ఒకవేళ పుట్టించినా ఆడపిల్లగా మాత్రం పుట్టించకు దేవుడా! అని కనిపించని దేవుడ్ని ప్రార్థిస్తుంది" కమిలి.

కడుపు నిండా తిండి లేక, వంటి నిండా బట్టలేక, రోడ్డు పక్కన దేరాలేసుకొని జీవించే సంచార తెగలో లంబాడీలు ఒకరు. పొట్టకూటి కోసం తమ పిల్లల్ని వ్యభిచార వృత్తిలోకి దింపుతున్నారు. ఫలితంగా ప్రాణాంతకమైన వ్యాధులతో తిరిగొస్తున్నారు. ఇలాంటి పరిస్థితి తరువాత తరం వారికి రాకూడదనే స్ఫూర్తిని వ్యక్తం చేస్తూ సుంకోజి దేవేంద్రాచారి "వెలుగుదారి" కథ 2006లో 'అన్నంగుడ్డ' కథా సంకలనంలో వెలువడింది.

బొంబాయికెళ్లి డబ్బు సంపాదించిన సోమ్లీబాయి ఎయిడ్స్ వ్యాధితో తిరిగొస్తుంది. ఆమెను ఊరి చివర గుడిసెలో ఒంటరిగా ఉండేలా నివాసం ఏర్పాటు చేస్తారు. సోమ్లీబాయి చెల్లెలు సక్కిబాయిని కూడా బొంబాయిలో ఉన్న వ్యభిచార గృహానికి పంపాలనుకొంటారు. ఈ విషయం తెలుసుకొన్న సోమ్లీబాయి తనకి జరిగిన అన్యాయం తన చెల్లికి, తరువాత తరం వారికి జరగకూడదని తాండాలో అమ్మాయిల్ని వ్యభిచార గృహాలకు పంపుతున్నారని పత్రికలకి, పోలీసులకు తెలియజేసి వెలుగుదారివైపు పయనించిన లంబాడీ యువతుల తెగువను, చిత్రించిన కథ వెలుగుదారి.

ప్రపంచీకరణ వలన వినోదాత్మక, సౌకర్యాత్మక సాధనాలు ప్రతి గృహంలోను అంటే పూటగడవటమే కష్టమైన గృహంలోను టి.వి. ఉందంటే ఆశ్చర్యపోవాల్సిన

పనిలేదు. ఈ విధమైన ప్రపంచీకరణ గాలులు కొండపైన కూడా వీస్తున్నాయి. గిరిజన సంస్కృతి జీలుగుకల్లు, గుస్సాడి నృత్యం ఎంత దూరమైన కాలినడకన నడిచి వెళ్ళడం, అవసరం అయితే తప్ప అప్పు చేయకపోవడం వంటి అలవాట్లు అంతరించి, భిన్నమైన సంస్కృతి గిరిజన కుటుంబాల్లోకి ప్రవేశించి, స్త్రీలకి మనశ్శాంతి లేకుండా చేస్తున్న తీరుని మల్లిపురం జగదీశ్ "కలలు కాలుతున్న వాసన" కథ వివరించింది. ఈ కథ 2008లో గాయం కథా సంకలనంలో వెలువడింది.

టీచరుగా పని చేస్తున్న వాసుకి ఇపుడు మట్టి వాసన అంటే పడటం లేదు. జీలుగుకల్లు, ఇప్పసారా అంటే తెలియదన్నట్టున్నాడు. అంగట్లో దొరికే బ్రాంది వంటివి తాగుతున్నాడు. అప్పు చేసి వినోదాత్మక సాధనాలు కొంటాడు. వాసు తన నేలను, సంస్కృతిని ప్రేమించక ద్వేషిస్తున్న తీరు తన భార్య నిర్మలకు చిరాకుని తెప్పిస్తాయి. నిర్మల వాసుని ఎదిరించి ఇంట్లో నుండి బయటకెళుతుంది. "నీ జీతమంతా తాగుడికే తగలేస్తున్నావ్ ఈ టీ.వీ. కొనమన్నానా? బండి మీద నన్ను తిప్పమన్నానా? నాకు కావలసిందేదో అది నీకు అక్కర్లేదు నాకు అవసరం లేని వన్నీ మన అవసరాలుగా మోసుకొస్తున్నావ్........" నిర్మల వాసుతో బాధపడుతూ అంటుంది. వాసు అలా మారిపోయినందుకు చింతిస్తుంది. వాసులో మార్పు రావడానికి కారణమైన శక్తిపై కోపపడుతుంది.

స్త్రీని నిరక్షరాస్యత, అజ్ఞానం, మూఢనమ్మకాలు మరింత కృంగదీస్తున్నాయి. గిరిజన మహిళకి ఎదురౌతున్న సమస్యలు అధిగమించాలంటే అక్షరాస్యత సాధించాలి అన్యాయం చేస్తున్న వారిని శిక్షించాలి. మూఢనమ్మకాలపై అవగాహన కల్పించాలి. నాగరికులం మేం అనుకొంటున్న వారు ఎవరైతే ఉన్నారో, వారితో గిరిజనులకి, గిరిజన స్త్రీలకి ప్రమాదం పొంచి వుంది. వారి మనుగడకి, అభివృద్ధికి మనవంతు కృషి ఎంతో అవసరం. భారతదేశంలో గిరిజన స్త్రీలను చైతన్యవంతులుగా చేయాల్సిన అవశ్యకత ఎంతైనా ఉంది.

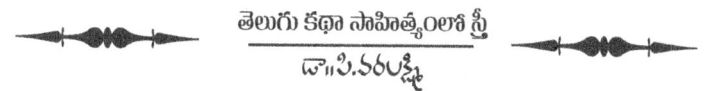

హరికిషన్ కథలు – బసివిని వ్యవస్థ చిత్రణ

కాటంరెడ్డి రామలింగారెడ్డి

ప్రస్తావన:

ఆధునిక కథా సాహిత్యంలో వివిధ సమకాలీన ఇతివృత్తాలను, సాంఘిక నేరాలను, సమకాలీన అవ్యవస్థలను నిర్మొహమాటంగా, నిర్భయంగా పాఠక లోకానికి ఆవిష్కరించిన కవి డా॥ ఎం.హరికిషన్. ఆయన స్పృశించని ఆధునిక ఇతివృత్తాలు లేవు. నేడు రాయలసీమలో రాజ్యమేలుతున్న కరువు, ఫ్యాక్షన్, రాజకీయం,గూండాయిజం, సారా రక్కసి, దళితుల అణచివేత, బసివిని వ్యవస్థ మొ॥ ఇతివృత్తాలను చక్కగా ఆవిష్కరించాడు.

ఈయన కథా సంకలనమైన కందనవోలు కథలులో "బసివిరాలు బరితెగించింది" అనే కథ, ఈయన సంకల్పించిన కర్నూలు కథలు అనే బృహత్ సంకలన గ్రంథంలో నాగప్ప గారి సుందర్రాజు రచించిన "నడిమింటి బోడెక్క బసివిరాలయ్యేద" అనే కథ,మొదలైనవి కర్నూలు జిల్లా ఆదోని మరియు కర్ణాటక రాష్ట్ర సరిహద్దు ప్రాంతాల్లో ఇప్పటికీ ఎంతో మంది పేద దళిత మహిళలను దైవకార్యం పేరుతో చేస్తున్న లైసెన్స్ వ్యభిచార వ్యవస్థ అయిన బసివిని వ్యవస్థను చక్కగా చిత్రించిన కథలు

సామాజిక దురాచారం – బసివిని :

రాయలసీమ ప్రాంతంలో ఇప్పటికీ తన ఉనికిని చాటుకుంటున్న లైసెన్స్ వ్యభిచార వ్యవస్థయే బసివిని వ్యవస్థ. దైవ కార్యం పేరుతో గ్రామాల్లో మతపెద్దలు, భూస్వాములు, అవసరమైనపుడు తమ పశు వాంఛను తీర్చుకునేందుకు వేసిన పురాతన వంచన వ్యవస్థ బసివిని వ్యవస్థ. ఈ సామాజిక దురాచారంలో ప్రధానంగా సమిధలయ్యేది వెనుకబడిన పేద దళిత మహిళలే. వారి సామాజిక వెనుకబాటుతనాన్ని వారి తల్లిదండ్రుల అచేతనత్వాన్ని, ఆర్థిక అవసరాలను ఆసరాగా

చేసుకొని ముక్కుపచ్చలారని పేద దళిత మహిళను ఈ వ్యవస్థలోనికి బలవంతంగా తీసుకొస్తున్నారు. ఆడదాని శరీరాన్ని అనుభవించుటకు భూస్వాములు, పూజారులు, దైవకార్యం పేరుతో అల్లిన వ్యవస్థ - ఈ బసివిని వ్యవస్థ.

బసివిని ఉత్సవం:

బసివిని (ఉలిగమ్మ) గా దైవకార్యానికి నియమించబడే అమ్మాయిలను ముందు గ్రామ పంచాయితీలో పెద్దల తీర్మానం ప్రకారం తండ్రికి కొంత మొత్తం ముట్టజెప్పి గ్రామంలో ఎవరో ఒక ఖామందు ఆమెను ఉంచుకునేట్టు ఒప్పందం కుదుర్చుకుంటారు. గ్రామ పెద్దల సమక్షంలో జరిగిన ఒప్పందాన్ని అతిక్రమించుటకు వీలులేదు. ఈ విధంగా ఒప్పందం కుదిరిన పిమ్మట ఊరిలో పెద్దమ్మ లేదా మారెమ్మ, ఉలిగమ్మ ఉత్సవం నిర్వహిస్తారు. ఈ ఉత్సవం సందర్భంగా బసివిని (దళిత) వర్గం వారికి ఒక దున్నపోతు, నాటుసారా ఇచ్చి నాటుసారా మత్తులో జోగుతున్న సందర్భంలో పూజారి బసివినికి తాళి కడతాడు. ఈ బసివిని ఉత్సవం ముగిసిన రోజు పూజారి లేదా గ్రామ పెద్ద తొలినాటి రాత్రి బసివినిని అనుభవిస్తారు. ఇక ఈ రోజు నుండి ఆమె ఒక గ్రామ ఆస్థి లేదా అనుమతించబడ్డ వ్యభిచారి. ఇది ఈ మూఢాచార దుస్థితి.

బసివిరాలు బరితెగించింది :

"బసివిరాలు బరితెగించింది" అనే ఈ కథ "కందనవోలు కథలు" అనే హరికిషన్ కథా సంకలనంలోని చివరి కథ. ఈ కథలో బసివిని పేరు ఉలిగమ్మ. ఒక దళిత బాలిక తల్లి ఉన్నంత వరకు జీవితం సాఫీగానే సాగింది. తల్లి మరణంతో ఉలిగమ్మకు కష్టాలు రాసాగాయి. 7వ తరగతిలోనే చదువాగిపోయింది. ఒక వైపు తల్లి మరణం, మరోవైపు తండ్రి కాలు విరిగి మంచానికే పరిమితమవ్వడం, తండ్రి చేసిన అప్పులు, తన కడుపు నింపుకోవడం మొదలైన కారణాలు ఉలిగమ్మ తండ్రిని బసివినిగా తన కూతురును మార్చుటకు కారణమయ్యాయి. అమ్మాయిని

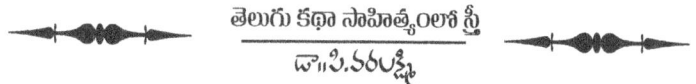

బసివినిగా చేస్తే ఊరిలోనే ఉండి నీ బాగోగులు చూస్తూ వృద్ధాప్యంలో నీకు అండగా ఉంటుందని కొందరు సలహా ఇవ్వటంతో ఉలిగమ్మను బసివినిగా మార్చుటకు అంగీకరించాడు..

తండ్రికి ఆసరా, గ్రామస్థులకు అవసరంగా ఉలిగమ్మ బసివినిగా మార్చబడ్డది. ఇష్టంలేక పోయినా తన కోసం కాకపోయినా బలవంతంగా ఈ అగాథంలోకి లాగబడిన అభాగ్యురాలు ఉలిగమ్మ.

బసివినిగా మారిన మొదటి పది సంవత్సరాలు పరమేశ్వరరెడ్డి వంటి భూస్వాములు ఏలుకోవడంతో కాలం సుఖంగానే గడిచింది. ఉలిగమ్మకు వయసు మరిలే సందర్భంలో పరమేశ్వరరెడ్డికి కులం, గోత్రం, హెూదా గుర్తుకు వచ్చి పదివేల రూపాయలు ఉలిగమ్మకు ముట్టచెప్పి వదిలాడు. సింహం వదిలిన మాంసం కొరకు ఎదురుచూసే గుంటనక్కల్లా "పరమేశ్వరరెడ్డి పిదప ఏలుకోవడానికి చాలా మంది ఎదురు చూశారు. కానీ ఉలిగమ్మ వీరినెవరినీ నమ్మక వయసుమళ్ళిన 'కోటయ్య' ను నమ్మింది. కోటయ్య ఉలిగమ్మ కొడుకుకు తండ్రిగా ఉండుటకు, తనకున్న ఆస్థిని ఉలిగమ్మ పేరున రాసివ్వడానికి ముందుకు వచ్చాడు.

కోటయ్య పరిచయం, 7వ తరగతి వరకు చదివిన ఉలిగమ్మలో నూతన చైతన్యాన్ని తీసుకువచ్చింది. పొదుపులక్ష్మి గ్రూప్ లీడర్‌గా మారి వ్యవసాయం చేసి పదెకరాల భూమి, మంచి ఇల్లు సంపాదించుకోగలిగింది.

ఉలిగమ్మ సంపాదించిన భూమిపై గ్రామ పెద్ద కన్ను పడింది. దీంతో ఉలిగమ్మను ఆ భూమి అమ్మమని అడిగాడు. ఆమె తిరస్కరించడంతో పరమేశ్వరరెడ్డి మరణానికి ఉలిగమ్మ చేతబడి చేసి చంపిందని గ్రామస్థులను నమ్మించాడు. చివరికి ఉలిగమ్మ కుమారుడు పట్నం నుండి పత్రికా విలేకరులను పిలుచుకొని రావడంతో తన పన్నాగం బయటపడింది.

ఈ విధంగా ఉలిగమ్మ నూతన చైతన్యంతో జీవించడం ఉలిగమ్మ కుమారుడు ఉన్నత చదువులు చదువుతూ గ్రామ పెద్దల వంచనను బహిర్గతం చేయడం వంటివి నూతన చైతన్యానికి చిహ్నాలు.

బసివినికి బలైన మహిళ :

మైనార్టీ వాద కవిత్వంలో షాజహానా అనే రచయిత్రి "అరబ్ కబేళాలో ఆడదాని మాంసాని కంతటి రేటుందని తెలియని దాన్ని" అంటూ అక్రమంగా నిఖా చేసుకునే అరబ్,వృద్ధ షేక్‌ల పన్నాగాన్ని ఎత్తి చూపింది. అదే విధంగా రాయలసీమలోని కర్నాట పరిసర ప్రాంతాలైన కర్నూలు, అనంతపురం జిల్లా ప్రాంతాల సరిహద్దుల్లో ఉన్న ఈ దురాచారానికి బలి అయ్యేది పేద దళిత మహిళలే.

తండ్రికి డబ్బు ఆసరా, తన కులం వారికి దున్నపోతు, సారాయి, గ్రామ పెద్దకు అవసరమైనపుడు తన వాంఛను తీర్చుకోవడానికి ఒక శరీరం ఈ దుర్వ్యవస్థ వలన దొరుకుతాయి. ఈ అవ్యవస్థ వలన బసివిని చుట్టూ ఉన్నవారికి తన వలన ఏదో ఒక లాభం ఒనగూరుతూనే ఉంటుంది. కానీ ఈ వ్యవస్థ వలన తనకేమి లాభం వచ్చిందో, దేవుని పేరుతో నిర్వహించే ఈ తంతులో దేవుడు పొందినదేమిటో ఆ దేవునికే తెలియాలి.

ఏదేమైనా ఈ వ్యవస్థల వలన తను అందరికీ అన్నీ ఇచ్చి తనకేమి మిగుల్చుకోక వీడు నావాడు అని చెప్పుకోవడానికి వీలులేక, ఈ సమాజం వలన పుట్టిన తన సంతానానికి తండ్రిపేరు చెప్పుకోలేని దీన స్థితిలో ఉండే బసివినుల వ్యవస్థలను చక్కగా చిత్రించి దళిత మహిళల్లో చైతన్యాన్ని తెచ్చిన సామాజిక బాధ్యత గల సమకాలీన కవిగా హరికిషన్‌ను చెప్పుకోవచ్చు.

దళిత కథల్లో మహిళ

డా॥ టి. మాలకొండయ్య,

ఈ దళిత సంస్కృతి కథల్లో ముఖ్యంగా మాదిగల జీవన వ్యవస్థను చిత్రించారు. దాదాపు 248 దళిత కథల్లో దళిత మాదిగ స్త్రీలూ, వారి తెగువ, త్యాగం, దయ, చేతనత్వం, కరుణ, జాలి, పరోపకారీణత అణచివేత, ఎదిరించే, అనేక విషయాలు ఇందులో కన్పిస్తాయి. హిందూ సమాజంలోని చతురవర్గం, వర్ణం బయట పంచమ వర్ణం ఒకటి కల్పించబడింది. దాని ఫలితం అంటరాని తనం వాళ్లే అస్పృశ్యులు, అంబష్ఠులు, ఆది ఆంధ్రులు, హరిజనులు, యస్సీలు, షెడ్యూల్డ్ క్యాస్టులు, నేడు దళితులు సవర్ణ హిందువులతో జరిపే జీవన పోరాటం యదార్థం. దళితోద్ధరణకు ఎందరో పై వర్గాలకు చెందిన సంస్కర్తలు కవులు పోరాటం చేసి చైతన్య బాటలు వేశారు. కులం ప్రధానం కాదు, గుణం ప్రధానం అయిన సమాజం ఉత్తమం అని నిర్ధారించారు "నజాతి దృశ్యతేరాజన్ గుణా:కళ్యాణ కారకః" అంటోంది భారతం.

దీనికి ఆద్యులు గోవింద్‌రావ్ పూలే, షాహు మహారాజ్ వారు దళితులు కాకపోయినా దళిత సాహిత్య మూలపురుషులు. 1827-1890 లో దీన్ని పూనికతో కొనసాగించిన వారు అంబేద్కరు . 1960లో దళితకథా సాహిత్యం మొదలైంది. మొదటి దళిత సభ అంబేద్కరు మరణం తరువాత బొంబాయిలో జరిగింది. "దళిత ప్రబుద్ధ బారత్" పత్రిక ఇలా రాసింది "సామాజిక వ్యవస్థకు విరుద్ధంగా దళితులు నిరంతరం తిరుగుబాటు చేయవలసి ఉంది. ఈ తిరుగుబాటు చరిత్రయే దళిత సాహిత్యం. దీంట్లో కథాసాహిత్యం విరివిగా వచ్చింది. ఈ కథా సాహిత్యంలో స్త్రీ పాత్ర, మహిళా జీవన స్థితి, అగ్రవర్ణాల వారి దౌర్జన్యం , కుటుంబ పరంగా దళిత మహిళ, మొదలైన ఎన్నో విషయాలు ఈ కథల్లో కథా రచయితలు చిత్రించారు.

తెలుగు కథా సాహిత్యంలో స్త్రీ

అనాది నుంచి స్త్రీకి గౌరముంది,అగౌరవం కూడా వుంది. స్త్రీకి ఉన్నత స్థాయి వుంది, తక్కువ స్థాయీ వుంది. "అహంకేతురః"–నేను శిరోరత్నం, అన్నది వేదం "గృహిణీ గృహముచ్చతే" గృహానికి రాణి గృహిణి "సుమంగళీ రియంవధూ" స్త్రీ, గృహిణి నిత్య కళ్యాణమూర్తిగా చిత్రీకరించారు" పురంధ్రీ తేషాం బహుప్రజ్ఞశాలి" స్త్రీ ప్రజ్ఞ కల్గింది. అయితే ఇక్కడ సమాజం ఆ గౌరవాన్ని అందరికీ దక్క నివ్వలేదు. కొన్ని కులాలు వాళ్లు అంటే దళితకులాల వాళ్లు సామాజిక వివక్షకు గురైయ్యారు. వాళ్లు సాంఘిక దోపిడి, శరీర దోపిడి, శ్రమ దోపిడి పొందారు. సాంఘికంగా అంటరాని జాతి దళిత జాతి అంటూ అగ్రవర్ణాల వాళ్లు వాళ్ల మాన ప్రాణాల్ని హరించడం విచారకరం,హేయం, నీచం అగ్రవర్ణాల వాళ్ల సంపదలు కురిసేది, గాదెలు నిండేది దళితుల వల్లే. ఆ దళితులు వారికి కొరగాని వాళ్లు. ఈ నేపథ్యంతో వచ్చిన సాహిత్యం దళిత సాహిత్యం. దాంట్లో కథా సాహిత్యం విలక్షణం. అందులో మహిళ జీవన విధానం హృదయ విదారకరం.

"దళిత కథలు' అనే పుస్తకం మరాఠీ కథలకు అనువాదం. అందు "యోగేంద్ర మేశ్రామ్" రాసిన ఆక్రోశం స్త్రీ పాత్ర ప్రాధాన్యత కల్గింది. ఇందులో కథాంశం 'జనీ' వృత్తాంతం చెప్పదగింది. ఆమె కన్యక అన్నయ్య వివాహం చెయ్యడానికి సంకల్పించాడు. ఊళ్లో పంక్తికి అందరూ పోయారు. వాళ్లతో 'జనీ' కూడా వెళ్లింది. అందరూ ఇంటికి పోయారు. పని మనిషి కారణంగా 'జనీ' దొరగారి ఇంటి దగ్గర ఆగింది. ఒంటరైంది. పని మనిషితో ఇంటిలోపలికి వెళ్లింది. విస్తరణాధికారి 'సారంగ్' విసురుగా బయటకి వచ్చి జీపు ఎక్కి వెళ్లాడు. అయితే 'జనీ'కి ఏం జరిగింది. కన్యక కలుషితం అయింది. "జనీ లోపలి నుంచి భోరున ఎడ్చుకుంటూ గబ గబా బయటకు వచ్చి పడింది.. ఆమె బ్లౌజు బటన్సు తెగిపోయాయి, జుట్టంతా రేగిపోయింది. ఆమె కట్టుకున్న ఆకుపచ్చ చీర అక్కడక్కడ చిరిగి పోయింది. బొడ్డు క్రిందుగా చీర మీద రక్తపు మరక" అంటారు రచయిత. ప్రతీ దళిత స్త్రీకి అగ్రవర్ణాల వాళ్ల వల్ల జరిగే బలవంతం జరిగిపోయింది.

అగ్రవర్ణాల కులజాడ్యాన్ని రచయిత ఇలా చెప్పారు. " రెండు కాళ్ల కుక్క మళ్లీ బ్రతికి తోకాడిస్తూ వికృతాకారంతో మూతి తుడుచుకుంటూ ముందుకు సాగిపోయింది". ఇది దళిత స్త్రీల జీవన స్థితి. అందంగా పుట్టింది అగ్రవర్ణాల వాళ్ల చేతుల్లో నలిగి పోవడానికే అన్నట్టు వుంది.కొన్ని సందర్భాల్లో దళితుల పేదరికం కూడా, వారి స్త్రీల మానాన్ని హరించేటందుకు దారితీయడం యథార్థం, శోచనీయం. అయితే దళిత స్త్రీల్లో నీతి, లౌక్యం,తెగువ, త్యాగ బుద్ధి, కరుణ, పురుషుల్తో సమానమైన బలం కన్పిస్తోంది. చక్కదనంకూడా కన్పిస్తోంది.బలంగా కూడా వుంటారు.

రేవతి కథలో ఎండ్లూరి సుధాకర్ గారు దళిత మహిళ బలాన్ని ఇలా వివరించారు "సరోజిని అంటోంది,యింగా యీ రెట్టల్లో సత్తా వుంది - నా యెనికల్లో మూలిగె లెండిపోలా, మా జేజెమ్మ తొంభై యేండ్లు వొచ్చిందాకా కోతలకీ, కూలి పన్లకీ బొయ్యేది, మా యవ్వ యెనబయ్యేండ్లు వచ్చేవంకి గూడా గూటంతో గొట్టకుండా ముడుసలు నమిలి పిండి జేసేది" అని అంటోంది. దీన్ని బట్టి దళిత స్త్రీ శక్తి తెలుస్తోంది. పనివాళ్లకి వరం, ఆహారం, బలమే వాళ్లకి జీవనాధారంగా విశ్లేషించవచ్చు. ఊరిబావి కథలో చిదంబరం భార్యఅందాన్ని సౌష్ఠవాన్ని ఇనాక్ ఇలా చెప్పారు మాదిగ స్త్రీకి కల్గిన అందాన్ని వివరించారు. "చిదంబరం భార్య ఒడ్డూ పొడుగూ ఉన్న మనిషి, అలంకారాలు అంతా లేకపోయినా యవ్వనం కలిగించిన సంపదగ శరీరమంతటా వుంది. భారీ విగ్రహం,కనుముక్కు తీరు తీరుబడిగా చెక్కిన బొమ్మను స్ఫురింపజేస్తాయి. అవయవాలు కుదిరిగ్గా ఉన్నాయి. కళ్లలో కళ వుంది" అంటారు. అంత బలిష్ఠురాలు కాబట్టే ఆమె ఊరి నెదరించకల్గిందీ, వచ్చిన రెడ్డిని అర్థరాత్రి చెంపపగలగొట్టింది. దళిత స్త్రీ తెగిస్తే ఇలా జరుగుతందని కథకుడి భావం. ఈ చేతనం దళిత స్త్రీల్లో రావాలని రచయిత నూత్న సమాజాన్ని అహ్వానించడం సంతోషం. మద్దిగారి మార్తమ్మ కత

యంతమందికి తెలుసప్పా,గుండేలక్క కథలో నాగప్పగారి సుందర్రాజు దళిత మాదిగ స్త్రీని ఇలా వర్ణించారు, " మాదిగ మార్తమ్మ" బంగారు లెక్క వుంటాది.కోటేరు యేసినట్లా ముక్కు, ముట్టుకుంటే మాసిపోయ్యేతట్లా తెల్లవొన్ని గుండ్రాయి అట్లా మగుము.గురిగి పువ్వులట్లా కండ్లు తమేటు పొండ్లు అట్లా పెదవులు. కడ్డీతో గీసినట్లా కనుబొమ్మలు, ముడి ఇప్పి జడేస్తే పిక్కుల్ని తగిలే తట్లు వుండాలి యెంటుకలు" అంటారు. సుందర్రాజు. దళిత మాదిగ స్త్రీల వర్ణన ఎంత సహజంగా సుందరంగా ఇక్కడ కథకుడు వర్ణించారో మనకు తెలుస్తోంది. ఆయనే గుండేలక్క కథలో ఆమెను ఇలా చెప్పారు. గుండేలక్క కడ్డీతో గీసిన బొమ్మేనంట" నల్లగున్నానేమయిందంట,కోటారేసినట్లా ముక్కంట మొగనట్లా మనిషంట" అంటారు. దళిత స్త్రీలు అందం ఆసాములకు మనస్సును పాడు చేసింది, అనడానికి వారెంత అందగాళ్లో తెలుస్తోంది. ఆరంజ్యోతి కథలో ఎండ్లూరి సుధాకర్ అరుంధతిని ఇలా తీర్చిదిద్దారు. "అరుంధతి సక్కదనానికి సొంగలు గార్చుకుంటాగూడెం సుట్టూ గుంట నక్కమాదిరి తిరిగేవోడంట బాపన పిల్లోడు". అంటారు. దీన్ని బట్టి మాదిగ స్త్రీ అందచందాలు చక్కగా వర్ణించారు. అంతే గాదు అరుంధతికీ బ్రాహ్మణులకున్న సంబంధాన్ని కూడా సాంఘిక పరంగా వెలికి తీసారు. దళిత స్త్రీల్లో త్యాగం, దయా కూడా చాలా మెండుగా వుంటోంది. అరుంధతి తనను లైంగికంగా వేధించిన వ్యక్తి కొడుకు ప్రాణాపాయంలో వుంటే తాను రక్తమిచ్చి కాపాడింది.

"మనకాడ డబ్బుల్లేక పోయినా జాలి కనికరమయినా సూపిద్దాం. ఎవరు మెచ్చక పోయినా ఆ దేముడయినా మెచ్చుడా?" అంటోంది. తనను వేధించిన కామాంధుడి కొడుకని తెలిసినా "పెమాదంలోవుంటాడు రగతం పోయింది - అందుకనే రగతం యిస్తిం". అని అరుంధతి పాత్రనూ, దళితుల గుణ సంపత్తిని సుధాకర్ తెలిపారు. ఇనాక్ చిదంబరం భార్య సాహసాన్ని వివరించారు"చేయి ఎత్తి చాచి యువకుడి చెంపమీద కొట్టింది అంతే కాదు బాయిలోని దట్టాన్ని తీయడానికి అందరూ భయపడుతుంటే తానే ఆ పని చేసింది. అంటారు.

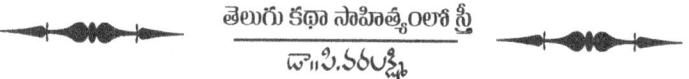

సర్వ సాధరణంగా దళిత స్త్రీలు ధైర్యం కలవాళ్ళు, ప్రకృతి వారికిచ్చిన వరం వారి ధైర్యం, తెగువ, బలం, ఆరోగ్యం. దళిత స్త్రీ తెగించిందంటే భద్రకాళియే ఇక్కడ పరిశీలిస్తే మనకు విషయాలు తెలుస్తాయి. తేళ్ళూ,పాములు, జర్రులు నక్కలంటే వాళ్ళకి పెద్దగా భయముండదు. ఎండ్లూరి సుధాకర్ పెదబోడెమ్మ గురించి" అయితే పెదబోడెమ్మ ధైర్యంగా పామును చంపేది. రాత్రిపూట పొలానికి నీళ్ళు కట్టేది. రాత్రి బస్సెక్కడానికి తోడుగా వెళ్లి వాళ్లని బస్సెక్కించి ఒంటరిగా తిరిగొచ్చేది" అంటారు వారు.

ఈ దళిత స్త్రీలు రైతుల్ని నిలబెట్టి కడిగేస్తారు. దాదాపు మొగవాళ్లూ దీన్ని చేయలేరు గాని స్త్రీలు ఎంతటికైన తెగిస్తారు. సుబ్బులు పాత్రని పరిశీలిద్దాం. "సుబ్బులు ఏ మాత్రం భయపడకుండా" "అందరినీ ముంచుతావు, మంచి మాటల్తో దొంగ లెక్కల్తో, నిన్ను సూసి రైతులంతా నీ మాదిరి తయారయినారు. మాకు పుట్టగతులు లేకుండా సేస్తున్నారు. పదేండ్ల నుంచి కూలీ వొక్క పావలా అన్నా పెంచి యిచ్చినావా?" అని మగవాళ్లు కూడా ప్రశ్నించలేని మాటల్ని పలకటం చైతన్య బాటలుగా చెప్పవచ్చును. ఈ విషయాన్ని కేతు విశ్వనాథరెడ్డి రచించారు. వారి నిశిద పరిశీలన దృష్టికి నిదర్శనం. నీతికి వీళ్లు మారు పేరు. నిజాయితికి పుట్టినిల్లు. దుర్గమ్మ పాత్రని పరిశీలిద్దాం. అంగన్‌వాడీ సెంటర్లో పనిచేసే ఆయా దుర్గమ్మ పని చేయకపోతే తీసుకున్నా కడుపుకు అంటుతుందా అమ్మ అని చెప్పారు, దళిత కథల్లో స్వామి అనే రచయిత ఆత్మాభిమానం కూడా వీళ్లల్లో ప్రస్ఫుటంగా కనిపిస్తోంది. రెడ్డమ్మ దళిత మాదిగ స్త్రీ సరోజనిని పిలిచిన తీరును చూద్దాం. సరోజినిని, ఒక రెడ్డమ్మ! వోసే! వోపిల్లో! వొసేయ్! అని పిలిస్తే సరోజిని సమాధానం ఎలా వుందో చూద్దాం "రెడ్డెమ్మయితే యెవడికి యెక్కువా! నీది నువ్వుదింటవు, నాది నేను దింట యేమి? నేను సెప్పులు కుట్టేదాన్ననా? మాదిగననా! నాకూ ఆత్మ గౌరవం వుండబల్లే, మంచిగచెపితే నేను ఇననా! అంత పెడసరంగ

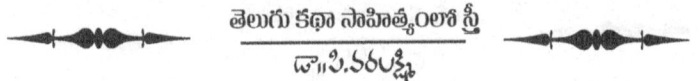

అవమానించి మాట్లాడితే యెట్టాకుదురిద్ది" అంటారు తన దళిత కథల్లో, ఎండ్లూరి సుధాకర్. ఆసాములు దళితుల్ని ఎలా సంభోదించేది, సంభావన చేసేది. ఈ విషయాన్ని బట్టి తెలుస్తోంది. సంఘంలో వీళ్లు మనుషుల్లా కాక పురుగుల్లా చూడబడ్డారు. దళిత మాదిగ స్త్రీ తిరుగబాటును కప్పగుంతుల మల్లికార్జున ఇలా తీర్చి రాశారు. "వరలక్ష్మి పైన పొగాకు కర్రల దొంగతనం మోపారు. ఆమె మునసబు ముందు ఇలా మాట్లాడింది. మున్సబుఆళ్లు మగా, ఆడా అని ప్రశ్నించింది. లేకపోతే ఏమిటి "ఒక్క ఆడ కూతురు ఆళ్ల పొలాల్లో నుంచి పొగకట్టెల దొంగలించుకు పోతుంటే నలుగురు మగాళ్ళు సూత్తా నిలబడ్డారా? ఆడే నన్ను పట్టుకొని నిలువునా సీల్చేయవచ్చునా ఆ మాటలకు వాళ్లందరికీ కళ్లు తెరుచుకున్నాయి" అంటారాయన వీళ్ల తెగువను తెలుపుతూ ఎండ్లూరి సుధాకర్ కూడా ఇదే విషయాన్ని తెలుపుతారు. అంతు చూస్తానన్న రెడ్డితో సరోజిని పాత్ర ఇలా పలికింది. " నాయంతు నువ్వేమిజూస్తావు! నేను దలుచుకుంటే నిన్ను పైరుమీన సీల్చేస్తా జాగర్త మాసేతులారాకస్టపడి నాటి, తవ్వి నీకు పండించి యిస్తే, నువ్వు వేరే వూరికి అమ్ముతవా రేప్పొద్దు వాల్లొచ్చి జేస్తరా నీకు పని' అని జంకూ కొంకూ లేకుండా దళిత స్త్రీ రెడ్డి నెదిరించడం వారి విప్లవ మార్గాన్నీ, ఎదిరించే మనోస్థితిని తెలుపుతోంది.

రాసాని తన కథల్లో దళిత స్త్రీకి గొప్ప ఔదార్యాన్ని చూపించారు. అధిక సంతానం,తాగుబోతు భర్త, తిరుగుబోతు భర్త, భరించలేని పేదరికం ఆమె భర్తతో 'ఇంట్లో నూకలైపొయ్యి మూడు దినాలయింది, నిన్నా, ఈ పూటా అడుగూ, బొడుగూ, ఊడ్చి సేరడు నూకలు దీసి గంజిగాసింతబోసినా మద్దినాల నుంచీ పొస్తులే' అని తెలిపింది.దళిత స్త్రీ కుటుంబ భారం మోసేది. పెళ్లిళ్ల సమస్యల్ని వాళ్లే పరిష్కరించుకొంటారు. పెద్ద మాదిగ వాటిని పరిష్కరిస్తారు. సునీత భర్తని అందంగా లేడని వదిలేసింది. పంచాయితీలో ఆమె మాటలు తెగువని చూద్దాం

"ఆబొల్లి మచ్చలోన్ని నేను మొగుడిగ వొప్పుకోను, నేను కూలినాలి జేసుకొని పది మందిల్లల్లో పాసి పన్లు చేసి యెయ్యి రూపాయలు నష్టం గట్టిస్తా. తెగతెంపులు చేసి యిడాకులు రాసుకోండి". అని అంటుంది సునీత పాత్ర. ఈ విషయాన్ని జాజుల గౌరి ఎదురుచూపులు దళిత కథల్లో రాస్తారు. దళిత స్త్రీకి పెళ్లి కాపురం విషయంలో స్వేచ్ఛ వుంది. జుల్మానం అయినా కట్టింది గాని ఇష్టంలేని మొగుడితో కాపురం చేయలేదన్న విషయం మనకి స్పష్టంగా తెలుస్తోంది.

ఈ వర్గం నుంచి జోగినీ స్త్రీలను సమాజం ఏర్పాటు చేసుకొంది. ఈమె దేవుడి మనిషి ఊరందరికీ మనిషి వారి శృంగార క్రీడకు ఈ వ్యవస్థ పరాకాష్ఠ. జోగినులే బసివినీలు, మాతంగులు, శివసతులు, అని శైవులు పిలిస్తే, వైష్ణవులు దేవదాసీలన్నారు. ఏడాది మొదలు 12, 13 సంవత్సరాల ఆడపిల్లల్ని ఈ పేద దళితులు దేవుడికి అంకితమిస్తారు. తరతరాల బానిస మనస్తత్వానికిది నిదర్శనం. తల్లిదండ్రులు బిడ్డలికి కూటికోసం నీడపట్టునుంటుందనే భావంతో ఈ పనిచేస్తారు. "నీడ పాట్టుసుకంగా వుంటాది. ముసులు ముప్పు తనానికి మమ్మల్ని మడసనంగా సూసుకుంటాదని మా ఆలోసన" అని అంటోంది బోడెక్కవాళ్ల అమ్మ. ఈ విషయాన్ని తన కథల్లో నాగప్పగారి సుందర్రాజు వివరించారు. ఇది హేయమైన ధనిక స్వామి అసాంఘిక విషయంగా పరిగణించి తలదించుకొనే సభ్య సమాజంగా మనం చెప్పుకోవచ్చు.

వీళ్లలో ప్రేమ వివాహాలు కూడా వుంటాయి. కుదరక పోతే స్త్రీలు విడాకులు దాకా పోతారు. వీరికి వైద్యం కూడా కష్టం. తీరా వైద్యుడి దగ్గరికి వెళ్లినా ఫలితం మరణం "సీతాలుకు పురుడు రావడం లేదని రెండు సిన్నాల కస్తూరి మిగించమన్నాడు ఆచారి. ఊరంతా తిరిగి తే, వారికి ఓ సిన్న మెత్తుదొరికింది. సీతాలు అందరినీ వదిలి వెళ్లిపోయింది" అంటారు. దళిత స్త్రీ బాధల్ని తెలుపుతూ రచయిత పులికంటి కృష్ణారెడ్డి తన దళిత కథల్లో. చిన్న పిల్లలకి పెళ్లి చేస్తారు. మారు మనువులు కూడా వుంటాయి. విడాకులుంటాయి, మూఢ నమ్మకాలు

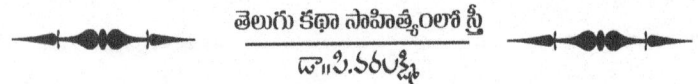

అధికం. వీరికి భయం తెలియదు. దెయ్యాలు భూతాలంటే భయంలేదు. పెదబోడెమ్మ ధైర్యస్థురాలు “హొకనాడైతే మజ్జరేతిరి పెద్ద కాలవ దగ్గర దెయ్యం కానొచ్చింది” అయినా ఆమె భయపడలేదు. అంటారు తన కథల్లో ఎండ్లూరు సుధాకర్.

దళిత స్త్రీలు ఉన్నదాంట్లోనే శుభ్రంగా కనిపించాలని ప్రయత్నం చేస్తారు. కాలంతో మార్పును ఆహ్వానించారు. “మంచి టాల్కం చూర్ణం, పలుచని పెదవుల రంగు చక్కని సెంట్లు, పాము కుబుసము లాంటి చీరలూ అవి కొనేందుకు వచ్చిన విద్యార్థి వేతనం చాలకపోతే తిండి తక్కువ తిని అవన్నీ సంపాదించుకుంటుంది. “దళిత స్త్రీ అని రాస్తారు యస్.జయ గారు .తన కన్నీళ్ల దళిత కథల్లో “గ్రేసుకు చీర్ల పిచ్చి. బి.ఏ. వరకు చదివినా నన్నెవరూ హీనంగా చూడకూడదు, తక్కువ చేసి మాట్లాడకూడదు. నలుగుర్లో తీసిపోకుండా కనపడాలి. కడుపు మాడినా సరే శుభ్రమైన బట్ట కట్టాలి. అని రాస్తారు సతీష్ చందర్ తన దళిత కథల్లో.స్త్రీ ఉనికిని దళిత సంస్కృతి పుస్తకంలో డా॥కుమారి నీరజ చాలా సహజంగా వారి వారి కథల్లో ముఖ్యమైన ఘట్టాల్ని, సన్నివేశాల్ని చక్కగా రాశారు. వారి కృషి దళిత సాహిత్యలోకానికీ,తెలుగు సాహిత్యానికీ పరిశోధనాత్మక, పరిశీలనాత్మక విషయంగా చెప్పడంలో అతిశయోక్తి లేదు.

డా॥ పి. వరలక్ష్మి

కొడవటిగంటి కుటుంబరావు కథల్లో స్త్రీ పాత్రల చిత్రణ

గుండాల నరేంద్రబాబు,

తెలుగు సాహిత్య ఆకాశంలో ధృవ నక్షత్రం కొడవటిగంటి. విస్తృత సాహిత్యాన్ని వెలయించిన తెలుగు రచయితల్లో కుటుంబరావు అగ్రగణ్యుడు. వీరి కల్పనా సాహిత్యానికి మధ్యతరగతి జీవుల జీవితమే పట్టుకొమ్మ. 1952 నుండి 1980 వరకు ప్రముఖ బాలల పత్రిక "చందమామ"లో పని చేశారు. తెలుగు వారి హృదయాలలో చెరగని ముద్ర వేసిన రచయిత కొ.కు.

కొ.కు. రచనలు చదివితే మనకు ఆధునిక తెలుగు సమాజం, సాహిత్యం ప్రతిబింబిస్తాయి. 20 వ శతాబ్ది సాహిత్య సంచలనాలకు దర్పణమైన కొ.కు గారిని అధ్యయనం చేయనట్లయితే తెలుగు సాహిత్యం, సమాజ పోకడ అవగతంకాదు. పదిహేను వేల పేజీల సాహిత్యాన్ని వివిధ ప్రక్రియల్లో వ్రాసిన బహుముఖ ప్రజ్ఞాశాలి కొ.కు. సమాజాన్ని సాహిత్యం ద్వారా మాత్రమే మార్చలేమని తెలిసి కూడా పాఠకులను చైతన్య పరచేందుకే వ్రాశారు. కథలు రాయడం చాలా సులభమైన పని అని నిరూపించేందుకే తాను విరివిగా కథలు రాశానన్నారు కొ.కు.

ప్రసిద్ధ కథకులు కాళీపట్నం రామారావు కొ.కు. రచనలు గురించి వివరిస్తూ సెన్సాఫ్ హ్యూమర్ నిగూఢంగా ఉండి పాఠకుల్ని అలరిస్తుందని, శిల్ప సౌందర్యంతో నగిషీలు చెక్కకుండా, రావిశాస్త్రిలా గిలిగింతలు పెట్టకుండా సాదా సీదాగా రాసినట్లున్న వీరి రచనలు సంపూర్ణ ఆరోగ్యం సమకూర్చే మంచినీటి లాంటివని అభిప్రాయపడ్డారు.

సమాజంలో స్త్రీ ఎంత దయనీయమైన స్థితిలో కలదో చాలా బాగా తెలిసిన రచయిత కొ.కు. భార్యభర్తలు వివాహ బంధానికి కట్టుబడి వున్నంతగా ప్రేమ బంధానికి కట్టుబడి వుండడం లేదని, అంతేకాకుండా వివాహ బంధం స్త్రీని కట్టినంత బలంగా పురుషుణ్ణి కట్టడం లేదని స్పష్టం చేశారు కొ.కు. స్త్రీ

హృదయాన్ని ఎంతో గొప్పగా కాచి వడపోసి చిత్రించడం కొ.కు. గారికే చెల్లింది. “మన సమాజంలో కొందరు తక్కువ కులాల్లో పుడతారు. మరికొందరు ఆడ వాళ్లుగా పుడతారు. అన్న కొ.కు. కొటేషన్ చాలా ప్రసిద్ధి చెందింది. స్త్రీల జీవితంలోని వివిధ దశల్ని వారి వెనుకబాటు తనాన్ని, వారి గొప్ప ఆలోచనా ధోరణిని, పురోగామి దృక్పథాన్ని చాలా చక్కగా చిత్రీకరించారు కొ.కు. ఆయన కథల్లోని స్త్రీపాత్రల చిత్రణను పరిశీలిద్దాం.

పచ్చ కాగితం కథ :- ఈ కథలో ఇందిరది ప్రధాన పాత్ర. ఆమెకు భావనాశక్తి లేకపోవడం పెద్దలోపంగా పరిణమిస్తుంది. ఇందిరకు పన్నెండో యేట వివాహమౌతుంది. ఆమెకు సొంత అభిప్రాయమంటూ లేదు. భార్య నైనందుకు భర్త ఏమన్నా అంటే పడటము, అతనికి, అతని పిల్లలకు సేవలందించటం అని ఇందిర భావిస్తుంది. నీతి గురించి ఇందిరకున్న భావాలు కూడా అతి స్థూలమైనవి. రంకుతనం తప్పని ఆమె అభిప్రాయం. పురుషుడు స్త్రీ కంటే స్వేచ్ఛగా నీతిని ధిక్కరిస్తున్నారని చెప్పవచ్చు.

ఇందిర పార్వతమ్మ ఇంటికి తరచుగా వెళుతుంటుంది. ఆమె ఇందిరను చాలా ప్రేమగా చూసేది. ఆమెకు అన్న కొడుకైన సోమయాజులు పార్వతమ్మ ఇంటికి అప్పుడప్పుడు వచ్చిపోతూ ఇందిరతో చాలా చనువుగా మాట్లాడు తుండేవాడు. ఇందిరను చూసి సంతోషించడానికే అతను వస్తున్నాడనే విషయం గ్రహించలేని స్థితిలో వుంటుంది ఇందిర.

ఇందిర అందమో, అమాయకత్వమో అతన్ని ఆకర్షిస్తుంది. ఇందిరను శృంగార సంబంధమైన కబుర్లతో ముంచెత్తేవాడు సోమయాజులు, కానీ ఆమె చలించేదికాదు. ఏది చెప్పినా విని ఊరుకునే అమాయకురాలు ఇందిర. ఇందిర బొత్తిగా ప్రపంచ జ్ఞానం తెలియని స్త్రీ. అందుకే సోమయాజుల చర్యలకు ఆమె కోపగించుకోలేదు.

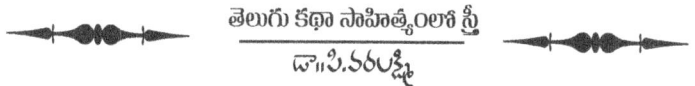

పార్మతమ్మ గారింట్లో సోయయాజులు చేసిన చర్య ఇందిరలో నూరింతల భావనాశక్తి పెరిగేందుకు దోహద పడింది. భావనా శక్తి లేని కారణంగా సోమయాజులుతో అవినీతికి పాల్పడిన ఇందిర, భావనాశక్తి పెరిగాక ఎన్నడూ అవినీతిగా ప్రవర్తించటానికి ప్రయత్నించలేదు. ఇందిరకు ప్రేమంటే ఏమిటో అర్థం కావటం వలన తన భర్త మీదనే ప్రేమ చూపటం, ప్రేమ చూపే విధానం అతనికి నేర్పటం ఇందిరకు సాధ్యపడింది.

అర్ధాంగి కథ :- పార్వతీశం లక్షలాది మధ్యతరగతి ప్రజలకు ప్రతినిధి. అతని పూర్వీకులు తమ స్త్రీలను పుట్టుకతోనే తక్కువ వర్గానికి చెందిన వారిని చూసినట్లే చూడడమే గాక గొడ్డు చాకిరీ చేయించుకుని చదువు సంధ్యలకు దూరం చేసి, పరస్త్రీల సంపర్కం తాము పొందుతూ తమస్త్రీలు పరపురుషుల సంపర్కం పొందటానికి అనుమతించక, అతిక్రమించినట్లయితే ఆ స్త్రీలపై తగు చర్యలు తీసుకునే వారు.

పార్వతీశం భార్యపేరు శకుంతల. ఈమె చదువు సంధ్యలు లేనిది. లోకజ్ఞానం లేని స్త్రీ ఆమె దృష్టిలో పార్వతీశం చదువుకుని చెడిపోయినవాడు. భర్తను తగు రీతిగా అర్థం చేసుకోలేనిది. శకుంతల అందుకే పార్వతీశం తాను ప్రేమ కొద్దీ తీర్చిన ఆమె కోరికలన్నీ వ్యామోహం కొద్దీ తీర్చినట్లు శకుంతల భావించటం భరించలేక పోతాడు. అందుకే తన భార్య వంటి స్వభావం గల స్త్రీ జాతిని పార్వతీశం తిట్టిపోస్తాడు.

పరస్త్రీల పొందు ఎంతో కష్టమని భావిస్తున్న పార్వతీశానికి ఒక ప్లీడర్ గుమాస్తా భార్యతో పొందు సులభంగా లభిస్తుంది. ఆమె అందగత్తె కాకున్నా మంచి హృదయం కలది. ఆమెను పార్వతీశం ప్రేమిస్తాడు. అతని ప్రేమకు ఆమె అతనిని వొదలలేకపోతుంది.

పార్వతీశానికి జన్మ తరించినట్లయింది. ఒక స్త్రీని ప్రేమించి ఆమె ప్రేమ పొందటం కన్నా మగవాడికి కావలసిందేమిటి? తన భార్య శకుంతలతో మూడేళ్లలో పొందలేనిది ఈవిడతో మూడు రోజుల్లో పొందానని భావిస్తాడు పార్వతీశం. పార్వతీశం నిర్లక్ష్యాన్ని బట్టి ఏమి జరిగిందో సులభంగానే గ్రహిస్తుంది శకుంతల. దీనిపై ఆమె చేసిన అల్లరి వర్ణనాతీతం. ఇటువంటి సందర్భాలలో స్త్రీలు భర్తల హృదయాలు దోచుకోటానికి ఎంతో సహనంతో ప్రయత్నిస్తారు. కానీ శకుంతల అటువంటి ప్రయత్నమేదీ చేయకపోగా పార్వతీశాన్ని నానా దుర్భాషలాడుతుంది. అతని జీవితం నరకం చేయటానికి కంకణం కట్టుకుంటుంది. పార్వతీశం ఇంట్లో లేని సమయాల్లో పార్వతీశం గురించి ప్రచారం చేస్తుంది శకుంతల. వొళ్లు అమ్ముకునే వాళ్లను, రంకుతనం చేసే వాళ్లను ప్రేమించటం కంటే రోత లేదని పార్వతీశం భావించి మనసు మార్చుకుని శకుంతలను ప్రేమగా చూసుకుంటాడు. దీనితో శకుంతల ఆనందానికి హద్దే లేకుండాపోతుంది. ఈ విధంగా తన అనేక కథల ద్వారా స్త్రీలకు లోకజ్ఞానం, చదువుసంధ్యలు చాలా అవసరమని కొడవటిగంటి కుటుంబరావు చక్కగా వివరించారు.

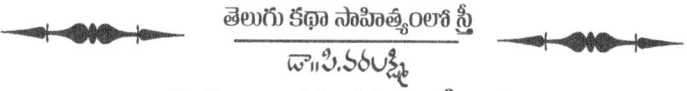

కె. సభా 'ఉత్తమ కథలు' : స్త్రీ చిత్రణ

డా॥ చిన్నం రాజారాం

విశ్వనాథ రెడ్డి సంపాదకత్వంలో కె. సభా 'ఉత్తమ కథలు' వెలువడింది. కె. సభా (1923–1980) తెలుగు సాహిత్య, సాంస్కృతిక చరిత్రలో విస్మరించలేని విశిష్ట సృజనాత్మక రచయితల్లో ఒకరు. ఈయన బహుముఖ ప్రక్రియా నైపుణ్యం గలవారు. కె. సభా ఒక కథా రచయిత, నవలాకారుడు, నాటక కర్త, కవి, గేయకర్త, బాలసాహిత్య నిర్మాత, సంపాదకుడు, విమర్శకుడు, జానపద గేయ సంకలన కర్త, ప్రచురణకర్తగా తెలుగు సాహిత్యానికి సేవలందించారు. 'ఉత్తమ కథలు'లో ఐదు ఉత్తమ కథల్ని ఈ వ్యాసంలో చర్చించడం జరిగింది.

1. కల్లుముంత – పొట్టేలుగాడు భార్య దుస్థితి:

'కల్లుముంత' కథలో కల్లుపాకల్లేని కాలంలో పొట్టేలుగాడు భార్య జీవితం సజావుగానే సాగింది. పొట్టేలుగాడు తాగుడికి ఖర్చు చేసే డబ్బులు మిగిల్చేవాడు. రెండు పూరిండ్లు కట్టుకున్నాడు. ఓ జత ఎడ్లు కూడా పట్టుకున్నాడు. తర్వాత కల్లు దుకాణాలు వెలిశాయి. పొట్టేలుగాడు మళ్ళీ తాగడం మొదలు పెట్టాడు. కల్లు తాగడమే కాదు అడపాదడపా సారా కాచడం మొదలెట్టాడు. అపరాధం కట్టడానికి రామమ్మను (పొట్టేలుగాడితో సంబంధం పెట్టుకుందని అమ్మలక్కలు చెప్పుకునే వాళ్ళు) బ్రతిమలాడి పది రూపాయలు తెచ్చాడు. జుల్మానా కట్టడానికి నాయుడు గారింటికెడుతుంటే ఐతేపల్లి అడ్డగించుకున్నాడు. "మనం యీ పది రూపాయలు పెట్టి సారా కాచితే నలభై రూపాయలు సంపాదించవచ్చు, అపరాధం రేపు కట్టేదాం" అని వుద్బోధించాడు. పొట్టేపాలుగాడు ఐతేపల్లి మాటలు విన్నాడు. ఈ విషయం నాగరత్నం (రామమ్మతో స్నేహం వుంది. పొట్టేలుగాడంటే ఆడికి చుర్రు మంటుంది) నాయుడు గారికి చెప్పేశాడు. నాయుడుగారు నాలుగు కల్లు దుకాణాలకు యజమాని. పొట్టేలుగాడు సారా కాచడం వలన నాయుడు గారికి

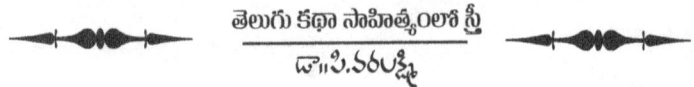

నష్టం వస్తుందని కల్లు దొరకు రిపోర్టు రాయించాడు. పొట్టేలుగాడికి నాలుగేళ్ళు జైలు పాలయిపోయింది.

పొట్టేలుగాడి కొడుకు ద్రోణాచలం. పొట్టేలు గాడు జైలు కెళ్ళాక ద్రోణాచలం తల్లిని మంచి మాటల్తోనే బయటకు గెంటేశాడు. పాపం పొట్టేలుగాడి పెళ్ళాం ఆలోచనలోపడింది. కూలి చేయడానికి శక్తి లేదు. 'శూద్ర స్త్రీ అయివుంటే యే కామందు యింట్లోనైనా పనికత్తెగా ప్రవేశించి వుండేది". మాలదాన్ని యెవరు చేరుస్తారు? ఆమె జీవితం నడి యెడారిలో నిలిచి పోయింది. జానెడు పొట్టకోసం యెవర్ని యాచించడం. కల్లు దుకాణాలు మూసినపుడు దొరతనానికి దణ్ణాలు పెట్టింది. కల్లు దుకాణాలు తెరిచాక ఆమె హృదయంలోనే దొరతనాన్ని నిందించింది. ఆమెకిప్పుడు యే ఆధారమూ లేకపోయింది. అలా బిచ్చమెత్తుకుంటూ పల్లెవెంబడి పయనమైంది.

2. బంగారు - బంగారు మనసు:

'బంగారు' కథలో ప్రధాన పాత్ర పేరు బంగారే. బంగారు పుట్టిన గ్రామం పేరు కూడా బంగారు పాళమే. బంగారు పుష్పవతి అయినప్పుడు గృహ ప్రవేశం చేయించినప్పుడు అడగకపోయినా అందరూ భూషణాలను తెచ్చి బంగారుకు అలంకరించారు. సక్కుబాయి మాత్రం అడిగినా తన ఎర్రరాళ్ళ కమ్మల్ని ఇవ్వనన్నది. అందుకు కారణమూ ఉంది. మునుపు ఒకరికి ఇలాగే ఇస్తే, దాని నాణ్యత పోయేటట్లు చేశారు. అందుకని ఎవరికీ ఇవ్వకూడదనుకునింది. ఆ రోజు అనుకొన్నది బంగారు తానూ ఎర్రరాళ్ళు కమ్మలొక జత కట్టించుకోవాలని, బంగారుకి తల్లి లేదు. తండ్రి మాత్రమే. తన కోరికను నాన్నగారికి చెప్పింది. నాన్న రత్తయ్య ఆలోచించి ఈ సంవత్సరం పంటలో తప్పకుండా ఒక జత ఎర్రరాళ్ళ కమ్మలు చేయించి పెడతానని మాటయిచ్చాడు.

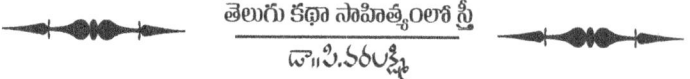

కానీ ఈ సంవత్సరం చెరకు పంట ఎండి పోయింది. ఆదాయం మాట దేవుడెరుగును. కానీ అసలుకే మోసం వచ్చింది. ఉన్న కాడి గిత్తలను అమ్మి అప్పు కట్టేశాడు రత్తయ్య. ఈ సమయంలో తండ్రికి ఒక సలహా ఇస్తుంది. సక్కుబాయి అన్నలిద్దరూ బంగారు గనుల్లో పదారు సంవత్సరాలుగా పని చేస్తున్నారని, అందుకే సక్కుబాయికి ఒంటినిండా నగలు చేయించి పెళ్ళి చేశారని. అక్కడికి వెళితే మన బతుకులు కూడా బాగు పడతాయని సలహా ఇస్తుంది. బంగారు పాళెంలో సొంతంగా పొలం లేదు. ఉన్న గిత్తలనూ అమ్మి అప్పు కట్టాక, ఇక్కడే ఉండడం కన్నా వలసపోవడమే మేలని బంగారు సలహా తీసుకున్నాడు. ఇద్దరూ బంగారు గనుల్లో పనికి చేరారు. రొండొందలు కూడ గట్టారు. "వందకి ఎర్రరాళ్ళ కమ్మలు కట్టించుకోవాలనీ, వంద రూపాయలతో పెళ్ళి అయిందని అనిపిస్తే చాలనీ రత్తయ్య అంచనా వేసుకున్నాడు". కమ్మలు కట్టడానికి డబ్బు యిచ్చి ఇంటికి వచ్చాడు. ఇంతలో రత్తయ్యకి జబ్బు చేస్తుంది.

ఉన్న వంద రూపాయలు ఖర్చయినాయి. కమ్మలు కట్టించినవి చెవులో పెట్టుకొనే యోగం రాకమునుపే అమ్మివేయవలసిన పరిస్థితులు వచ్చాయి. "ఆమెకు ఎర్రరాళ్ళు కమ్మలు పెట్టుకోవాలని మోజు ఉన్నది. అందుకోసం ప్రతి రాత్రీ ఆమె కలలు కంటూ ఉంటుంది. ఆ కమ్మలను పెట్టుకొని తాను అద్దంముందు నిల్చున్నట్టు ఆ ప్రతిబింబంలో ఆ రాగ రంజిత భూషణాలు వెలుగులీనుతున్నట్టు ఎవరో అపరిచితుడైన ప్రియుడు బహుశా భవిష్యత్తులో తనకు మాంగల్య ధారణం చేయబోతున్న భర్త వెనుకేవచ్చి చిరునవ్వులను చిల్కించినట్టు మధుర స్వప్నాలను కంటుండేది". కట్టించిన ఎర్రరాళ్ళు కమ్మలు అమ్మి రత్తయ్యకు ఆపరేషన్ చేయించాల్సిన పరిస్థితి వస్తుంది. అప్పుడు బంగారు "నాన్న గారి ప్రాణం కంటే ఈ కమ్మలెక్కువ కావని ఆమెకు తెలుసు రత్తయ్య బ్రతికివుంటే రత్నహారమే చేసుకొన్నంత ఫలితం" అని అనుకుంటుంది.

ఆపరేషన్ తర్వాత రత్తయ్యని పని చేయకూడదంటాడు డాక్టరు. బంగారు ఒక్కటే పనిచేసి తండ్రిని పోషించాల్సి వస్తుంది. కానీ బంగారు అధైర్య పడలేదు. ఈ క్రమంలోనే దూరపు బంధువు ముత్యాలు దగ్గరై బంగారుని పెండ్లి చేసుకుంటానంటాడు. బంగారు ఒక షరత్తు మీద సరే అంటుంది. పెండ్లి ఎట్లా జరిగినా ముత్యాలు మాత్రం "ఎర్రరాళ్ళు కమ్మలు మాత్రం ఒక జత ఇచ్చి తీరాలి" అంటుంది. ముత్యాలు అందుకు సరే అంటాడు. పెండ్లి అయిన నాలుగో వారంలో ఒక రోజు ఆ ఎర్రరాళ్ళ కమ్మలు తీసి యిమ్మన్నాడు ముత్యాలు. బంగారు బదులు చెప్పకుండా తీస్తూ ఎందుకన్నట్టు చూచింది. ఒక్క నెలకి ఐదు రూపాయలు అద్దెకి తెచ్చానంటాడు. "నీ వేమీ భయపడకు ఇంకో మూడు మాసాల్లో తప్పక చేయించి పెడతాను" అన్నాడు ముత్యాలు. "మూడు మాసాలు కాకుంటే ఆరు మాసాలకు చేసుకొందాం ముందు సొమ్ము గల్ల వారికి సొమ్మును చేర్చిరండి" అన్నది. ముత్యాలు ఆశ్చర్యపడ్డాడు. మనసులో "బంగారు నిజంగా బంగారు!" అనుకున్నాడు.

మాసాలు గడిచినా డబ్బులు మిగల్లేదు. కారణం ముత్యాలు త్రాగుడని తెలుసుకున్నది. ఈ త్రాగుడు నుండి భర్తను రక్షించుకోవాలనుకునింది. రాత్రింపగళ్ళు అతణ్ణి వదలి పెట్టకుండా ఉంటూ ఆ త్రాగుడు కంటే తన సామిప్యమే మధురమైనట్లు అతణ్ణి బంధించివేసింది. త్రాగుడు మాన్పించింది. బంగారుకి బంగారులాంటి మగబిడ్డ పుట్టాడు. ఇంకా ఎర్రరాళ్ళ కమ్మలు సంగతి అలాగే ఉంది. అందుకు ముత్యాలు సేకరించిన యాభై రూపాయలకు తోడు మరో ముప్పై అప్పు చేసి ఎర్రరాళ్ళ కమ్మలు చేయిస్తానన్నాడు. కానీ బంగారు మాత్రం "బిడ్డకు బంగారు గాజులు చేయించాలని పట్టుబడింది". రత్తయ్య "ఎంత అమాయకురాలు నా బంగారు, ఆమెలో కోరికలు నశించాయి. ఇంటి పెద్దదై పోయింది. ఇంక తన బిడ్డలను అలంకరించుకోవడంలోనే ఆనందం, తృప్తి" అనుకొన్నాడు.

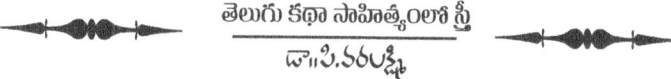

ఒక నాడు ముత్యాలు "మనం ఇంత వరకు ఈ గనిలో నుండి ఎంత బంగారాన్ని త్రవ్వి బయటకు తెచ్చామో లెక్కలేదు. కానీ నీ ఒంటిమీద గురిగింజంత బంగారు లేకపోయిది". బంగారు నవ్వుతూ "నేనే బంగారు. నా కెందుకు బంగారు, నాకున్న ముత్యాలే చాలు?" అన్నది. ఈ మాటలకి రత్తయ్య పకాలుమని నవ్వుతాడు. " మా నాన్న గూడా రతనాలే. ఆయన నవ్వితే రతనాలు రాలుతాయి" అంటుంది బంగారు. బంగారుది నిజంగా బంగారు లాంటి మనస్సు. తన తండ్రికి సరైన సమయంలో సలహా ఇచ్చింది. అనారోగ్యం నుంచి కాపాడుకున్నది. భర్త త్రాగుడు మాన్పించింది. తన ఆశ, కోరికలను చంపుకొని తండ్రి, భర్త, బిడ్డల ఆనందమే తన ఆనందం అని భావించింది. ఆదర్శ కూతురుగా, భార్యగా, తల్లిగా మారింది.

3. మిధున లగ్నం - పెళ్ళయిన కొత్తలో:

సుభద్ర పెళ్ళయిన కొత్తలోని సిగ్గు, చిలిపి స్వభావాన్ని 'మిధున లగ్నం' కథలో చూడొచ్చు. ఉగాది పండుగకి పది రోజుల ముందు అత్తగారింటికి వస్తానని సుభద్రతో చెప్పాడు బసవయ్య. కాని పొలం పనుల వలన రాలేక, నాలుగు రోజులు ఉందనగా వచ్చాడు. బసవయ్య, చెల్లెలు, చెల్లెలు భర్త, వచ్చిన బండి ఆగిన చప్పుడైంది. "సుభద్ర రివ్వుమంటూ బయటికి వచ్చి బండి నుంచి దిగుతున్న వారిని చూచి తుర్రుమంటూ లోపలికి పారిపోయింది". సుభద్రని చూడాలని, మాట్లాడాలని బసవయ్య కూడా తహతహలాడుతున్నాడు. చూచి చూచి స్నానం చేయడానికి వెళ్ళాడు. అతనికి ఉతికిన బట్టలు అందించేవారు కూడా లేరు. చెల్లెమ్మ పెట్టెలో నుంచి బట్టలు తీసి, సుభద్రని "పంచె బట్టు కెళ్ళు" అనగానే, ఆ పిల్ల సిగ్గుతో కుంచించుకొంటూ తలుపు చాటుకు వెళ్ళిపోయింది.

బసవయ్య "యింట్లోకి వెడితే వసారాలోకి వచ్చేస్తోంది. సాహసించి వంట గదిలోకి అడుగు పెడితే పెరటిలోకి తుర్రుమంటుంది. పెరటిలో కూడా వెంటాడితే ఎవరైనా చూస్తే నవ్వరూ!" అని అనుకుంటున్నాడు. ఈ కొత్త పెళ్ళి కూతుళ్ళకు

యింత సిగ్గు ఉంటుందని బసవయ్యకేం తెలుసు? పెళ్ళయి రెండు మాసాలు కావచ్చినా వూ ఆ అనదు. "ఆకు నిండికి పంచభక్ష్య పరమాన్నాలు వడ్డించి రెండు పెదిమలనూ చేర్చి కుట్టినట్టుందీ వ్యవహారం అనుకున్నాడు" బసవయ్య. సుభద్ర అటుగా పోతుంటే "నీళ్ళు కావాలి" అంటాడు బసవయ్య. సుభద్ర తిరిగి చూచి ఒక్క చిరునవ్వు విసరి వంట గదిలోకి వెళ్ళిపోయింది. పావు గంటైనా సుభద్ర బయటికి రాలేదు. "మంచి పెళ్ళాంరా బాబూ! మంచి నీళ్ళు కూడా యివ్వదేం?" అనుకున్నాడు బసవయ్య. కొంచెం కోపం వచ్చింది. మళ్ళీ నవ్వు కూడా వచ్చింది. బసవయ్యకు ఇలాగే సరదాగా ఉగాది పండుగ జరుగుతుంది.

ఇంత చిలిపితనం, సిగ్గుని మేళవించిన సుభద్ర, అత్తారింటికి వెళ్ళేటప్పుడు పంపవలసిన మర్యాదలు ఏడు బండ్లులో తల్లిదండ్రులు సిద్ధం చేసినప్పుడు, "ఒక్క సారిగా సుభద్రకు దు:ఖం పొర్లుకొని వచ్చింది. భర్తతోపాటు వెడుతున్నాననే ఆనందం ఒకవైపున ఉన్నా తల్లిదండ్రులనూ స్వజనాన్నీ వదల బోతున్నాననే చింత మాత్రం ఆమెను వదలి పెట్టలేదు". ఏడు బండ్లలో మొదటి బండెక్కి బసవయ్య పక్కన కూర్చొని తన కొత్త జీవితాన్ని మొదలు పెట్టింది..

4. అపూర్వం - దాసీ, విశాలాక్షి దయనీయ స్థితి:

దాసీని తల్లిగా అనుకుంటున్నాడు ప్రకాశరావు. దాసీ కూడా "తను తల్లిని కాను" అని ఎప్పుడూ చెప్పలేదు. దాసీకి జబ్బు శ్రుతిమించింది. బహుశా ఒకటి రెండు రోజుల్లో లేదా గంటల్లో ఈ లోకాన్ని వదలి పెట్టవచ్చు. దాసీ చేదు నిజాన్ని ప్రకాశరావుకి చెప్పాలని ఉత్తరం మొదలెట్టింది. నీ కన్న తల్లి విశాలాక్షి. వాళ్ళ ఇంట్లో నేను దాసీని. బాబుగారి స్నేహితుడు కాంతారావు. పదేను రోజులు బాబుగారితో సరదాగా ఉండటానికి వచ్చాడు. అప్పుడు మీ అమ్మ విశాలాక్షికి పదహారేళ్ళు. కాంతారావుతో స్వేచ్ఛగా మాట్లాడుతూ ఉండేది. కాంతారావు వెళ్ళిపోయిన ఏడు మాసాలకు పిడుగులాంటి వార్త బయటపడింది. ఈ విషయం ఎవ్వరికీ తెలియకూడదని విశాలాక్షి తల్లి దాసీతో అంటుంది.

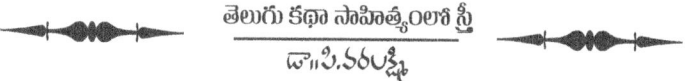

విశాలాక్షి తండ్రి పౌరషవంతుడు. విశాలని వురి వేస్తానంటూ తాడు తీసుకుంటే, నలుగురూ వింటే బ్రతుకు బయటపడుతుందని విశాల తల్లి వారిస్తుంది. విశాల, తల్లి, తండ్రి, దాసీ తీర్థయాత్రలకు వెళుతున్నామని అందరినీ నమ్మించారు. తిరుపతిలో కపిలతీర్థానికి వెళ్ళే దారిలో ఒక గది అద్దెకు తీసుకున్నారు. రెండు నెలలకి నువ్వు (ప్రకాశరావు) పుట్టావు. మీ తాత "అర్థరాత్రప్పుడు నిన్ను ఒక్క రోజైనా నిండని పసిగుడ్డును తీసుకెళ్ళి స్టేషనులో ప్రయాణికులు కూచునేచోట వదలిపెట్టి రమ్మని" నాకు అప్పగించారు. నిన్ను వదలి వెళ్ళే ధైర్యం లేక అలాగే నిన్ను చూస్తు ఉండిపోయాను. ఉన్నట్టుంది మెలకువ వచ్చి గబామని నిన్ను వదలి వెళ్ళిపోయాను. అప్పటికే నన్ను పోలీసులు పట్టుకొని ఉంటారనే అనుమానంతో నీ తల్లి, తాత, అవ్వ పారిపోయారు. నేను వెనుదిరిగి మళ్ళీ స్టేషనుకు వచ్చి నిన్ను చూస్తే, అప్పటికే జనం గుమిగూడి వున్నారు. నన్ను గుర్తించి పోలీసులకు పట్టించారు. పోలీసులకు తనో వ్యభిచారణి అనీ, తిరుమలలో ఉంటానని, బిడ్డకు తండ్రి ఎవరో తెలియదని చెప్పగా ఐదు సంవత్సరాలు జైలు విధించారు. ఇదంతా మీ తల్లి జీవితం, కుటుంబ పరువు వీధిన పడకూడదనే అలా చెప్పాను. శిక్ష అనుభవించాను. నిన్ను అనాధాశ్రమాల్లో పెంచాను. ఒకసారి మీ అమ్మను చూడాలన్ని, మాట్లాడాలనిపించింది. వెతుక్కుంటూ వెళితే, అదే రోజు మీ అమ్మకి పెళ్ళి. ఆ రోజు అనుకున్నాను నేను ఇంక పెళ్ళి చేసుకోకూడదని.

"పురుష సాంగత్యం లేని జీవితం వృధా అంటారు కొందరు. కానీ నిన్ను కాపాడగల్గిన నా జీవితం వృధా కాదు. నీ తల్లినీ, నీ కుటుంబాన్ని, వారి గౌరవ ప్రతిష్టలను రక్షించగల్గిన నా జీవితం వృధా అవుతుందా?". ఇప్పుడు నేను చనిపోతే నీ తల్లి చనిపోయిందని అనుకుంటావు". కానీ నీ తల్లి బ్రతికే వుంది. వెళ్ళి కలుసుకో అని అంటుంది దాసీ. జాబు చూసి ప్రకాశరావు పరిగెత్తుకుంటూ వస్తాడు. దాసినీ "అమ్మా! అమ్మా!" అంటాడు. అప్పుడు ఆమె కన్నులు మూసుకొన్నది.

తనను కన్న తల్లిని ఎందుకు చూడాలి. "ఆమె మాతృమూర్తి కాదు. మృత్యుదేవత, రాక్షసి, దెయ్యం, భూతం" అనుకుంటాడు. కానీ కొన్ని క్షణాలు గడిచాక అతనిలో మరో ఆలోచన ఆరంభమైంది. "తొమ్మిది మాసాలు మోసింది నన్ను". "ఎంతైనా అబల! క్షత్రియ కన్య కుంతియే గంగకు అప్పజెప్పింది. సామాన్యురాలు ఏం చేస్తుంది" చివరకు తన అసలు తల్లిని చూడాలని, మాట్లాడాలని, కౌగిలించుకోవాలని అనుకున్నాడు ప్రకాశరావు.

తల్లిని చూడడానికి విశాఖపట్టణం బయలుదేరుతాడు. తల్లి ఇంట్లో తోటపనికి ఒప్పుకుంటాడు. కారు షెడ్డులో పడక, పింగాణి ప్లేటు అన్నానికి తెచ్చుకోమంటారు. అన్నీ తల్లి కోసమే. ఐదవరోజు సాయంకాలం తల్లి తోటలో తిరుగుతూ ఉండగా 'అమ్మా' అని దగ్గరకు రాబోయాడు. ఇంతలో తల్లి కూతూరు "అమ్మగోరు" అనాలిరా అబ్బీ అంటుంది. అమ్మను "అమ్మా" అని పిలవకూడదట "అమ్మగోరూ" అనాలట. ఇక నిరీక్షించలేక ఒక రోజు రాత్రి మేడమీదకి వెళ్ళి "అమ్మా! అమ్మా!" అని సన్నగా పిలిచాడు. "నేనమ్మా! నీ కొడుకుని. తిరుపతిలో కన్న కొడుకును" అని ఆమె మీద వాలిపోతాడు. ఐదు నిమిషాలు గడిశాక ఆమె ప్రకాశరావును గట్టిగా కౌగలించుకుంటుంది.

వెనుక నుండి ఒక బలమైన కర్ర ప్రకాశరావు నెత్తిమీద పడింది. భర్త భయంకర స్వరూపం కన్పించింది. "ఛీ! పాతకీ.... తోటమాలితోనా.....?" విశాలక్ష్మికి కళ్ళు తిరిగాయి. తను ఏ నింద పడకూడదని ఒక్క రోజు బిడ్డని పారేసుకుందో, అదే నింద పడింది. తోటమాలి తన కొడుకని చెప్పే గుండెలు లేవు. చెప్పక పోతే మరో నింద. ఎందుకు కౌగలించుకున్నట్టు. ఏం చెబుతుంది అమ్మ. కన్నతల్లి బిడ్డని కౌగిలించుకొంటే భర్త అనుమానించే దుస్థితి ఈ లోకం కల్పిస్తుంది. ఈ కథలో దాసీ త్యాగం, విశాలాక్షి దయనీయ పరిస్థితి కనిపిస్తుంది.

5. పురిటి నొప్పులు – వదినా, ఆడబిడ్డ త్యాగాలు:

'పురిటి నొప్పులు' కథలో చింతాయమ్మ, నానమ్మ వదినా ఆడబిడ్డలు. నాన్నమ్మ నాలుగేళ్ళ పాపగా ఉన్నప్పుడే అమ్మ చనిపోయింది. చనిపోయేముందు కొడుకు కన్నయ్యతో "ఆమెను పెంచి పెద్దదయాక ఒకయ్యకు ముడిపెట్టి ఒక ఇంటిదానిని చేసి ఆ ఇంట్లో లక్షణంగా దీపం వెలుగుతున్నప్పుడు నువ్వు పెళ్ళి చేసికో కొడుకా" అని చెప్పిన అరగడియకు ఊపిరి విడిచింది అమ్మ. అందుకని కన్నయ్య ప్రత్తివత్తులు పెట్టుకొని నానమ్మను కనిపెట్టుకొంటూ వచ్చాడు. నానమ్మకు వందలాది పాటలు వచ్చు. వాటిలో ఎక్కువ భాగం గొబ్బి పాటలు. వెన్నెల పాటలలో దాదీ దామర మొగ్గ పాట ఆమె పాడితే విని మళ్ళీ పాడుకునే వాడు కన్నయ్య. అతని కాపాట వినకుంటే నిద్రపట్టదు.

"నిజానికి చింతాయమ్మ ఎంత మంచిది! చింతా.... అనగానే చెంతకు వచ్చి గలగలమని నవ్వుతుంటే ఎంతటి చింతయైనా వీడిపోతుండేది. ఇంటిలో అడుగు పెట్టినప్పటి నుండి తన ఆడబిడ్డతో ఒక్కనాడైనా పేచీ పడలేదు. కలిగింది తిని గుట్టుగా కాపురం చేసే సంసారి బిడ్డ. తాను పెట్టగలిగిన బంగారు ఒక్క మంగళ సూత్రానికే నైనా తనకు సొమ్ములు చేయించలేదని కానీ కనీసం చేయించాలని గానీ ఒక్కనాడూ అడిగిన పాపాన పోలేదు''. అట్లాంటి చింతాయమ్మకూ కష్టం వచ్చింది. నిండు మనిషి అయినా నెలలు పూర్తిగా నిండక ముందే, నొప్పులొచ్చి ఆసుపత్రి చేరింది. కన్నయ్య అమ్మ చెబుతుండేది. "ఏ పొలంలోనో పని చేస్తూ ఏ చెట్టు క్రిందికో వెళ్ళి సుఖంగా ప్రసవించేవారట ముందు కాలంలో''.

చింతాయమ్మ నెలలు పూర్తి కాకుండా నొప్పులు వచ్చి, నాన్నమ్మ గుండె జబ్బు వచ్చి ఆసుపత్రిలో చేరారు. నాన్నమ్మ నా ప్రాణం ఎటూ పోతున్నది. వదినెను కాపాడుకో ఆమె నిండు కడుపుతో ఉన్నది" అన్నది. అంతేగాదు ఆమె మళ్ళీ ఒక సంజ్ఞ చేసింది. తన వైపు ఒక వ్రేలిని చూపింది. వదిన వైపు రెండు వ్రేళ్ళను

చూపెట్టింది. "నాదొకటే ప్రాణం వదినెలో రెండు ప్రాణాలున్నాయి. గర్భంలో ఉన్న శిశువును కూడా కాపాడుకో. ఒక ఇంటి వాడవుతావు అన్నా! వంశం నిలబెట్టే కొడుకు పుట్టవచ్చునని".

ఆసుపత్రిలో "రాగిపైసా లేనిది ఎవరి ముఖమూ చూడరు. మన వద్ద నల్లపూసైనా లేదు. ఈ గిన్నెబొట్టును అయినా ఇచ్చి నానమ్మను కాపాడుకోండి" అని భర్త కన్నయ్యతో అంటుంది. మంగళ సూత్రాన్ని పెట్టి ఇద్దరికి మందులు తేవడానికి వెళితే, పదహారు రూపాయలకు వస్తాయి, ఆ డబ్బుతో ఒకరికే మందులు వస్తాయి. తనవద్దనున్న రెండు చీటీలలో ఒకదాన్నిచ్చి మందులు తీసుకున్నాడు. డాక్టరుకి ఇచ్చాడు. లోపలి నుండి కెవ్వు మంటూ ఏడుపు విన్పించింది. నర్సు బయటకు వచ్చి 'మగవాడెప్పుడూ ఇంతే, రెండు ఇంజక్షన్లు తీసుకురమ్మంటే ఒక దానికే డబ్బుంది అన్నావు". ఆ ఒక్కటీ నీ భార్యకు తెచ్చావు. చెల్లెలకు తేలేదు. ఏం లాభం? బిడ్డ ప్రాణంతో బయట పడింది కానీ తల్లి పోయింది. కన్నయ్య "ఏమన్నావమ్మ! నేను తెచ్చింది నా చెల్లెలకే అయ్యో!"

ఒక చీటీ బదులు మరో చీటి యిచ్చాను అని కుప్పకూలాడు. తానింకా చెల్లికే సూది వేస్తున్నారనుకొన్నాడు. ఇటు నానమ్మ నయనాలలో వెలుగు ఆరిపోయాయి. పావు గంటకల్లా రెండు శవాలూ, ఒక పసికూననూ ఆసుపత్రివారు అందించారు. కన్నయ్య పిచ్చివాడిలా ఆ చిన్నకూన వైపు చూశాడు. వాని కళ్ళు నాన్నమ్మలాగే ఉన్నాయి. పెదవులు అచ్చం చింతాయివే. కన్నయ్య భార్యా, చెల్లెల రూపాలను చిన్న కూనలో చూసుకున్నాడు. చింతాయమ్మ, నానమ్మ ఒకరు కోసం ఒకరు త్యాగాలు చేసుకోవడం ద్వారా వదినా ఆడబిడ్డల ప్రేమాభిమానాలు కనిపిస్తాయి.

కె. సభా ప్రతి కథలోనూ వైవిధ్య స్త్రీ చిత్రణ ప్రదర్శించారు. పాత్రల్లో సహజత్వం కనిపిస్తుంది. కుటుంబ బంధాల పోషణ గొప్పగా కనిపిస్తుంది. కె. సభా 'ఉత్తమ కథలు' నిజంగా "ఉత్తమ కథలు"గానే కనిపిస్తాయి.

చాసో కథల్లో మహిళ

డా॥ మన్నెం మునిరత్నం

1915లో పుట్టిన చాగంటి సోమయాజులు ఇరవై ఏడేళ్ళ వయస్సులో కథా రచన ప్రారంభించారు. తెలుగు సమాజాన్ని, సంస్కృతిని తన కథల్లో ఎలా ఆవిష్కరించాడో, ఏ ప్రయోజనాన్ని సాధించాడో అంచనా వేయవచ్చు. స్త్రీలకు సంబంధించి ప్రతి కథలోనూ వైవిధ్యభరితమయిన అంశాలను క్రోడీకరించి స్త్రీల అభ్యున్నతికి ఎంత వరకు చేదోడువాదోడుగా తన రచనలు తోడ్పడ్డాయో అన్న విషయాలను వివరించుకోవచ్చు. చాసో కథలను 1983, ఆగష్టులో విశాలాంధ్ర పబ్లిషింగ్ హౌస్ వాళ్ళు చాసో కథల సంపుటి ఒక దానిని ప్రచురించి ఆయన కథలను అందుబాటులోకి తీసుకువచ్చారు. ఇందులో నలబై కథలు ఉన్నాయి. అయిదు కథలు ఎప్పుడు ప్రచురింపబడ్డాయో తెలియదు. మిగిలిన ముప్పై అయిదు కథలలో 1942 నుండి 1948 వరకు రాసిన కథలు పందొమ్మిది. మిగిలిన పదహారు కథలు 1952 నుండి 1979 వరకు అప్పుడప్పుడు రాసినవి. కథకు మారు పేరు చాసో. సమాజ అభివృద్ధికి స్త్రీ జనోద్ధరణకు ఆయన కథలు ఎంత వరకు ప్రయోజనకరంగా ఉన్నాయో చాసో కథలలో స్త్రీల సమస్యలు ఏలాంటివో ఈ వ్యాసంలో పొందుపరిచాను. అన్ని కథలను చెప్పాలంటే సాధ్యం కాదు. వీలయినంత క్లుప్తంగా స్త్రీ పాత్రలు ప్రధానంగా ఉన్న కథలను కొన్నిటిని పరిశీలిద్దాం.

1. లేడికరుణాకరం

పోటీ ప్రధానమైన పెట్టుబడిదారీ సమాజం పురుషప్రయోజనాలకు అనుగుణంగా స్త్రీ శరీరాన్ని కూడా పెట్టుబడిగా మార్చిన సామాజిక పరిణామాన్ని ఈ కథలో చాసో నిరూపిస్తాడు. భర్త చదువుకోసమని ఆర్థిక అవసరంగా ప్రారంభించిన వ్యభిచారాన్ని - నిచ్చెనమెట్ల సమాజంలో భర్తను అంచలెంచలుగా

పైకి తీసుకుపోవడానికి అలవాటుగా మార్చుకొన్న శారదకథ ఇది. భర్త కరుణాకరానికి 'సర్' బిరుదురావడం తద్వారా తాను లేడి కరుణాకరంగా గవర్నర్ సతితో విందులకు వెళ్ళి గౌరవాన్ని పొందుతున్నాను కదా అని ఆమె ఆనంద పడడం పరోక్షంగా భర్త హెూదా, గౌరవాల మీద ఆధారపడి సమాజంలో గుర్తింపుపొందుతున్న స్త్రీ జాతి జీవితంలోని విషాద స్థితిని సూచిస్తున్న కథ.

2. ఏలూరెళ్ళాలి

వివాహ వ్యవస్థలో స్త్రీ పురుషుల మధ్య వయోభేదం, స్త్రీలకు స్వతంత్ర్య ఆర్థిక జీవనం లేకపోవడం భర్త మరణించేనాటికి తనకు సంతానం లేకపోతే భర్త ఆస్తిమీద హక్కు ఉండదనే భయం... ఇవన్నీ కలసి స్త్రీలను చాటుమాటు సంబంధాలకు ఏలా పురికొల్పుతాయో చెప్పే కథ ఇది. ఈ కథలో ముప్పై అయిదేళ్ళ ప్రౌఢను, షష్టిపూర్తి అయిన ఒక పెద్దమనిషిని రెండో పెళ్ళి చేసుకుంటాడు. అయినా ఇరవైకూడా నిండని నూనూగు మీసాల కుర్రాడ్ని శృంగార ప్రబంధంలోకి దించుతుంది. అయితే ఆమె సెక్స్‌కోసం ఆ పని చేయలేదు. భర్త గడించిన డబ్బు, పిత్రార్జితం ఆమెకు ఒక పిల్లవాడు కలగడం వల్ల ఆస్తిని దక్కించుకొంటుంది. లేకపోతే ఆమె మరదులు ఆమెను ముండను చేసి మూలకూర్చోబెట్టేవారే. అయితే ఈ కథలో కథకుడు చేసిన తమాషా ఏమిటంటే ఆమె తన్ను అలా రంగంలోకి ఎందుకు దింపిందో అది జరిగిన కొన్నేండ్ల తర్వాత కూడా ఆ యువకుడికి తెలియకుండా గోప్యంగా ఉంచడం. ఆ కథంతా అతను మరచిపోయాడు. ఆమెను కూడా రైలుపెట్టెలో తటస్థపడితే గుర్తుపట్టలేకపోయాడు. ఆమె వెనుకటి కథ జ్ఞాపకం చేసింది. అతనికి తెలియకుండా పుట్టిన పిల్లవాణ్ణి కళ్ళు వాత్సల్యంతో చూశాయి. ఈ కథను కథకుడు ఇంతటితో ముగించి వదిలేయలేదు. ఇక్కడొక చిన్న ధ్వని పెట్టాడు. ఆ పిల్లవాడి చేత ఒక ఇంగ్లీషు వాక్యం అనిపించి, ఆ వాక్యం, ఇంగ్లీషు పలుకుబడి ప్రకారం తప్పా రైటా అన్న ప్రశ్న పిల్లవాడిచేత వేయిస్తాడు. ఆ వాక్యం

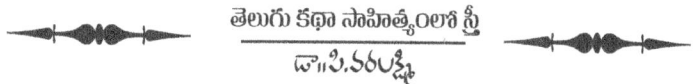

కూడా ఎలా ఉందంటే ఏవిధంగా అన్న అర్థం తెలుస్తుంది. అయితే ఇంగ్లీషు వాళ్ళు దాన్ని ఒకరకంగా మాత్రమే అంటారు. అదే కరెక్టు ఇంగ్లీషేమో! కాని ఇక్కడ విమర్శకుడైన పాఠకునికి ప్రస్ఫుటంగా ద్యోతకమయ్యేది భాష తప్పా రైటా అని కాదు. ఆమె చేసిన పని నైతికంగా సమర్థనీయమేనా అని. లేదా అతను ఆమెకు అలా వశుడై 'రోజుకొక సువర్ణపుట, క్షణానికొక అమృతభావం' అనుభవించడం సరైన పనేనా? ఈ కథలో ఆమెకు కలిగిన ఫలిత ప్రభావం. మరి ఆమె ఆస్తి దక్కించుకోవటానికి ఈ దారి తొక్కింది. భర్త, పిల్లలు ఈ రెంటిలోని ఏ ఒక్కటైనా ఉన్నప్పుడే స్త్రీ ఉనికి. దురదృష్టవశాత్తు ఆ రెండు లేకపోతే ఆవిడ తిండికి కూడా అనర్హురాలు. మాణిక్యమ్మ ప్రవర్తన మొదట జుగుప్స కలిగించినా తరువాత శభాష్ అనిపిస్తుంది.

3.చెప్పకు చెప్పకు

ఒక తల్లి మొగుడు లేకపోయినా తన పాట్లు తను పడి బిడ్డను గట్టుచేరుస్తుంది. ఆమె చీటీ ఇచ్చిందంటే ఊళ్ళో పెద్ద పెద్దోల్లు డబ్బు తీస్తారు. ఆమెకున్న ముగ్గురు సంతానంలోనూ పెద్దవాడి స్వభావానికి ఇది సరిపడదు. చిన్నవాడు అమ్మతో మమేకం అవుతాడు. కూతురు తల్లికి తగిందే. తల్లి ప్రోత్సాహంతో కోటీశ్వరున్ని పెళ్ళి చేసుకొన్నది. అయితే పెళ్ళిచేసుకున్నవాడు గొప్ప మానవతావాది. ఆమెను ఉన్నత స్థాయిలో ఉంచాడు. తమ్ముడు అక్క ఉన్నత స్థాయిలో ఉన్న మేడను చూపిస్తానంటే పెద్దవాడు చెప్పకు చెప్పకు అంటాడు. అందుకు తమ్ముడు అన్నను ఉద్దేశించి నీతికిపోయినవాడు అడుక్కుతింటాడని ఎత్తి పొడస్తాడు. ఈ కథలో ఆ తల్లివంటి మార్గం పట్టినవాళ్ళు సాధారణంగా పాము నోటిలో పడి పాతాళానికి పోతారు. కాని ఆమె నిచ్చెనలను ఎక్కి పరమపద సోపానం చేరుకొందని కథకుడు అంటూ అవినీతిలో ఉంది ఐశ్వర్యం అంటాడు.

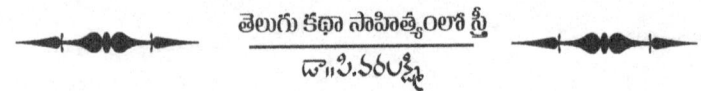

4. వాయులీనం

ఆర్థిక స్థోమత లేకపోతే ఉన్న కళాజీవితం ఎలాగు మోడువారుతుందో చూపే ఈ కథలో రాజ్యానికి సంసారం, సంగీతం, అభిమాన విషయాలు ఆర్థికంగా మధ్యతరగతి ఇల్లాలు సంసారానికి, సంగీతానికి శ్రుతి కలవక వాయులీనం అమ్ముకోవలసి వచ్చింది. సంసారం సవ్యంగా నడిస్తే చాలు అని తన బాధని మనసులోనే అణచివేసుకొని తృప్తి పడిన సహనశీలి ఇందులోని స్త్రీ. భార్యకు ప్రాణమయిన వాయులీనం అమ్మేసి ఆనారోగ్యంగా ఉన్న భార్యను భర్త కాపాడుతాడు. అయితే ఆ స్త్రీ కి ప్రాణానికి ప్రాణమయిన తన మరో కన్ను అయినా వాయులీనం అమ్మడం ఆ స్త్రీ మనోవేదనకు గురైంది.

5. కుంకుడాకు

ఆటపాటలతో హాయిగా గడిచిపోవలసిన వయస్సులో బాధ్యతల బరువుతో నిండింది ఎనిమిదేళ్ళ గౌరికి. తన తోటిపిల్ల బళ్ళో చేరే సంబరంలో ఉండగా ఆ పాటలేవో నువ్వు పాడుకుంటూ కూకో! నేను కంపలేరుకోవాలి అన్న గౌరి బాల్యవ్యవస్థని కుంకుడాకు కథల్లో కళ్ళకు కట్టాడు చాసో.

6. ఎంపు

ఎర్రి కుంటాడిమీద ప్రేమ పెంచుకుంటుంది. అయితే కుంటోడు కంటే గుడ్డి వానికి ముష్టి ఎక్కువ వస్తుందని తండ్రి ఎర్రిని గుడ్డివానికి ఇచ్చి పెళ్ళి చేస్తాడు. అంతకుముందే కుంటాడు ఎర్రిని లేచి రమ్మంటే రోగిష్టి తండ్రిని వదలి రాను అంటుంది. ఎందుకంటే కన్నతండ్రిని కష్ట పెట్టలేని ఆభిమానం గల ఆడపిల్ల కాబట్టి. ఎర్రి తండ్రి ఇంతవరకు తన జీవితకాలం అంతా పరిశీలించిన పరిస్థితిని బట్టి ఈ నిర్ణయానికి వచ్చాడు. నిజమే గుడ్డివాడికి వచ్చినంత ముష్టి కుంటి వాడికి రాదు. ఈ పరిస్థితి కారణంగా ఎర్రి తలవంచక తప్పలేదు. తండ్రి మాటను ఎదరించ లేక తన మనసులో మాటను వెలిబుచ్చలేక నానా ఇబ్బందులు పడుతుంది. ఇందులోని స్త్రీ పాత్ర.

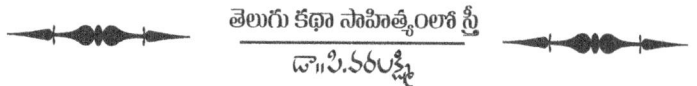

7. ఊహాఊర్వశి

పెళ్ళయి భార్యతో కాపురం చేస్తూ పిల్లల్ని కంటూ ఉన్న ఒక వ్యక్తి ఈ కాన్పులలో ఎప్పుడో తన భార్య చనిపోతుందని, అప్పుడు తాను తనబంధువులలో ఆర్థిక కారణాలవల్ల ఇంకా పెళ్ళికాకుండా ఉన్న అందమయిన 'చిట్టి' అనే స్త్రీని రెండో పెళ్ళి చేసుకోవచ్చని ఊహిస్తూ బతికిన విషయాన్ని చెప్పే కథ 'ఊహా ఊర్వశి'. చిట్టిని కట్నకానుకలు లేకుండా పెళ్ళి చేసుకుని ఆదర్శ పురుషుడని పించుకొందామని, తన భార్య చచ్చిపోయేలోగా ఒక వేళ ఆ పిల్లకు పెళ్ళే గనుక అయితే ఆ భర్త చావాలని, అప్పుడు వితంతువయిన చిట్టిని పెళ్ళాడితే తాను ఆమె పాలిట దేవుడే అయిపోతానని ఇలా ఏవేవో ఊహించిన ఆ పురుషుడు ఇటు భార్యను గానీ, అటు తాను ప్రేయసినిగా ఊహించుకునే చిట్టినిగాని అసలు మనుషులుగా భావించినట్లు కనబడదు. భావించినట్లయితే తన ఆలోచనలకు భార్య ఎలా స్పందిస్తుందో, చిట్టి నలుగురు పిల్లల తండ్రయిన తననసలు పెళ్ళాడటానికి ఇష్టపడుతుందో లేదో అనే ఆలోచనలు అతనికి తప్పక వచ్చి ఉండేవి.

8. ఫారిన్ అబ్బాయి

స్వాతంత్ర్యానికి ముందే స్త్రీల అభివృద్ధిని అభ్యుదయాన్ని ఆకాంక్షిస్తూ వచ్చిన సంఘ సంస్కరణోద్యమాలు స్వాతంత్ర్యానంతరం రాజ్యాంగంలో కల్పించబడ్డ సమానావకాశాలు, స్త్రీలు బయటకు రావటానికి వీలుగా మెరుగైన పరిస్థితులు క్రమంగా స్త్రీల చైనత్య పరిధిని పెంచుతూ వ్యక్తిత్వ వికాసానికి దోహదం చేసిన స్థితిని 'ఫారిన్ అబ్బాయి' అనే కథలో చోటుచేసుకొన్నాయి. పెళ్ళిచూపుల పేరుతోవచ్చి తన ఇష్టాఇష్టాలను పరిగణనలోకయినా తీసుకోకుండా అప్పుడే తన మీద అధికారం వచ్చేసినట్లుగా అహంకారంతో అవమానకరంగా మాట్లాడుతున్న యువకుడి పట్ల తన తిరస్కారాన్ని అతని ముఖాన్నే స్పష్టం చేసిన

యువతి కథ ఇది. ఆమె అలా ప్రవర్తించడానికి ఆమెకు ఉన్న చదువు ఎమ్మెస్సీ, పిహెచ్.డి. ఆర్థికంగా స్త్రీ తన కాళ్ళమీద తాను నిలబడి బతకగలనన్న ధైర్యమూ కారణమన్న సూచన ఈ కథలో ధ్వనిస్తుంది.

9. కర్మసిద్ధాంతం

స్త్రీలందరూ పరమసాధ్వీమణులు, పురుషులందరూ పరమ కసాయివాళ్లు అని పాక్షికంగా చెప్పటం లేదు. ఎందుకంటే కర్మసిద్ధాంత కథలో భక్తి వేదాంతం ముసుగులో రంకు వ్యవహారాలు నడిపే పేరక్క, ప్రజల అవసరం కోసం కాక, ముఖ్యంగా తన పేరు, ప్రతిష్టలు, కీర్తికోసం పనులు చేసి భంగపడిన ఎందరో కపట స్త్రీలు కూడా ఉన్నారని చాసో చూపించాడు.

10. బొమ్మలపెళ్ళి

పిల్లలకి తను చేసిన బొమ్మల పెళ్ళిగురించి సంబరంగా చెప్పి, తన పెళ్ళి విషయం అడగగానే ఆ సంబరం అంతా పోయి పెళ్ళే అయిపోయింది నాయన! ఆడదాని బతుకంతా హీనం మరొకటి లేదంటుంది ముత్తవ్వ. ఈ మాటల ముందు బొమ్మల పెళ్ళి వర్ణనా మంచి ఊపుతో సాగుతుంది. ఈ మాటలతో చిన్న కుదుపుకి లోనౌతాం. కాటికి సిద్ధంగా ఉన్న ముసలాడికి ముక్కు పచ్చలారని ఆడపిల్లల్ని కట్టబెట్టే వ్యవస్థలో, ఆడపిల్లలు మగపిల్లలతో సమానస్థాయికి కట్నాలు కానుకగా ఇచ్చి, కాళ్లు కడిగి కన్యాదానం చేసే వ్యవస్థలో సమస్యలు ఎదుర్కొనేది ముఖ్యంగా స్త్రీలే అనే విషయం ఈ బొమ్మల పెళ్ళి కథ తెలుపుతుంది. అది ఎలా అంటే? ఏడేళ్ళ కూతుర్ని నడీడు మేనల్లుడికిచ్చి పెళ్ళి చేస్తారు. రెండో సంబంధానికి ఏడేళ్ళకు పెళ్ళి కావడం. పదమూడు పద్నాలుగేళ్ళకు గర్భం ధరించడం, తల్లి కాకముందే వితంతువుగా మారడం ఇది అవ్వబతుకు. ఈ బతుకును నాలుగైదు వాక్యాల్లో స్ఫురింపచేసి 19వ శతాబ్దపు ప్రారంభానికి సమాజంలో స్త్రీ స్థానం ఎంత హీనంగా, దీనంగా ఉందో చూపించారు.

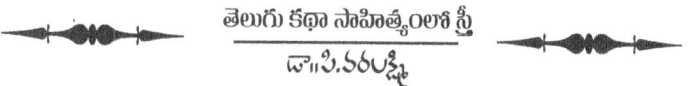

11. కుక్కుటేశ్వరం

కరువురోజుల్లో తిండి గింజలకోసం ముసలమ్మపడే తాపత్రయం కుక్కుటేశ్వరం కథలో కనిపిస్తుంది. గోదావరి మండలం నుంచి అయిదు కుంచాల బియ్యం తీసుకొని బరంపురం వెళ్ళడానికి రైలెక్కింది ముసలమ్మ. రైల్వే అధికారి పట్టుకుంటాడు. బలహీనుల విషయంలో రూల్స్ బాగా పనిచేస్తాయి కదా! అంతవరకు ఆ రైల్వే అధికారికి నయానా భయానా చెప్తుంది. కాని వినలేదు. ఆమెను మధ్యలో దింపేసి తీసుకువెళతాడు. వాళ్ళతో వెళ్తూ అంటుంది బడవల్లారా! నేనే బియ్యం అమ్ముకొని మేడలు కడుతున్నాను, నాకు ఉరిశిక్షకు తక్కువెయ్యకండి అని బ్లాక్ మార్కెటింగ్ చేసేవారికి ఉరిశిక్ష వేయాలని నెహ్రూ అంటుండేవారట. నిజంగా బ్లాక్ మార్కెటింగ్ చేసేవారిని పట్టుకోరు. నాకు కనీస అవసరమైన తిండిని పడగొడుతున్నారు అని ముసలమ్మ ఆక్రోశం. ఇదే ఇందులోని ప్రధాన ఇతివృత్తం.

12. చన్నీళ్ళు

స్టేటస్ సింబల్స్‌గా మారిన మహిళా సమాజాలకు కార్యదర్శిగా ఉండడం కంటే వేడినీళ్ళకు చన్నీళ్ళుగా భర్తతో పాటు తను కూడా చేతనైన ఉద్యోగం చేసి కుటుంబాన్ని పోషించుకుందాం అనుకుంటుంది అలివేలు అనే మహిళ.

13. బదిలీ

ఒక చెడిపోయిన అమ్మాయి కథ. ఆ పిల్ల కొద్దిపాటి ప్రేరణకే కావలనే చెడింది. నిజానికి తనే ఆ అబ్బాయిని కవ్వించి చెడింది. వివాహిత అయినా మనకి ఆ అమ్మాయి మీద చెడుచూపురాదు. నాకేసి చూస్తూ కూచుంటారే రోజును అని గదమాయిస్తూ వెనక ఇంటి కుర్రాడికి ఉత్తరం రాసింది గడసరి. వాడు తెగించి ఉత్తరం రాయడం మొదలు పెట్టాడు. వాడు ఆ అమ్మాయి చెప్పినట్లు వినలేదు. ఈవిడే వాడి దగ్గరికి వెళ్ళవలసి వచ్చింది. ప్రియుడితో బెజవాద

పారిపోదామనుకున్నదే. వాడు ప్రేమ పేరిట ఒట్టు ప్రమాణికాలూ పెట్టినవాడే. అదృష్టవశాత్తు పిరికివాడయ్యాడు. వాడు కపటి అని కూడ తేలింది. ఈలోగ భర్త దారిలో పడ్డాడు. ఇటు తన దగ్గరికి రానన్నందుకు ప్రియుడు వెక్కిరిస్తే పంపండి ఉత్తరాలు నాకేం భయంలేదు. నా మొగుడు చెడితేనే కదా నేను చెడ్డాను అంది నిబ్బరంగా భర్త సరయ్యాక ఆజోలికే పోలేదు. బదిలీలో కథంటూ పెద్దగా లేదు. అమ్మాయిపాత్ర సజీవం. ఆ అమ్మాయి స్పష్టమయిన ఆలోచనలు సహేతుకమయిన నిర్ణయాలు, నిబ్బరం మనని ఆకట్టుకుంటాయి. కేవలం యువతి రాసిన ఉత్తరాలలోనే కథంతా సాగించడం చాసో టెక్నిక్కుకి నిదర్శనం.

14.ఏకరువు

ఏకరువు కథలోని పురుషుడు మధ్య తరగతి లేక దిగువ మధ్య తరగతికి చెందినవాడు. తల్లి, తండ్రీ లేక చదవటానికి తనలాంటి వాడికి ఈ సమాజంలో అవకాశం లేదని గ్రహించి చదువు చెప్పిస్తానన్న పెద్దమనిషి కూతుర్ని ఆమె అంటే తనకు ఎంత అసహ్యంగా ఉన్నా పెళ్ళాడి, మామ గారు ఇచ్చిన చిన్న ఉద్యోగం చేసుకొంటూ, ఆ ఇష్టం లేని భార్యతోటి కాపురం చేస్తున్న వాడి కథ ఏకరువు. దమ్మిడికి ప్రయోజనం లేని వాడికి కట్నంతో పాటు భార్య మీద ఉన్న నగలు కూడా అవసరానికి తాకట్టు పెట్టుకోవచ్చు. ఆస్థి కోసం, తన అవసరాల కోసం చేసుకొన్న పెండ్లాన్ని లెక్కచేయకుండా ప్రతిరోజు జీడికోరడి ఉన్న అందమయిన మామిడి తోటకు షికారుకు వెళ్ళి అక్కడనే కోరికల మేడకట్టి రంభలాంటి ఇంకో పెండ్లాన్ని పెండ్లాడలనే కోరిక మాత్రమే ఆ తోట చుట్టూ ప్రతిరోజు తిరగడానికి కారణం.

ఇక్కడ పురుషుడు తన అవసరాలు తీరిన వెంటనే మరో స్త్రీతో యథాతథంగా తన బుద్ధి చూపిస్తాడనే సారాంశంతోపాటు స్త్రీ మనోవేదన, స్త్రీ ఇష్టాయిష్టాలకు సంబంధం లేకుండా ఒక పురుషునికి ఇచ్చి పెండ్లి చేస్తే తమ

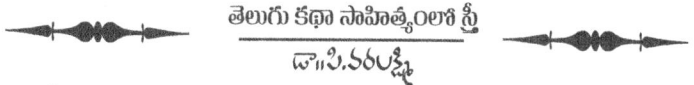

బాధ్యత తీరిపోదని తల్లిదండ్రులను హెచ్చరిస్తూ, భార్యను యంత్రంలా చూడవద్దన్న విషయాలు ఇందులో గోచరిస్తాయి.

ఇలా చాసో కథలు చెప్పుకుంటూ పోతే 'వెలం వెంకడు, కొండగడ్డ, బొండుమల్లెలు, బల్లూకస్వప్నం, మొక్కుబడి, చిన్నాజి ఇది చాసోకు బాగా నచ్చిన కథ. మాతృధర్మం, దుమ్ముల గొండె, కొండగెడ్డ, ఆహోహో, ఎందుకు పారేస్తానునాన్న, రథయాత్ర, బబ్బబ్బా, గుడిసె దీర్ఘరోగి, జంక్షనులో బడ్డీ, ప్రెసిడెంటు లక్ష్మీకాంతం తదితర కథలు ఎన్నో చెప్పుకోవచ్చు. ప్రత్యేకంగా స్త్రీ పాత్రలు విభిన్న కోణాల్లో చిత్రించారు. వైవాహికవ్యవస్థలో అసంబద్ధతలు తొలగాలన్న స్త్రీ పరుషుల మధ్య వైరుధ్యం నశించాలన్న స్త్రీ భోగ వ్యాపార వస్తువుగా ఉండే స్థితి పోవాలన్న ఇప్పుడున్న పితృస్వామిక సామాజిక, ఆర్థిక స్వరూపం మారాలి. అందరికి అన్ని అవకాశాలు సమానంగా లభించాలి. సొంత ఆస్తి సంబంధాలు లేని సోషలిస్టు సమాజం బలపడాలి. అప్పుడు మాత్రమే స్త్రీ పురుషుల సంబంధాల్లో సమానత్వం ఉన్నతమైన ప్రేమ, గౌరవం చోటుచేసుకుంటాయి. ఈ విధంగా స్త్రీ ఆలోచనలకు ప్రేరణనిచ్చే స్త్రీ జీవన చైతన్య లక్షణం చాసో కథల్లో కనిపిస్తుంది.

చాసో కథలు పాఠకులని ఆలోచనలకు ప్రేరేపిస్తాయి. ఉత్తమ కళలో ఆవేదన ప్రథమ స్థానం, ఆలోచనకు ద్వితీయ స్థానం ఉంటుంది. ఆవేదన లేకుండా ఆలోచన మాత్రమే నిండి ఉన్న కళ సాధారణంగా ప్రచారస్థాయికి దిగజారిపోతూ ఉంటుంది. అన్ని కళలకూ మూలం అవేదనే. అయితే ఆవేదన, ఆలోచన మధ్యకార్యకారణ సంబంధం ఉంటుంది. ఒక్కోసారి ఆవేదన ఆలోచనకు దారితీస్తే మరోసారి ఆలోచన ఆవేదనకు దారితీయవచ్చు. ఏది ఏమైనా స్త్రీ పాత్రలను ముప్పుతిప్పలను పెట్టించిన చాసో ప్రత్యేక హెూదా కూడా కల్పించారంటే ఆశ్చర్యపోవాల్సిన అవసరం లేదు. చాసో కథలలో స్త్రీలకంటూ ఒక ప్రత్యేక స్థానం ఉన్నది.

గురజాడ దృష్టిలో స్త్రీ

డా॥కందేరి శ్రీదేవి

ఆధునిక తెలుగు సాహిత్యంలో సమాజానికి సంబంధించిన వివిధ సమస్యల్ని మానవతాదృక్పథంతో పరిశీలించిన మొదటి కవి గురజాడ అప్పారావు. గురజాడ అప్పారావు తన కాలానికన్నా చాలా ముందున్న వాడు. గిడుగు వారి వ్యావహారిక భాషావాదాన్ని, కందుకూరి, రఘుపతి గారల సంఘ సంస్కరణ దీక్షనూ జీర్ణించుకొని, గేయం, కథానిక నాటకం ఇత్యాది సాహిత్య ప్రక్రియలతో సమకాలీన సమాజాన్ని సవిమర్శకంగా, సృజనాత్మకంగా, కళాత్మకంగా ఆవిష్కరించిన మహాకవి గురజాడ.

గురజాడ పుట్టి పెరిగిన కాలానికి భారతదేశ చరిత్రలో చాలా ప్రాముఖ్యం ఉంది. పందొమ్మిదవ శతాబ్దం ఉత్తరార్థంలో భారతదేశం ఆధునిక యుగంలోకి అడుగు పెట్టిందని చెప్పవచ్చు. ఈ కాలంలో భారతదేశంలో రాజకీయ సామాజిక చైతన్యం వేయిరేకులతో వికసించింది. బ్రిటీషు సామ్రాజ్య వ్యతిరేకోద్యమం సువిశాల భారతదేశాన్ని సమైక్యపరచి జాతీయోద్యమంగా రూపొందింది. 1885లో భారత జాతీయ కాంగ్రెసు స్థాపనతో జాతీయ వాదం బలాన్ని పుంజుకొంది. సురేంద్రనాథ బెనర్జీ, గోపాలకృష్ణ గోఖలే, బిపిన్ చంద్రపాల్, బాలగంగాధర్ తిలక్ వంటి జాతీయ నాయకుల జీవితాలు, సందేశాలు ఆనాటి విద్యావంతులైన మధ్య తరగతి ప్రజలపై, కళాశాలల్లో చదువుకునే విద్యార్థులపై ప్రగాఢ ముద్ర వేశాయి. జాతీయత వైపు వీరిని చైతన్యవంతులను చేసి ముందుకు నడిపించింది. 1905లో జరిగిన బెంగాల్ విభజన, 1920లో జరిగిన సహాయ నిరాకరణోద్యమం మేధావులను, విద్యార్థులను కవులను కదిలించాయి. జాతీయ పోరాటాల ప్రభావం తెలుగు కవిత్వంపై, తెలుగు కవులపై స్థూలంగా ఉన్నదనేది నిర్వివాదాంశం పందొమ్మిదవ శతాబ్దంలో బ్రహ్మసమాజం వంటి సంస్కరణ ఉద్యమ ప్రభావం ఆధునిక తెలుగు కవుల

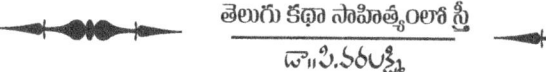

ఆలోచనలలో, రచనలలో స్పష్టంగా గోచరిస్తుంది. బాల్య వివాహాల బహిష్కరణ, వితంతు వివాహాల పునరుద్ధరణ స్త్రీవిద్య, మొదలైన సంఘ సంస్కరణలు బెంగాల్లో బ్రహ్మ సమాజం ఉద్యమం నుండి వీరేశలింగం పంతులు ద్వారా ఆంధ్రదేశంలో వ్యాపించాయి.

గురజాడ అప్పారావు ఆనాటి సాంఘిక దురాచారాలలో ఆంధ్రదేశంలో తన చుట్టూ ఉన్న ప్రాంతంలో ఎక్కువగా వ్యాపించి ఉన్న కన్యాశుల్కం, బాల్య వివాహాలపై తన దృష్టిని కేంద్రీకరించినాడు. బాల్యవివాహాలు, కన్యాశుల్కం వంటి సమస్యలే కాక, వేశ్యల దురవస్థలు, వివాహ వ్యవస్థలోని లోటుపాట్లు, స్త్రీల పట్ల నిరసన మొదలైన స్త్రీల సమస్యల్ని గురజాడ తన రచనల్లో చర్చించాడు. తరతరాలుగా ప్రపంచ చరిత్రను పరిశీలిస్తే భిన్న సమాజాల్లో స్త్రీ పరిస్థితి ఇంచుమించు ఒక్కటే. హిందూ సమాజం స్త్రీని ఒకప్పుడు దేవతగా గుర్తించి ఆరాధించింది. తరువాత ఆ సమాజమే స్త్రీని నిర్లక్ష్యం చేసింది. బాల్యం నుండి వృద్ధాప్యం వరకు ఎవరి తోడూ లేక స్వతంత్రంగా బ్రతక లేని దుర్బలత్వాన్ని ఆమెకు అంటగట్టింది. స్త్రీకి ఆర్థిక స్వాతంత్ర్యం లేదు. చదువులేదు. పెళ్ళిలో ఆమె ఇష్టాయిష్టాలకు తావులేదు. బాల్య వివాహాలు, భర్త చనిపోతే సతీసహగమనం పేరుతో ఆమె ప్రాణానికే ముప్పు తెచ్చిపెట్టింది సమాజం. భారతదేశంలో రాజా రామమోహనరాయ్‌తో ప్రారంభమయిన సాంస్కృతిక పునరుజ్జీవనంలో స్త్రీల సమస్యలు ప్రధానంగా చోటు చేసుకున్నాయి. స్వాతంత్ర్యోద్యమంలో స్త్రీ సహకారాన్ని గాంధీ గుర్తించాడు. గాంధీ కంటె ముందు తెలుగు దేశంలో స్త్రీల కన్నీటిని తుడిచిన మహామనిషి వీరేశలింగం పంతులుగారు. పంతులు గారికి సమకాలికుడైన గురజాడపై పంతులుగారి ప్రభావం ఉంది.

గురజాడ అప్పారావుగారు మన సమాజంలో స్త్రీలకున్న స్థానాన్ని బాగా అవగాహన చేసుకున్నారు. "సమాజంలో స్త్రీల కన్నీటి గాథలకు కారణం నాకు

తెలుసు. తిరిగి వివాహమాడ కూడదనే నియమం, విడాకుల హక్కులేని కారణం, ఆర్థిక స్వాతంత్ర్యం లేక పోవడం స్త్రీల కన్నీటి గాథలకు హేతువులు. ఆధునిక మహిళలు భారత దేశ చరిత్రను తిరిగి రాస్తారు". (గురజాడ మాటామంతీ)

గురజాడ అప్పారావు తన చుట్టూ ఉన్న వైవాహిక జీవితాన్ని పరిశీలించి అవగాహన చేసుకున్నారు. అందుకోలేని దుస్సాధ్యమైన సామాజిక నీతిసూత్రాలపై స్త్రీ పురుష సంబంధాలు ఆధారపడి ఉన్నాయని ఆయన అభిప్రాయం.
"మగవాళ్ల అధికారం కింద పెత్తనం కింద బానిసలుగా ఆడవాళ్ళు ఎలా పడి ఉన్నారో, ఎంత క్రుంగి పోతున్నారో నేనూహించుకోగలను, స్త్రీ చుట్టూ కనిపిస్తున్న వైవాహిక జీవితాన్ని పరిశీలించు....... (గురజాడ రచనలు: మాటామంతీ)

గురజాడ రచనలన్నిటిలోకి స్త్రీలపట్ల ఆయన సంస్కరణదృష్టి కన్యా శుల్కం నాటకంలో గోచరమవుతుంది. తన కవిత్వం కొత్తపాతల మేలుకలయిక అని చెప్పిన గురజాడ ఆధునిక తెలుగు నాటక సాహిత్యాన్ని కూడా తన కన్యాశుల్కంతో ఒక పెద్ద మలుపు త్రిప్పిన హిమాలయోత్తుంగ శిఖరం. నాటకం పెద్ద వాస్తవికత. ఆ ప్రక్రియను తన సంఘసంస్కరణకు బలమైన ఆయుధంగా మలచుకున్నారు గురజాడ. కన్యాశుల్కంలోని తొలికూర్పు పీఠికలో విశాఖ జిల్లాలో మూడేళ్ళ కాలంలో జరిగిన ఒక వెయ్యిముప్పైనాలుగు పెళ్ళిళ్ళల్లో అయిదేళ్లు, నాలుగేళ్ళు మూడేళ్ళు, రెండేళ్ళు పిల్లలకే కాక ఏడాది పాపలకు కూడా ముగ్గురు నలుగురికి పెళ్ళిళ్లు అయ్యాయట. ఇది సమాజానికి సిగ్గుచేటని ఇటువంటి దురాగతాలను బహిర్గతం చేసి ఉన్నతమైన నైతిక భావాలను వ్యాప్తి చెయ్యడం కంటె మిన్న అయిన లక్ష్యం ప్రయోజనం సాహిత్యానికి మరొకటి లేదని గురజాడ భావించారు. కన్యాశుల్కానికి ఆశపడి జరిగే బాల్య వివాహాల వల్ల కలిగే అనర్థాలకు ప్రతిబింబాలు కన్యాశుల్కం నాటకంలోని మీనాక్షి, బుచ్చమ్మ, కొండు భట్టీయంలో పార్వతి. ఆరోజుల్లో వేదాధ్యయనం చేసిన బ్రాహ్మణులే దీనిని శిష్టాచారంగా భావించి

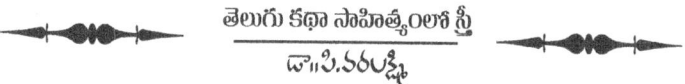

సరిపెట్టుకోనేవారు. కన్యాశుల్కంలోని అగ్నిహోత్రావధాన్లు ఇటువంటి వారికి ప్రతినిధి. కన్యాశుల్కంలోని మీనాక్షి, బుచ్చెమ్మలవలె పూర్ణమ్మ గేయంలోని పూర్ణమ్మ బాల్య వివాహాల వల్ల జరిగే అనర్థాలకు ప్రతిబింబం.

పూర్ణమ్మ అప్పారావుగారి హృదయ పద్మంలో జన్మించిన పుత్తడిబొమ్మ. అక్షర నిక్షేపంలా నిలిచిన సజీవ పాత్ర. ప్రాణత్యాగానికి గుడికి వెళ్ళడానికి ముందు తన వారినుద్దేశించి నలుగురు కూచుని నవ్వే వేళ తనను జ్ఞాపకం చేసుకొమ ంటుంది. తనకు జరిగిన అన్యాయం మరొకరికి జరగకూడదని వారి బిడ్డలకు తన పేరు పెట్టుకోమంటుంది.తన జ్ఞాపకంతో అయినా వారికి జ్ఞానోదయం అవ్వాలి. గురజాడ సమాజానికిచ్చిన సందేశం కూడా అదే. కన్యక గేయంలో రాజు కాముకుడు. అతడు వలచిన కన్యక సామాన్య స్త్రీ. వైశ్య బాలిక. ఒకరోజు తండ్రి వెంట, చెలికత్తెలు, బంధువులతో కలిసి గుడికిపోతున్న కన్యకకు ఆ పట్న మేలే రాజు వీధిలో ఎదురౌతాడు. కన్నె సొగసుకు కన్ను చెదరి కన్యకను తన సొంతం చేసుకోవాలనుకుంటాడు. పెద్దలు చెప్పిన మంచి మాటలు రాజు తలకెక్కలేదు. ఇక ప్రయోజనం లేదనుకున్న కన్యక మింటి కెగసే మంటలలో మండుతున్న అగ్ని గుండానికి అహుతైపోతుంది. సంప్రదాయ సిద్ధంగా కన్యక కూడా పతివ్రతల కోవకు చెందినదే. అప్పారావు ఈ కథను తన సంఘ సంస్కరణ ప్రయోజనానికి అనుకూలంగా వాడుకున్నాడు. అగ్నిగుండంలో దూకడానికి ముందు కన్యక తన వారి నుద్దేశించి పలికిన పలుకుల్లో గురజాడ వారి విప్లవాత్మకమైన సందేశం దాగి ఉంది. విద్య, విజ్ఞానం శారీరక బలం సంపాదించడం ద్వారా అన్యాయాన్ని ఎదిరించే శక్తి జాతిపొందగలదని కన్యక ద్వారా గురజాడ సందేశ మిచ్చినాడు. కళ్ళు మూసుకుపోయిన కామంతో,అధికార దాహంతో పెద్దమనుషులన బడేవారు, సమాజానికి ఆదర్శంగా ఉండవలసినవారు ఎంత అనుచితంగా ప్రవర్తిస్తారో కన్యక గేయంలో చూపించి ఖండించారు.

గురజాడ రచనల్లో ముఖ్యంగా కన్యాశుల్కంలో ప్రస్తావించబడిన మరొక సమకాలిక స్త్రీల సమస్య యాంటీనాచ్, అంటే సానివాళ్ళను రూపుమాపడం. గురజాడ కాలంలో కొందరు సంస్కర్తలు పడుపు వృత్తికి వ్యతిరేకంగా ఉద్యమం ప్రారంభించారు.వీరిలో నిజాయితీ పరులు చాలా తక్కువే. మంచి వాళ్లు కూడా లేకపోలేదు. కన్యాశుల్కం నాటకంలోని సౌజన్యారావు ఈ కోవకు చెందినవారు. వేశ్యల్ని అస్యహించు కోవడం ఈ సమస్యకు పరిష్కారం కాదు. వేశ్యావృత్తిని ఎలా నిర్మూలించాలో ఆలోచించాలంటాడు గురజాడ. వేశ్యల ఆలోచనా విధానంలో మార్పురావాలి. వాళ్ళు విద్యావంతులు కావడం ద్వారా గౌరవంగా బ్రతకవచ్చని గురజాడ అభిప్రాయం. నాటకం చివరి రంగంలో మధురవాణి సౌజన్యరావు దగ్గరికి వచ్చినపుడు వేశ్య జాతిపట్ల ఆయనకు గల అభిప్రాయాన్ని తెలుసుకోవడానికి ప్రయత్నిస్తుంది. “వేశ్యలను పాటకు పిలవకపోతే వాళ్ళు బ్రతకడ మెలాగండీ” అని మధురవాణి అడిగిన ప్రశ్నకు “పెళ్లి చేసుకుంటే సరి, వేశ్యలు విద్య నేర్చుకొని యితర వృత్తుల వల్ల సత్కాలక్షేపము చెయ్యరాదా” “అని ఎదురు ప్రశ్నవేస్తాడు. “ వేశ్యజాతి చెడ్డది కావచ్చు గాని తాము సెలవిచినట్లు చెడ్డలో మంచి వుండకూడదా, మంచి ఎక్కడ ఉన్నా గ్రాహ్యం కదా” అన్న మధురవాణి మాటల్లో అప్పారావు గారికి స్త్రీల పట్ల ఉన్న గౌరవభావం కన్పిస్తుంది.

వివాహం జీవితంలో చాలా ముఖ్యమైన ఘట్టం. స్త్రీ పురుష లిద్దరికీ సమాన ధర్మాన్ని బోధిస్తుంది. ఒకరితో ఒకరు కలిసి జీవితాన్ని పంచుకోవడమే వివాహ వ్యవస్థ అంతరార్థం. అయితే హిందూ వైవాహిక వ్యవస్థలో కొన్ని విషయాలలో ఇద్దరికీ సమానమైన హక్కులు లేవు. గురజాడ వారు ఈ విషయాన్ని గురించి ఇరవైవ శతాబ్దం తొలిరోజుల్లోనే దూరదృష్టితో అన్న మాటలు మనకు ఆశ్చర్యాన్ని కలిగిస్తాయి.

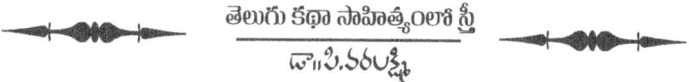

"వివాహ వ్యవస్థ పురోగతికి దోహదం చేసిందన్న మాట నిజమే. వివాహబంధాన్ని తెంచుకోరాదనే నియమం చెప్పనలవిగాని కన్నీటిగాథలకు కారణం. ఈ సత్యాన్ని మనమెవరూ విస్మరించలేము." (గురజాడ రచనలు: లేఖలు)

"మగడు వేల్పు అన్నది పాతమాట, ప్రాణమిత్రుడు" అని భార్యా భర్తల మధ్య హెచ్చుతగ్గులకు అవకాశం లేదని స్నేహం బంధం ఉండాలని అంటారు గురజాడ.

వివాహితులైన స్త్రీల సమ్యస్యలను గురజాడ తన కథలలో చిత్రించాడు. దిద్దుబాటు కథలో వేశ్యాలోలుడైన భర్తకు గుణపాఠం నేర్పి తనకాపురాన్ని చక్కదిద్దుకున్న కమలిని పాత్ర కన్పిస్తుంది. మెట్టిల్డా కథలో నాయిక మెటిల్డా జీవితం భరించలేని విషాదం. భర్త ముసలిపులి. అనుమానం మనిషి. ఈ బంధం నుంచి ఎగిరిపోవడానికి ఎన్నో ఇబ్బందులు. ఇలాంటి పరిస్థితులలో సంఘంలోని కట్టు బాట్లకు లొంగి దుర్భరంగా బతుకుతున్న దయనీయమైన స్త్రీల జీవితానికి ప్రతినిధి మెటిల్డా, ఆర్థిక స్వాతంత్ర్యం లేని స్త్రీల కన్నీటిగాథలకు ఆమె ప్రతినిధి.

ఆధునిక తెలుగు సాహిత్యంలో సమాజానికి సంబంధించిన వివిధ సమస్యల్ని మానవతా దృక్ఫథంతో పరిశీలించిన మొదటి కవిగురజాడ. గురజాడ వ్యక్తిత్వంలో మనకు కనిపించే విశిష్ట లక్షణం అతని ఆలోచనా శక్తి. స్త్రీల పురోగమనానికి, ఆమె సమాజంలో గౌరవంగా జీవించదానికి, సమాజ పరంగా రావలసిన మార్పును గురజాడ తన రచనలలో సూచించాడు. ఇరవై శతాబ్దం ప్రారంభంలోనే స్త్రీల పట్ల గురజాడ వెలిబుచ్చిన విప్లవాత్మకమైన భావాలు మనకు ఆశ్చర్యాన్ని కల్గిస్తాయి. అయితే ఇరవై ఒకటో శతాబ్దంలో కూడా ఏమున్నది గర్వకారణం. మహిళలపై అత్యాచారాలు, వరకట్న హత్యలు ఆత్మహత్యలు. ఈ సామాజిక పరిస్థితులలో మార్పు రావాలి. గురజాడ దృష్టి ఏమంటే "ఆధునిక మహిళ చరిత్రను తిరగరాస్తుంది.." "స్త్రీలు మేలుకోవాలి ఎదిరించాలి, తిరగబడాలి, మహాశక్తిగా ఎదగాలి,ఆడది ఆదిపరాశక్తి అని నిరూపించాలి".

అబ్బూరి ఛాయాదేవి తన మార్గం కథల్లో స్త్రీ

డా॥ డి. జ్యోతమ్మ, డా॥ డి. ఉదయ కుమారి

తెలుగు సాహిత్యంపై అనేక ఉద్యమాల ప్రభావం ఉంది. ఒక నిర్దిష్ట లక్ష్యాన్ని సాధించటం కోసం ప్రారంభమయ్యేదే ఉద్యమం. సామాజిక ప్రయోజనమే లక్ష్యంగా చేసుకుని, మార్పుకోసం తన ఉనికిని చాటుకునేదే ఉద్యమం. ఉద్యమాలనే మనం వాదాలుగా కూడా పిలుచుకుంటాం.

మన తెలుగు సాహిత్యం అనేక ఉద్యమాలను చవిచూసింది. మన తెలుగు సాహిత్యంలో చలం వంటి మహామహులు స్త్రీ చైతన్యం, స్త్రీ సమస్యలపై ఆనాడే రచనలు చేశారు. చలం తన రచనల్లో ఆధునికమైన భావాలకు అద్దం పట్టాడు. స్త్రీ స్వేచ్ఛ మొదలైన అంశాలపై దృష్టి సారించాడు. తరువాత కొడవటిగంటి కుటుంబరావు కూడా అనేక విషయాలపైన ముఖ్యంగా స్త్రీకి సంబంధించి చర్చచేశారు. 1970లో అమెరికాలో తలెత్తిన తీవ్రధోరణి స్త్రీ విముక్తి పోరాటాలకు కారణమైంది. తరువాత ఆంగ్లంలో ఫెమినిజమ్, తెలుగులో స్త్రీవాదంగా రూపుదిద్దుకుంది.

ఆర్థిక, సాంఘిక, రాజకీయ రంగాలను మలుపు తిప్పే ఒక మార్గంగా మనం స్త్రీవాదాన్ని భావించడం జరిగింది. స్త్రీలను దోపిడీ నుంచి విముక్తి చేసే ఒక సిద్ధాంతంగా దీన్ని పరిగణించడం జరిగింది. 1980లో స్త్రీవాదం బాగా బలపడింది. స్త్రీల అస్తిత్వవాదమే స్త్రీవాదంగా రూపుదిద్దుకున్నది.

తనమార్గం - కథలు

స్త్రీల సమస్యలు, స్త్రీలలో వచ్చిన చైతన్యం ఇవన్నీ కలిపి తన మార్గం కథల్లో అబ్బూరి ఛాయాదేవిగారు మనముందుంచారు.

తెలుగు సాహిత్యలోకానికి ఆభరణం అబ్బూరి ఛాయాదేవి. 1952లో అనుబంధం కథతో ఛాయాదేవిగారి కథాప్రస్థానం మొదలైంది. ఆమె జీవిత

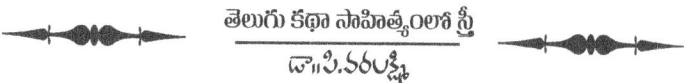

సందర్భం మధురంగా గుభాళిస్తుంది. ఆమె జీవితంలాగే ఆమె కథ కూడా. ఆమె జీవనమార్గం,ఆమె కథ ఒకటే పంథాలో సాగిపోతాయి. తనదైన శైలి ఆమె కథకు ప్రాణమని చెప్పడం అతిశయోక్తి కాదు.

స్త్రీల పట్ల గౌరవం, అభిమానం, వారి జీవితాలపై బాధ్యత ఈమె కథల్లో స్పష్టంగా గోచరిస్తాయి. నిర్దిష్టమైన వీరి కథలు సామాజికంగా, కుటుంబ పరంగా స్త్రీ, పురుష సంబంధంలోని అసమానతల దృష్ట్యా ఆలోచింప జేస్తాయి. వీరి ప్రతి కథలో స్త్రీపై రచయిత్రి బాధ్యతను గుర్తుచేస్తుంది. స్త్రీ సంఘర్షణే ధ్యేయంగా మలచిన ప్రతి కథ పాఠకుణ్ణి ఆలోచనా స్రవంతిలోకి జారుస్తుంది. వాస్తవ జీవన గమనం మనకు గోచరిస్తుంది.

వీరి కథలు ఇంగ్లీషు, హిందీ, కన్నడ, తమిళ, మలయాళ, మరాఠీ భాషల్లోకి అనువదించ బడ్డాయి. కె. లలిత సంపాదకత్వం వహించిన భారతీయ రచనల ఆంగ్ల ఆంథాలజీ 'ఉమెన్ రైటింగ్ ఆఫ్ ఇండియా-600 బి.సి.' ఉంది. ప్రజెంట్‌లో వీరి 'శ్రీమతి-ఉద్యోగిని' కథను చేర్చారు. సోనియాగుప్త, ఫ్రాన్సిస్కామోన్‌ట్రెజ్ సంపాదకత్వంలో 'లివోష్' అనే స్పానిష్ కథా సంకలనంలోకి 'బోన్ సాయ్ బ్రతుకు' కథ అనువాదమైంది. ఆంగ్ల కథా సంకలనాలు 'ఎ సదరన్ హార్వెస్ట్' లో 'ఉడ్ రోజ్', 'అయోని అండ్ అదర్‌స్టోరీస్' లో 'బోన్‌సాయ్ బ్రతుకు' ప్రచురింపబడింది.

అబ్బూరి ఛాయాదేవిగారు స్త్రీ సమస్యలపైన ఈ తనమార్గం కథల సంపుటిని వెలువరించారు. ఈ కథల్లో స్త్రీలకు ఎదురయ్యే అనేక సమస్యలను చెబుతూ వాటికి కొన్ని పరిష్కారాలను కూడా సూచించారు. రచయిత్రి ఎక్కడా రాజీపడకుండా తను చెప్పాలనుకున్నది. పాఠకులకు చెప్పడంలో సఫలీకృతులైనారని చెప్పవచ్చు. అంతేకాకుండా స్త్రీకి సంబంధించిన ఏ విషయాన్నీ వదలకుండా చెప్పారని చెప్పవచ్చు.

'ప్రయాణం కథ'లో స్త్రీ మనస్సు గురించి స్త్రీ జీవితంలో జరిగే సంఘటనలు, ప్రేమ మొదలైన అంశాల గురించి చర్చిస్తుంది. "మీరు శరీర పారిశుద్ధ్యం ఆత్మవంచన అంటూ చాలా మాటలు వాడారు. అసలు పారిశుద్ధ్యం అంటే ఏమిటి? శరీరాన్ని నిర్బంధంలో పెట్టినంత మాత్రాన పరిశుద్ధంగా ఉన్నట్లేనా? మనస్సు మాటేమిటి? మనస్సులోని ఆలోచనలు పరిశుద్ధంగా ఉంచగలరా? ఏదో బలీయమైన కారణాంతరాల వల్ల బ్రహ్మచర్యం అవలంభించినంత మాత్రాన నేను బ్రహ్మచారినా".

స్త్రీ జీవితాన్ని నిశితమైన చూపుతో బేరీజు వేసి తనపై తాను ఆత్మ విశ్వాసాన్ని కలిగి, వచ్చే ప్రతి సమస్యనూ అంచనా వేసి సమస్యను పరిష్కారాన్ని ఎదుర్కొనే విధానాన్ని, మగవారి నైజాన్ని తెలుపుతూ వారిలో మానవతా మూర్తులుంటారనే విషయాన్ని తెలుపుతూ జీవన గమనంలో స్త్రీకి ఎదురయ్యే అనుభవాలు ఆమెను మానసికంగా శారీరకంగా ఎంత ఒత్తిడికి గురిచేస్తాయో చెప్పేదిశగా ఈ కథ సాగుతుంది. రచయిత్రి తన అనుభవాలను, ఆలోచనలను, అనుభూతులను కథల రూపంలో జీవిత పార్శ్వాలను స్పృశించారు.

'ఉపగ్రహం' కథలో స్త్రీ పడే మానసిక వేదనను చర్చించారు. స్వీయ వ్యక్తిత్వాలను నిలబెట్టుకునే కథలుకూడా రాశారు రచయిత్రి. స్త్రీ సమానత్వంపై చర్చ జరిగిందీ కథలో. కుటుంబంలో తెలియని హింసాత్మక వాతావరణాన్ని చిత్రించిందీ కథ. స్త్రీ పై తెలియకుండానే జరిగే హింస, అమలవుతున్న నిర్లక్ష్య ధోరణిని గురించి చెబుతుందీకథ. వైవాహిక సంబంధాల వలన ఒక్కటిగా ఉన్నప్పటికీ పితృస్వామిక వివక్ష కొనసాగుతూనే ఉందన్న నిజం అబ్బూరివారి కథల్లో ప్రకటితమైంది. స్త్రీలు అణచివేతకు గురికాబడుతున్న వర్గం. తమ ప్రయోజనాలు తీరడానికి తాము ఉపయోగించే ఒకానొక సాధనం స్త్రీ. వారి అహం సంతృప్తి చెందడానికి వాడబడే పరికరం స్త్రీ. అవసరం, మనసుకు గాయం వెరసి స్త్రీ మనుగడ, స్త్రీలపై చూపించే వివక్ష కుటుంబ వ్యవస్థలో ఇంకా

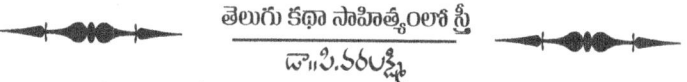

కొనసాగుతూనే ఉంది. స్త్రీ ఎలా ఉండాలి ఎలా ఉండకూడదో కూడా సమాజమే నిర్వచించింది. కానీ ఈ విధానాలు మారాలి. స్త్రీకి స్వతంత్ర ప్రతిపత్తి ఇవ్వాలి. కుటుంబ అధికార స్వభావం మారాలి.

సుఖాంతం కథ స్త్రీ అనుభవాలను, భౌతిక, మానసిక స్థితిగతులను అభివ్యక్తం చేస్తుంది. రచయిత్రి నిర్మాణ కౌశలం స్పష్టమైందీ కథలో. రోజువారీ జీవితంలో కనిపించే స్త్రీల సమస్యల చిత్రణ, నిరాశా వాతావరణంలో ఎదుర్కొనే ధైర్యసాహసాలను స్త్రీకి కల్గించడం, బానిసత్వాన్ని వారికి దూరం చెయ్యడం మొదలైన అంశాలను ఈ కథలు వ్యక్తం చేస్తున్నాయి. సహజత్వానికి దగ్గరగా సామాజిక రుగ్మతలను చర్చిస్తూ ఉన్న కథలు ప్రత్యేకతను అపాదించుకున్నాయి. పురాషాహంకార ధోరణి కూడా పోవాలనే ఆరాటం వీరి కథల్లో కనిపిస్తుంది. మూన్నాళ్ళముచ్చట కథలో మూఢాచారాలపై ధ్వజమెత్తారు. మూఢ నమ్మకాలు స్త్రీ మానసిక, శారీరక స్థితిగతులను మార్చే విధానం ఈ కథలో వ్యక్తం చెయ్యబడింది.

విశిష్టమైన అభివ్యక్తి, వస్తువైవిధ్యం, గొప్ప శిల్పం ఇవన్నీ వీరి కథల్లో వ్యక్తమవుతాయి. 'తనమార్గం' కథాసంపుటి స్త్రీల సమస్యల్ని వెలుగులోకి తెచ్చింది. నిరాశా వాతావరణాన్ని ఛేదించి పరిష్కార మార్గాలను చూపించిందీ తనమార్గం కథ. బానిసత్వాన్ని భూస్థాపితం చెయ్యడం ధైర్యసాహసాలు స్త్రీకి కల్గించే విధంగా పరిష్కార మార్గాన్ని నిర్దేశించే కథలు సమాజానికి చాలా అవసరం.

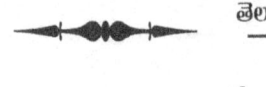

ఈ రాధేనా?కథ -మహిళ

డా॥డి.వేలాయుధం

ఎల్లాప్రగడ సీతాకుమారి రచించిన ఈ రాధేనా?! అనే కథానిక తెలంగాణ తొలితరం కథల్లో ఒకటి. ఈ కథానికను ఇంటర్మీడియట్ విద్యార్థులకు పాఠ్యాంశంగా పెట్టారంటే ఈ కథానికను గురించి వేరే చెప్పనక్కర్లేదు. ఈ కథ ఇంటర్మీడియట్ విద్యార్థులకు మాత్రం పరిమితం కాకూడదన్నదే నా ఉద్దేశం. మేనమామనే పెళ్ళి చేసుకోవాలన్న రాధ తపన మడికట్టుకుర్చుంటే నెరవేరిందికాదు. తాను అనుకొన్నది సాధించింది. సౌందర్యంతో కాదు సౌశీల్యంతో. మనిషికి అందం ముఖ్యంకాదు ఆదర్శమని, అనుకున్నది సాధించాలంటే అనుక్షణం శ్రమించవలసిన అవసరం ఉందని ఉత్తమ ఆలోచనలు, ఉత్తమ భావాలు ఎప్పటికైనా ఉన్నత స్థాయిలో చేరుస్తాయని చెప్పడమే కాకుండా అవసర నిర్ణయాలకు స్త్రీలు ఏ మాత్రం చోటివ్వకుండా ఓర్పుతో నేర్పుగా వ్యవహరించి అనుకొన్నది సాధించాలన్నది ఈ రాధ ఆలోచన. ఈ విషయం ఈ కథలో నిరూపణ అవుతుంది.

కంటికి కనిపించే బాహ్య సౌందర్యం కంటే అంతర సౌందర్యం ఎంత గొప్పదో ఈ రాధ నిరూపించింది. నిజమే. బొట్టు, జుట్టు, కట్టు వీటన్నింటి కంటే విద్య, వినయం, శీలం ఎంత గొప్పవో రాధ పాత్ర ద్వారా రచయిత్రి తెలియజేసింది. ఈనాటి సినిమాలు, సీరియళ్ళలో లాగా స్త్రీ మూర్తులను పగ, ప్రతికారం, కుట్ర, కుతంత్రం, ఈర్ష్య, ఆసూయ, ద్వేషాలతోనే కాకుండా ఉన్నతమైన భావాలతో కూడా తమని చూసి ఈసడించుకొనేవారిని బుసకొట్టేవారిని కూడా మంచితో, మానవత్వంతో ఎలా మమేకం చేసుకోవచ్చో రాధ నిరూపించింది. ఇలా ఈ రాధ లాంటి రాధలు సమాజానికి అవసరం. మందహాసంతో, మాటలతో, సుకుమారంతో, చక్కదనంతో ఎదుటి వ్యక్తిని ఎలా నొప్పించకుండా మెప్పించిందో ఈ వ్యాసంలో తెలుస్తుంది.

రాధకు పదహారు సంవత్సరాలు. ఆమె పెద్ద సౌందర్యవతి కాదు. ఆమె చామనఛాయ, సామాన్యమైన పొడవు, పల్చని చంపలు, ముందుకు కొద్దిగా

వాలిననుదురు కలిగి చూడడానికి సామాన్యంగా కనిపిస్తుంది. ఆమె కళ్లు పెద్దవికావు. కాని నల్లగా తీక్షణంగా ఉండి వసీకరణ శక్తితో ప్రకాశిస్తూ ఉంటాయి. రాధ రాజారావు దగ్గరకు వచ్చి తాను ఇబ్బందుల్లో ఉన్నానని పురుషుని సహాయంకావాలని చెప్పింది. రాజారావు సంఘ సేవకుడు రాధకు సహాయం చేయడానికి సిద్ధపడ్డాడు. రాజారావు రాధ ఎవరనే విషయాన్ని గుర్తించకనే సహాయం చేయడానికి సిద్ధపడేటట్లు చేసింది.

తనను ముసలివానికి ఇచ్చి పెళ్ళిచేయడానికి తనవారు నిశ్చయించారని తాను తప్పించుకువచ్చానని అబద్ధం చెప్పి రాజారావుని నమ్మించింది. రాజారావుతో షాదు నగరానికి బయలుదేరే సమయంలో తనకు తెలిసిన ఒక వ్యక్తి వస్తున్నాడని రాజారావు భుజాలు చాటున దాక్కొని తొందరపెట్టి తమతో పాటు రైలెక్కించింది. రాధ కోరికపై రాజారావు రాధతో షాదు నగరానికి బయలుదేరినాడు. రైలు ప్రయాణంలో రాధ చురుకుదనం రాజారావును ఆకర్షించింది.

రైలు ప్రయాణంలో రాధ చురుకుగా, చొరవగా రాజారావుతో చనువుగా మసిలింది. షాదు నగరంలో రాధ, రాజారావుతో ఒకింట్లో దిగింది. పెళ్ళిముహూర్తం దాటిపోయేవరకు తనతో వుండమని రాధ రాజారావును కోరింది. రాధ తన నడతతో రాజారావును ఆకర్షించింది. రాధ మాటల్లో జాగ్రత, నడత, అనురాగం, వినయవిధేయత రాజారావుకు కనబడ్డాయి. రాధ చేసిన వంట, కాఫీ, పలహారాలు రాజారావుకు బాగా నచ్చాయి.

రాజారావు ఊరంతా తిరిగి వచ్చేసరికి రాధ తలంటుకొని పట్టుచీర దరించి పారిజాతం చెట్టుకింద కూర్చోనుంది. జడవేసుకుంటూ, మందహాసంతో రాజారావును ఆహ్వానించింది. రాధ తాను కలలు కన్నంత అందగత్తె కాకపోయినా ఆ చక్కదనం చాలని రాజారావుకు అనిపించేట్లు చేసింది. మరునాడు రాధ రాజారావుతో ఆ ఊరిలోని కొండగుట్ట పై షికారుకు వెళ్ళితే అక్కడ రాధ అందాలు, చిలిపి ప్రవర్తన, గాలికి రేగుతున్న రాధ జుట్టు, జడలో జారుతున్న పువ్వులు, అలసటతో వున్న రాధ ముఖం, రాజారావులో తియ్యని భావాలు రేపాయి. రాధ చలాకీతనం రాజారావుకి నచ్చింది. తనను పెళ్ళాడడం ఇష్టమేనా? అని రాజారావు

రాధను ప్రశ్నించాడు. ఇప్పటికైనా తానంటే ఇష్టమైతే, తనకూ ఇష్టమే అని రాధ వ్యంగ్యంగా చెప్పింది. రాధ రాజారావులు ఏకమయ్యారు.

రాధ రాజారావుతో హైదరాబాదు బయలుదేరింది. రాధ తండ్రి సోదరుడు వారికి స్వాగతం పలికారు. రాజారావు ఆశ్చర్యంతో నిలిచాడు. కారణమేమో చూద్దాం. రాధ రాజారావు మేనమామ కూతురు. రాధను పెళ్ళి చేసుకోమని, తల్లిదండ్రులు, మేనమామ అడిగినా రాధ అందగత్తె కాదని రాజారావు రాధను పెళ్ళిచేసుకోవడానికి చిన్నప్పుడెప్పుడో కాదన్నాడు. రాధ పెద్దయ్యాక తన సౌశీల్యంతో తన బావను తనవాణ్ణి చేసుకుంది. రాజారావుకు రాధ తన మేనమామ కూతురని తెలిసింది. రాధను పెళ్ళాడకపోతే తానెంతో నష్టపోయేవాడినని రాజారావు అనుకున్నాడంటే రాధ వ్యక్తిత్వం అంత గొప్పదన్నమాట. సౌందర్యంకన్నా సౌశీల్యం మిన్న అని రాధ నిరూపించింది. ఎలాగైనా తన భావ రాజారావునే పెళ్ళాడతానని పట్టుపెట్టి అందుకు తన వారిని ఒప్పించి, రాధ తన బావ రాజారావుని పెండ్లాడడం జరిగింది.

రాజారావు అఖిలాంధ్ర కథల సమ్మేళనానికి తన కథనే రాసిపంపేటట్లు చేసిన ఈ రాధ కథ ప్రశంసనీయం. చదువుంటే చక్కదనం ఉండదు, చక్కదనం ఉంటే చదువుండదు. ఈ రెండూ వున్నా చలాకీతనం ఉండదని రాజారావు అభిప్రాయాన్ని రాధ చరచివేసింది. రాజారావుతో తొలి సంభాషణల్లోనే కట్నకానుకలు ఆశించని వారిని పెళ్ళిచేసుకుంటానని ముందుగానే హెచ్చరించిన స్త్రీ ఈ రాధ. కాలేజీలో చదివే యువకులు కట్నకానుకలు ఆశించని వారెవరన్నా ఉన్నారా అని వరకట్న సమస్యను ప్రశ్నించిన స్త్రీ.

తెలుగు యువతలంటే రాజారావులాంటి పురుషులకు గౌరవాన్ని తెప్పించి, పెళ్ళంటే వికారం కలిగిన రాజారావుకు పెళ్ళి ఆశ పుట్టించి, ఆడదంటే అబలకాదు సబల అని నిరూపించిన స్త్రీ ఈ రాధ. ఆమె అంత చనువుగా బయటి ప్రదేశానికి ఒంటరిగా పోవడానికి కారణం రాజారావు వ్యక్తిత్వం, మేనరికం. ఆడది ఆవేశానికి మారు కాదు, ఆలోచనకి ప్రతిబింబంగా నిలిచిన ఈ రాధ ఉత్తమ ఇల్లాలే.

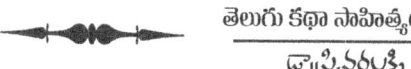

చిలుకూరి దేవపుత్ర కథలు- స్త్రీ పాత్రల చిత్రణ

డా॥ ఆవుల శ్రీరామకుమార్ యాదవ్

కథల్లోగానీ, నవలల్లో గానీ రచయిత తాను చెప్పదలచిన అంశాన్ని స్పష్టంగా చెప్పడానికి ఆధారం పాత్రలే. ఆ పాత్రలు నిజజీవితానికి ప్రతిబింబంగా ఉండే కథలు, నవలలు పాఠకుల హృదయాలను ఆకట్టుకుంటాయి. ఆ దృక్పథంతోనే ప్రతి రచయితా ఆలోచించడం వల్ల కథానిక (కథ)లోగానీ, నవలలోగానీ చిత్రితమయ్యే జీవితం వాస్తవికతకు చాలా దగ్గరగా ఉంటుంది. సమకాలీన సమాజాన్ని, మానవ సంస్కారాన్ని, మనస్తత్వాన్ని సమర్థవంతంగా చిత్రించగలిగిన ప్రక్రియలుగా నవల, కథానిక బహుళ ప్రజాదరణ పొందాయి. వీటిలోని ఇతివృత్తాన్ని వెన్నెంటి ఉండేవి పాత్రలు. అవి స్త్రీ, పురుష, పిల్లల పాత్రలు ఏవైనా కావచ్చు. ఇతివృత్తానికి, పాత్రలకు అవినాభావ సంబంధం ఉంటుంది.

కథ ఎలాగైతే ప్రత్యేక లక్షణాల్ని కల్గి ఉంటుందో, కథలోని పాత్రలు కూడా కొన్ని ప్రత్యేక నియమాలతో నడుస్తాయి. సుదీర్ఘ సంభాషణలు, పాత్రలు ఎక్కువ సేపు కథలో ఉండటం సాధ్యం కాదు. ఈ విషయాల్ని చిలుకూరి దేవపుత్ర తన కథల్లో ఎంతో నేర్పరితనంతో చూపించాడు.సమాజ నిర్మాణంలో పురుషుని పాత్ర ఎంత ముఖ్యమైందో స్త్రీ ప్రాధాన్యం కూడా అంతే ఉంది. స్త్రీ స్వభావం పురుషుల స్వభావం కన్నా కొంత భిన్నంగా కన్పిస్తుంది. ఆ విషయం దేవపుత్ర కథల్లో కూడ స్పష్టంగా కన్పిస్తుంది. దేవపుత్ర రచించిన కథలన్నీ సమాజంలోని పలు సమస్యలను ప్రతిబింబింపజేస్తున్నాయి. కొన్ని కథల్లోని స్త్రీ పాత్రలను మాత్రమే ఈ వ్యాసం రేఖామాత్రంగా చర్చిస్తుంది. అది కూడ ఈ వ్యాస పరిధికి మించినదే.

1.శారద: 'ఏకాకి నౌక చప్పుడు' కథలోని ప్రధాన స్త్రీపాత్రలలో ఈమెది చెప్పుకోదగ్గ పాత్ర. భర్త ఆరోగ్యం సరిలేనప్పుడు భార్యగా పడే ఆవేదన, పిల్లల ఇబ్బందులను చూసి తల్లిగా పడే బాధ ఈమెలో వ్యక్తమవుతాయి. భర్తకు జబ్బు చేసి ఆసుపత్రిలో

ఉండగా శారద భార్యగా తాను చేయగలిగిన సేవలన్నీ చేసింది. మనవళ్లు, మనవరాండ్లు వచ్చిన తర్వాత వాళ్లతో శారద కాలక్షేపం, వాళ్లు అండగా ఉంటారన్న ఆశ, వాళ్ళు వెళ్లిన తరువాత తాను ఏకాకినవుతానన్న బాధ ఆమె మనసులో ఉంటాయి. నేటి స్త్రీ మనస్తత్వానికి శారద నిదర్శమని చెప్పకతప్పదు.

2.ప్రమీల: 'ప్రేమలేఖ' కథలో ప్రధాన స్త్రీ పాత్ర ఈమెది. ఊరికి వెళ్లిన తరువాత భర్త వేళకింత తింటున్నాడో లేదోనని ఆరోగ్య విషయంలో జాగ్రత్తగా ఉండాలన్న ఆవేదన ఈమెలో వ్యక్తమవుతుంది. ప్రేమ, ఆత్మీయత, అనురాగాలకు ప్రతీకగా ప్రమీల కనిపిస్తుంది. భర్త ఉత్తరాన్ని మార్చి రాయడం ఎన్నో అనర్థాలకు దారితీసింది. భర్త మనసులో వేరొక స్త్రీ ఉన్నట్టు తలచుకొని స్త్రీ పడే ఆవేదన ప్రమీలలో కనిపిస్తుంది. ఈ పాత్ర నేటి సగటు స్త్రీ మనస్తత్వానికి అద్దం పడుతుందనడంలో సందేహం లేదు.

3.దుర్గ: 'వంకరటింకర ఓ!' కథలో ఈమెది ప్రధాన స్త్రీ పాత్ర. ఈమె ఓపిక గల స్త్రీ. దుర్గ భర్త ప్రకృతివైద్యం, ఆయుర్వేదం, హోమియోపతి, అల్లోపతి, యునాని, ఆకుపంక్చర్ వైద్యం అంటూ వైద్యం పేరుతో తననూ, తన పిల్లలను పెట్టే బాధలను భరిస్తూ వచ్చిన ఓ మంచి ఇల్లాలు. పుట్టింట్లో ఓ పదిరోజులు ఉండాలనుకొని వెళ్ళి పిల్లలు రాసిన ఉత్తరం చూసిన వెంటనే తిరిగి వచ్చేసిన ఈమె వైనాన్ని చూస్తే ఈమె మంచి తల్లిగా మనకు కనిపిస్తుంది. భర్త లేని జబ్బుల్ని ఉన్నట్లుగా ఊహించుకొని డాక్టర్లకు వృథాగా ఖర్చు పెడుతూ ఉంటాడు. అనవసరమయిన అనుమానాలతో అందరినీ ఇబ్బంది పెడుతున్నారని సలహా ఇచ్చినా మార్పురాని భర్తను చూసి దుర్గ నిస్సహాయురాలిగా చూస్తూ ఊరుకుంటుంది. చివరికి కూతురికి కూడా అదే పిచ్చి పట్టడంతో ఈమె ఏమీ చేయలేక ఉండిపోయిందే తప్ప భర్తను పల్లెత్తు మాటకూడ అనలేదు. మంచి తల్లిగా, ఉత్తమ ఇల్లాలుగా భర్తమాటకు ఎదురు చెప్పని స్త్రీ మూర్తిగా దుర్గ పాత్ర రూపొందింపబడింది.

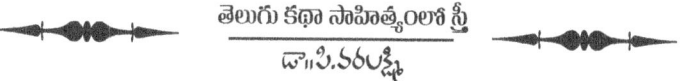

4.కావ్య: 'ఆపద్ధర్మం' కథలో ఈమెది ప్రముఖ స్త్రీ పాత్ర. ఈమె మధుసూదన రావు పెద్ద కుమార్తె. తండ్రి స్వార్థానికి బలైపోయిన నిస్సహాయురాలు కావ్య. కావ్యకు పెళ్లి చూపులు ఏ ఇరవయ్యోసారో అంటే మామూలు ఆడపిల్లలాగా ఈమె కూడా ఎంతో బాధపడేదని అర్థమవుతుంది. సంసారాన్ని పోషించే మహిళగా, తండ్రి స్వార్థానికి బలయిపోయిన వ్యక్తిగా కథలో కావ్య పాత్ర చిత్రీకరింపబడింది.

5.మల్లెల పులమ్మ: 'కాంపెన్ సేషన్' కథలోని ప్రధాన స్త్రీ పాత్ర ఈమెది. ఈమె మల్లెల పుల్లయ్య భార్య. పుల్లమ్మకు గల కొంత భూమిని ప్రభుత్వం స్వాధీనం చేసుకోవడంతో ఈమె భర్త పుల్లయ్య కాంపెన్‌సేషన్ తీసుకోవడానికి అర్జీలు పెట్టి మరణిస్తాడు. అతని భార్యగా తన ప్రయత్నాన్ని ఈమె వదలలేదు. దీన్ని బట్టి చూస్తే మల్లమ్మ పౌరుషం అర్థమవుతుంది. కాంపెన్ సేషన్ కోసం ఆఫీసుల చుట్టూ తిరిగి సర్టిఫికేట్లు తీసుకొని వచ్చినా రాబోయేది రూ. 98. 50పైసలు. ఇంకా ఖర్చు పెట్టవలసింది 300/-లు అని తెలిసి ఈమె తనకు రావలసిన మొత్తాన్ని ప్రభుత్వ ఖజానాకే జమచేయమని కోరింది. దీన్ని బట్టి చూస్తే ఈనాటి ప్రభుత్వ పాలనా విధానాన్ని బాగా అర్థం చేసుకున్న స్త్రీగా మల్లమ్మ కన్పిస్తుంది.

6.ఓబుళమ్మ: 'మన్ను తిన్న మనిషి' కథలో ఓబుళమ్మ రామచంద్రుడి భార్య. పట్నంలో ఇంత చోటు కొనుక్కొని ఇంటి బాడుగ తగ్గితే కొంత మెరుగయిన జీవితం ఉంటుందని ఆలోచించిన ముందు చూపుగల స్త్రీ ఈమె. ఊరిలోని భూమిని అమ్మితెమ్మని భర్తతో కొట్లాడి చివరకు అతన్ని ఒప్పించగలిగింది ఓబుళమ్మ.

మామ చెన్నప్ప భూమిని అమ్మనని తెగేసి చెప్పడంతో ఈమె మామతోనూ పోరుకు దిగింది. ఇరుగు పొరుగు కలగజేసుకొంటే వాళ్లను కలగజేసుకోవద్దని భూమి అమ్మించేందుకే సిద్ధపడింది. అది నచ్చని మామ ఎటో వెళ్ళిపోగా అతడు తిరిగి వస్తాడులే! అని అనుకోకుండా బాధ్యతతో ఓబుళమ్మ రాత్రికి రాత్రే అంతా వెతికించింది. అంటే మామపై ఓబుళమ్మకు గల ఇష్టం ఇక్కడ విదితమవుతుంది.

7.సుజాత: 'తోడు' కథలో చోటు చేసుకున్న ప్రధాన స్త్రీ పాత్ర ఈమెది. సుజాత అనిమల్ హస్బండరీ శాఖలో పనిచేస్తుంది. ఈమె భర్త రామ్మూర్తి. ఇతడు ఉంచు కున్నదాని తళుకు బెళుకులకు లొంగిపోయి సుజాతకు విడాకులిచ్చిన మనిషి. రాజారాం తోటి పరిచయం ఈమెకు స్నేహంగా మారింది. అతడు రోజూ వచ్చి వెళుతుంటే ఈశ్వరమ్మ మందలించడాన్ని చూసిన సూజాత ఏమీ అనలేకపోయింది. దీన్ని బట్టి చూస్తే ఉన్న ఒక్క స్నేహితుడు కూడా దూరమవు తున్నాడన్నా బాధ, సంఘానికి కట్టుబడాలన్న భావన రెండూ సుజాతలో ఉన్నట్లు తెలుస్తుంది.

రాజారాం తనను పెళ్ళి చేసుకుంటాననగానే సుజాత 'మీది తొందరపాటు నిర్ణయం' అని మాట్లాడబోయింది. దీన్ని చూస్తే సుజాత మంచితనం తెలియవస్తుంది. పెళ్లి తరువాత రాజారాం మూడు రోజులు కనిపించకుండా ఎక్కడికెళ్లాడో తెలియక పోవడంతో ఈమె పడిన బాధ భార్యకు భర్తపైగల ప్రేమను తెలియజేస్తుంది. ఈ పాత్ర నేటి సమాజానికి అవసరమయిన పాత్ర భర్తకు దూరమయిన ఇల్లాలుగా, భర్త కనిపించకపోతే బాధపడే మహిళగా సుజాత పాత్ర చిత్రీకరింప బడింది.

8.వరాలు: 'నాయిన రాడా!' కథలోని ప్రధాన స్త్రీ పాత్ర ఈమెది. వరాలు మంచి తెలివయిన అమ్మాయి. 'నువ్వుబాగా చదువుకుంటే టీచరువవుతావు' అని సైన్సు టీచరు చెప్పడాన్ని బట్టి చూస్తే వరాలు ఎంత తెలివైందో బోధపడుతుంది.

ఈ విషయాన్ని ఆమె వాళ్ల అమ్మ రంగమ్మకు, అవ్వకు చెప్పిదంటే వరాలు మనసు ఎంతటి ఉత్సాహవంతమైందో తెలుస్తుంది. 'నీకు మీ తమ్ముడికి ముసిలోల్లిద్దరికి కడుపునింపే దెట్లారా?అని నేననుకొంటుంటే నీ దొకటి' అని తల్లి రంగమ్మ చెప్పింది. అందుకు వరాలు తల్లితో' ఇప్పుడు ఈ పదో తరగతి నేను మంచి మార్కులతో పాసవుతాను కదా! హాస్టలో ఉండి ఇంటరు చదువుకొని మంచి మార్కులు తెస్తాను కదా! ఇంకా డైట్ పరీక్షలో మంచి ర్యాంకు వస్తే

టీచరు ట్రైనింగు చేసి వెంటనే డి.ఎస్.సి రాస్తే నాకు ర్యాంకు వస్తుందంట' గ్యారంటీగా టీచరు ఉద్యోగం వస్తుందంట అని వరాలు చెప్పడాన్ని బట్టి చూస్తే చదువుపై ఆమెకు ఉన్న శ్రద్ధ, భవిష్యత్ప్రణాళిక అర్థమవుతాయి.

వరాలతో బాటు బాగా చదివే అమ్మాయి అనసూయ. వాళ్ల నాన్న చనిపోవడంతో ఆమెను ఓదార్చే విధానంలో వరాలు తన పెద్దరికాన్ని కనబరచింది. వరాలు నాన్న తిప్పన్న కూడా చాలా అప్పులు చేసి కొన్ని రోజుల నుండి కనిపించకుండా పోవడంతో వరాలు 'నాయినరాడా?' అని తాత నడిగింది. అతని సమాధానం ఆమెకు తృప్తి నివ్వలేదు. అమ్మ సమాధానం కూడా తృప్తి నివ్వలేదు. చివరకు చదువులేని జీవితం వృథా అనుకొని వరాలు ఉరివేసుకొని చనిపోవడాన్ని బట్టి చూస్తే ఆమె ఎంత సున్నిత మనస్కురాలో అర్థమవుతుంది. చదువు పట్ల మిక్కిలి శ్రద్ధాసక్తురాలుగా, జీవితం పట్ల ప్రణాళిక గల అమ్మాయిగా, సున్నితమయిన హృదయం గల వ్యక్తిగా వరాలు ఈ కథలో చోటు చేసుకుంది.

9.రాధ: 'విలోమం' కథలో కన్పించే ప్రముఖమయిన స్త్రీ పాత్ర ఈమెది. రాధ దళితకులానికి చెందింది. చిన్నప్పటి నుండి చాలా తెలివైంది. సంగీతం బాగా రావడంతో ఈమె పాటలు బాగా పాడేది. రాధ పాటలు విని ఆనందించిన వాళ్ళలో స్టూడెంటు లీడరు జీవన్ కూడా ఒకడు. డిగ్రీ చదివే రోజుల్లోనే ఈమె ఉద్యోగం సంపాదించుకోగలిగిందంటే రాధ ఎంత తెలివైందో తెలుస్తుంది. ఈమె ఉద్యోగాన్ని, తెలివిని చూసి పెళ్లి చేసుకొంటానని చెప్పి ముందుకు వచ్చినవాడు జీవన్. తల్లిదండ్రులు అడ్డు చెప్పకపోవడంతో వాళ్ల పెళ్లి జరిగిపోయింది.

పెళ్లయినప్పటి నుండీ ఎవరు వచ్చినా వాళ్ళతో "మేము ఇంటర్ కేస్టు మేరేజి చేసుకున్నాం ఆమె ఎస్సీ మాల' అని జీవన్ చెప్పినప్పుడు రాధ మనసు కలుక్కుమంటుంది. జీవన్‌లో దళిత ద్వేషం ఉందని ఈమెకు అర్థమయింది. చాలా మందిలాగే జీవన్ కూడా పైకి దళితులను ఉద్ధరిస్తున్నట్లు మాట్లాడి దళితుల్ని

అసహ్యించు కొంటున్నాడని రాధ గ్రహించింది. కొడుకు రోహిత్‌ను పట్టుబట్టి మాతృభాషా పాఠశాలలో చేర్పించింది. పాఠశాలలో రోహిత్‌కు బట్టలు, పుస్తకాలు ఉచితంగా ఇచ్చారని తెలిసి రాధ అక్కడికి వెళ్ళి విచారించింది. స్కూలు వాళ్ళు రికార్డుల్లో పిల్లవానికి ఎస్సీ అని జీవన్ రాయించి ఉండడాన్ని చూసి రాధకు తలదిమ్మెక్కింది.

తెలివైన అమ్మాయిగా, సంగీతంలో ప్రావీణ్యం కలదిగా, సున్నిత మనస్కురాలుగా, పిల్లవాని పట్ల శ్రద్ధాసక్తులుగల మహిళగా రాధపాత్ర రూపొందిచడం విశేషం.

10.పార్వతి: 'అరుగ్లాసులు' కథలో ప్రముఖ స్త్రీ పాత్ర ఈమెది. పార్వతి కుటుంబమంతా ఒకసారి రైల్లో ప్రయాణిస్తుంటుంది.కాఫీలు అమ్మే కుర్రాడు కనిపిస్తే అందరూ కాఫీలు తాగుతారు. ఆ కుర్రాడు మరల ఖాళీగ్లాసులకు రాడు. ఆ కుర్రాడి కోసం పార్వతిపడే ఆవేదన చూస్తే ఈమె ఇతర పిల్లలను కూడా తన పిల్లలుగా చూస్తుందనిపిస్తుంది. కాసేపటికి కాఫీలమ్మే కుర్రాడ్ని పోలీసులు పట్టుకు వెళుతుంటారు. ఈ దృశ్యం పార్వతి చూసి చాలా బాధపడతుంది. దీన్ని బట్టి ఈమె మంచి మనుసున్న మహిళగా కనిపిస్తుంది.పిల్లల పట్ల అభిమానం చూపే వ్యక్తిగా, మంచి మనసున్న మాతృమూర్తిగా పార్వతి పాత్ర రూపొందింపబడడం విశేషం.

11.మల్లమ్మ: 'జీవనమాధుర్యం' కథలో ఈమెది ప్రధానమైన స్త్రీ పాత్ర. ఈమె నరసయ్య భార్య. మల్లమ్మ చుట్టు పక్కల పెద్దోళ్ళ ఇళ్ళలో పనిచేసి కాలం గడుపుకుంటూ ఉంటుంది. భర్త సారా తాగి రావడం మల్లమ్మకు నచ్చదు. మల్లమ్మ నరసయ్యను గట్టిగా అరుస్తుంది. దీన్ని బట్టి మల్లమ్మకు భర్తంటే ప్రాణమని తెలుస్తుంది.ఒక రోజు తుఫాను బాధితుల సహాయార్థం కార్యకర్తలు విరాళాలు సేకరిస్తుంటారు. అదే సమయంలో మల్లమ్మ గుడిసెలోంచి బయటకొస్తుంది.

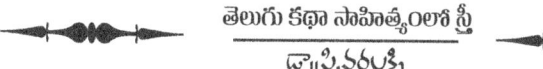

కార్యకర్తలు మల్లమ్మ దగ్గరకెళ్లి విరాళమివ్వమంటారు. మల్లమ్మ కొంగులో ముడేసుకొన్న రెండు రూపాయల కాగితం విప్పి విరాళమిస్తుంది. దీన్ని బట్టి మల్లమ్మకు దానగుణం ఉందని తెలుస్తుంది.

12.సుబ్బులు: 'ఇరుకు' కథలోని ప్రముఖ స్త్రీ పాత్ర ఈమెది. సుబ్బులు చాలా అందగత్తె. ఈమెకు పెళ్ళయి ఓ కొడుకు పుడతాడు. సుబ్బులు భర్త చెట్టుమీద నుండి పడి చనిపోతాడు. పిమ్మట కొడుకు కూడా చనిపోవడంతో సుబ్బులు బాధపడుతుంది. దారి పక్కనే ఉన్న రావి చెట్టు కిందే పిల్లవాడ్ని ఒళ్లో పెట్టుకొని ఏడుస్తుంటుంది. 'నా బంగారు కొండ సచ్చిపోయే గదమ్మా! ఇంగెట్లాగమ్మా నేను బతికేది? అంటూ సబ్బులు బిగ్గరగా ఏడుస్తుంది. దీన్నిబట్టి సుబ్బులుకు కన్న కొడుకు మీద ఎంత ప్రేమ ఉందో తెలుస్తుంది. భర్త పోయిన భార్యగా, కన్నబిడ్డను పోగొట్టుకున్న దురదృష్టవంతురాలుగా సుబ్బులు పాత్ర కథలో చోటు చేసుకొంది.

13.చిట్టి: 'దొంగొచ్చాడు' కథలో చిట్టిది ప్రధాన స్త్రీ పాత్ర చిట్టి శ్యామల కూతురు. ఈమె అమ్మ చెప్పేకథ వింటూ ఉంటుంది. కథలో 'రాజుగారింటికి దొంగకన్నం వేశాడు' అని అమ్మ చెప్పగానే దొంగ ఎలా ఉంటాడమ్మ? అనడాన్ని గమనిస్తే చిట్టికి అనేక విషయాలు తెలుసుకోవాలనే కుతూహలం ఉన్నట్టు కనబడుతుంది. దొంగ ఎలా ఉంటాడో శ్యామల కూతురికి చెబుతుంది.

చిట్టి ఒకసారి ఆడుకొంటుండగా శ్యామల పిలుస్తుంది. అప్పుడు రావడంలేదని చెప్పడాన్ని బట్టి చిట్టి చాలా ధైర్యవంతురాలని తెలుస్తుంది. ఒకసారి ఎవరో ఇంటికి రావడం అమ్మలేదా? అని చిట్టిని అడగడం చిట్టిలేదనడం వెంటనే ఆ వ్యక్తి ఇంట్లో దూరి డబ్బులు తీసుకొనిపోవడం జరుగుతాయి. అమ్మరాగానే చిట్టి 'అమ్మా దొంగచ్చాడే'! అనడంతో శ్యామల నిజంగానే దొంగనుకొని భయపడుతుంది. మరలా అతడు రాగానే 'మమ్మీ మళ్ళీ దొంగొచ్చాడు' అనడం, తీరా చూస్తే అతడు శ్యామల భర్త. వీటన్నిటీనీ బట్టి చిట్టి అమాయకత్వం

అర్థమవుతుంది. ఈయాంత్రిక యుగంలో పిల్లలు తన తండ్రిని కూడా చూడలేని పరిస్థితుల్లో ఉన్నారని చిట్టపాత్ర వల్ల తెలుస్తుంది.

14.విశాల: 'మనకే సుఖం' కథలో రమణయ్య భార్య విశాల. ఈమె పతిభక్తి కలిగిన ఒక సామాన్య స్త్రీ. రమణయ్యకు కడుపు నొప్పి అని తెలియగానే ఈమె అదిరిపడి లేవడాన్ని బట్టి చూస్తే భర్త అంటే ఆమెకు ఎంతమమకారమో తెలుస్తుంది. భర్తకు నీళ్లు పెట్టడం, మాత్రలివ్వడం వంటి వాటిని గమనిస్తే విశాలకు భర్తపై గల ప్రేమ విదితమవుతుంది. ఉదయం భర్త లేచిన దగ్గర నుండి రాత్రి పడుకొనే దాకా ప్రతి అరగంట కొకసారి అతని ఆర్యోగం గురించి ఈమె అడగడాన్ని బట్టి చూస్తే భర్త ఆరోగ్యం పట్ల విశాలకున్న శ్రద్ధాసక్తులు వ్యక్తమవుతాయి. గుండె ఆపరేషనయి ఆమె మెడలోని బంగారు నగలు అమ్మి వేయాల్సి వచ్చింది. ఎదిగిన కూతురు ఇంట్లో ఉండగా నగలివ్వనని విశాల పట్టు బట్టడాన్ని బట్టి ఆమె బాధ్యతలను కూడా గుర్తించుకొన్న ఇల్లాలని ద్యోతకమవుతుంది. భర్త ఆరోగ్యం పట్ల శ్రద్ధ చూపే భార్యగా, బాధ్యతలు తెలిసిన గృహిణిగా విశాల పాత్రను రూపొందించడంలో దేవపుత్ర సఫలీకృతుడయినట్టు చెప్పవచ్చు.

15.రాములమ్మ: 'మానవత్వం' కథలో దర్శనమిచ్చే అప్రధానమైన స్త్రీ పాత్ర ఈమెది. రాములమ్మ హనుమంతప్ప రెండోబిడ్డ. ఈమెను దగ్గర బంధువుకే ఇచ్చి పెండ్లి చేశారు. అతడు సంవత్సరం తిరక్కుండానే ఎద్దుల బండ్లోవస్తూ ఉంటే లారీ గుద్ది మరణిస్తాడు. రాములమ్మ తిరిగి పుట్టింటికి వచ్చేస్తుంది. ఓ రోజు రాములమ్మ మామ ఆమెను చూసి పోవడానికి వచ్చి ఆమెను మోసం చేసి పోతాడు. దాంతో ఆమె గర్భవతి అవుతుంది. దీన్ని బట్టి రాములమ్మ అమాయకురాలని తెలుస్తుంది. రాములమ్మ తండ్రి ఆమెను ఇంట్లోకి రానియ్యడు. అందువల్ల రాములమ్మ తండ్రి ఆమెను ఇంట్లోకి రానియ్యడు. దీన్ని బట్టి ఈమె కష్టజీవి అని తెలుస్తుంది. కథలో భర్తను పోగొట్టుకున్న స్త్రీగా, మామ చేతిలో మోసపోయిన అమాయకురాలుగా

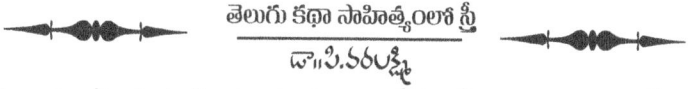

రాములమ్మ పాత్ర రూపొందింపబడింది. లోకంలోని వ్యక్తులకు సంకేతాలే ఈ పాత్రలు.

దేవపుత్ర తన రచనల్లో ప్రధానంగా మధ్యతరగతి జీవితాన్ని ప్రత్యేకించి దళిత జీవితాన్ని చిత్రించాడు. మధ్యతరగతి మహిళా సమస్యలను బాగా ఆకలింపు చేసుకొన్నారు. వీటిని అన్ని కోణాల నుండి పరిశీలించిన ఈయన ఇతివృత్తానికనుగుణమయిన పాత్రలనే ఎంచుకున్నాడు. కొన్ని యథార్థ సంఘటనలను చిత్రించే సందర్భాల్లో రచయిత తానూ ఒక పాత్రగా కనిపించాడు. దేవపుత్ర భిన్నమనస్తత్వాలు గల స్త్రీలకు ప్రతినిధులుగా తన పాత్రలను నిలబెట్టాడు. స్వీకరించిన ఇతివృత్తానికనుగుణంగా పాత్రల రూపకల్పన చేయడంలోనూ, సందర్భాను సారంగా వాటిని ప్రవేశ పెట్టడంలోనూ ఈయన సిద్ధహస్తుడు. సంభాషణాచాతుర్యంతో పాత్రలను సజీవంగా పాఠకుల ముందుంచిన దేవపుత్రు నేర్పు, పాత్రచిత్రణలో ఆయన ప్రదర్శించిన నైపుణ్యం అపూర్వం.

డా॥పి.వరలక్ష్మి

తెలుగు కథల్లో స్త్రీల జీవిత చిత్రణ

డా॥డి.షకీలాబి

ఆధునిక సాహిత్యంలో అత్యంత పాఠకాదరణ పొందిన ప్రక్రియగా కథానికను పేర్కొనవచ్చు. కథ, కథానిక అన్న పదాలు నేడు సమానార్థకాలుగా ఉంటున్నవి. నేడు పురుషులు, స్త్రీలు, పిల్లలు వివిధ వృత్తి వ్యాపకాల్లో జీవిస్తున్నారు. వారిలో కొందరు సుఖంగా ఉంటున్నారు, మరికొందరు కష్టాలను భవిస్తున్నారు. ఈ వ్యత్యాసాలు మాతృస్వామ్య వ్యవస్థ నుంచే ఉన్నా ఇటీవల పెచ్చు మీరాయని చెప్పవచ్చు. శాస్త్ర సాంకేతిక రంగాల్లో మానవుడు ఎంతో పురోగతి సాధిస్తున్నా సమస్యలు చుట్టుముడుతూనే ఉన్నాయి. ప్రతి ఒక్కరిలో ఆవేశం, ఆరాటం, పోరాటం కొట్టొచ్చినట్లు కనిపిస్తుంది. ఏదో సాధించాలని, అనుభవించాలని, తరతరాలకు దాచి ఉంచాలని ప్రజలు తపన పడుతూనే ఉన్నారు. విరామం విశ్రాంతి అన్నది లేకుండా కష్టపడుతున్నారు కొందరు. మరికొందరు మాత్రం అక్రమమార్గంలో అనైతికంగా సంపాదించాలని ఆరాట పడుతున్నారు.

భారతదేశంలో దాదాపు పదనాలుగు వందల దాకా వృత్తులు ఉన్నాయి. వాటిలో ఏదోకటి ఎంచుకొని కష్టపడి సంపాదిస్తూ ప్రశాంతంగా మనిషి బ్రతకవచ్చు. అయితే ఎలాంటి శ్రమకు నోచుకోకుండా కోట్లు కూడబెట్టాలని తపన పడుతూ ఉన్నారు. దాంతో సామాజిక స్పృహ అన్నది ఏకోశానా లేకుండా పోతున్నది. ఈ నేపథ్యంలో నేటి సమాజాన్ని పరిశీలిస్తే స్త్రీలు లెక్కలేనన్ని సమస్యలను ఎదుర్కొంటున్నారని తేలుతుంది. వాటిని సామాజిక బాధ్యతగల రచయితలు కథలుగా మలిచారు. వాటి ద్వారా సమాజానికి చక్కని దిశానిర్దేశం చూపటానికి యత్నించారు. ఈ పరంపర నేటికీ కొనసాగుతున్నది. రేపటికీ తన వారసత్వాన్ని అందిస్తుంది. సామాజిక సమస్యలున్నన్నాళ్లు వీటి చిత్రణ జరుగుతూనే ఉంటుంది. స్త్రీల సమస్యలతోబాటు వారి మనస్తత్వాలను కథ చిత్రిస్తున్నది. నాణేనికి

బొమ్మబొరుసు ఉన్నట్లే స్త్రీల వ్యక్తిత్వంలో విభిన్న దృక్పథాలు కలిగిన వారూ ఉంటారు. వారి స్వరూప స్వభావాలను గూర్చి కథకులు కథలు రాసారు.

స్త్రీలు ఎదుటి వారికి తమ గొప్పదనాన్ని చూపాలని చాటి చెప్పాలని చూస్తారని, అదే సందర్భంలో ఎదుటి వారి ఉన్నతిని సహించలేరని సర్వసాధారణంగా అందరూ అంటుంటారు. ఇందులో కొంత వాస్తవ ముందన్నది జగమెరిగిన సత్యం. అయితే అందరు స్త్రీలు అలాంటి వారు కారు. ఏకొందరో అలాంటి కోవకు చెందుతారు. అట్లాంటి వారి మనస్తత్వాలను చిత్రిస్తూ బడబాగ్ని శంకరరాజు **'ఆఖరి మెట్టు'** అనే కథ రాశాడు. అందులో ఒక వీధిలోని ముగ్గురు స్త్రీలు బాగా సంపన్నులు. వారు ఎదుటి వారి కుటుంబ విషయాలు చర్చించుకుంటుంటారు. వారికి తెలియకుండా ఏ ఇంటివారైనా కొత్త వస్తువు తెచ్చుకుంటే దానికి రకరకాల పేర్లు పెడతారు. అది అక్రమంగా సంపాదించిన డబ్బుతో కొన్నారనో లేకుంటే అది మంచి వస్తువు కాదనో ఏవో వంకర్లు పెడుతుంటారు. ఎదుటి వారిని తక్కువగా చూడటమే వారు పనిగా పెట్టుకుంటుంటారు.

అన్నపూర్ణ ఎస్ ఐ భార్య. ఇంద్రాణి సేల్స్ టాక్స్ ఆఫీసరు భార్య. ఊర్మిళ బిజినెస్ మాగ్నెట్ భార్య. వీరు ముగ్గురూ తెగబలిసిన సంపదతో తులతూగుతుంటారు. వీరి భర్తలకు జీతంతో బాటు గీతం కూడా వస్తుంటుంది. వీరికి ఇంటి పనికి, వంట పనికి పనిమనుషులుంటారు. అందువల్ల వీరికి మరో వ్యాపకం ఏదీ ఉండదు. ఆ కారణంగా వీరు ఎదుటి వారిని గూర్చి చర్చించుకుంటూ ఉంటారు. తమకంటే అధికులైతే వారిని చూసి ఈర్ష్య పడతారు. తమకంటే తక్కువ స్థాయి వారైతే వారిని చిన్నచూపు చూస్తుంటారు. ఒక రకంగా చెప్పాలంటే వీరు ఆధిపత్యాన్ని చెలాయిస్తుంటారు. ఒక రోజు వీరు ముగ్గురూ ఆశాలత ఇంటికి వస్తారు. కొత్త టీవి తమకు చెప్పకుండానే కొన్నారని ఈసడిస్తారు. అప్పుడు ఆశాలత

వారికి తగిన బుద్ధి చెప్పాలనుకుంటుంది. వాళ్లు తదేకంగా చూస్తున్న వస్తువు పైనున్న నీలంరంగు క్లాత్ తొలగిస్తుంది. అంతవరకు తమను కలవరపెట్టిన ఆ వస్తువును చూసి షాక్ తింటారు. వారి దృష్టిలో అది టెలివిజన్. కానీ వాస్తవానికి అది ఒక బుక్ షెల్ఫ్ ఎవరో వారికి ఆశాలత వాళ్లు టీవి తెచ్చారని చెబుతారు. అది నమ్మిన ఆ ముగ్గురు స్త్రీలు ఆశాలత ఇంటికి వచ్చి భంగపడతారు. దానిమీద 'నిజాయితీ పరుడైన ఉద్యోగికి నిత్య ఆదరణ' అని రాసి ఉన్న అక్షరాలను చదువుకొని ఆశ్చర్యపడతారు. తాము అనవసరంగా ఎంతో తప్పు చేశామని భావించి సిగ్గుతో తలదించుకుంటారు. వారి మానసిక స్థితిని గుర్తించిన ఆశాలత వారిని దెబ్బతీయాలనే దృష్టితో ఇలా అంటుంది.

"దీన్ని కూడా ఫారెస్టర్ అయిన మావారు దొంగ కలపతో చేయించారను కొనేరు సుమీ! గిరిజనులకు మావారు స్వచ్ఛందంగా చేసిన విద్యాపరమైన సేవకు, అతని నీతి, నిజాయితీకి మెచ్చి ఒక స్వచ్ఛంద సంస్థవారు ఇచ్చిన బహుమతి అది అని స్పష్టం చేస్తుంది. అప్పుడు వారు ఆ ఇంటి వరండామెట్లు ఒక్కొక్కటే దిగుతూ నీతి, నిజాయితీ రీత్యా తాము ఆఖరు మెట్టు మీద వున్నట్లు భావిస్తారు. స్త్రీలను, ఇతరులను తక్కువగా అంచనా వేసి తప్పుడు ఆలోచనలతో నడుచుకుంటే అవమానాలు ఎదుర్కొక తప్పదని ఈ కథ చెబుతున్నది.

మన సమాజంలో తల్లికి మొదటిస్థానం ఇవ్వబడింది. తల్లిని వర్ణించటానికి ఉపమానాలు కాదు కదా మాటలు కూడా చాలవు. అలాంటి తల్లి ఔన్నత్యాన్ని గూర్చి ఎందరో కథకులు తమ కథల్లో చక్కగా చిత్రించారు. ఆ కోవకు చెందిన కథ '**మాతృవందనం**' దీని రచయిత యామినీ సరస్వతి.రామచంద్ర విద్య, ఉద్యోగ నిమిత్తం ఎన్నో ప్రాంతాలు తిరుగుతాడు. తన వెంట భార్య పిల్లలను మాత్రమే తీసికెళతాడు. తండ్రిని కోల్పోయాక తల్లి ఒక్కటే పల్లెలో ఒంటరిగా ఉంటుంది. ఆమెను తనతో వచ్చి ఉండమని రామచంద్ర కోరతాడు. అందుకామె

ఆ పల్లె వాతావరణాన్ని, పొలాలను వదలి రానంటుంది. అయినా అతడు గట్టిగా పట్టుబట్టి పిలిచిన సందర్భాలు లేవు. చివరిలో తన తల్లి విలువను గుర్తిస్తాడు ఎంతగానో పశ్చాత్తాప పడతాడు.

"లేదమ్మా లేదు, నేనే పాపం చేశాను. కన్నతల్లిని జన్మభూమిని ఇంతదాకా గుర్తించలేక పోయాను. ఈ వూరికి వచ్చే దాకా నాకు నా ఉద్యోగం నా బ్యాంకు బాలెన్స్,నేను మద్రాసులో హైద్రాబాద్‌లో కట్టించుకున్న యిల్లు, నాహోదా, నా స్టేటస్ నాసర్కిల్‌లోని మనుషులు ఇవే గుర్తున్నాయి. అదే లోకం అనుకున్నాను. అదే నిజం అనుకున్నాను. ఎవరి బతుకు వాళ్ళు పొరుగింటిని కూడా పట్టించుకోకుండా జీవించడమే మంచిదనుకున్నాను. కానీ ఈ ప్రేమానురాగాలు, పొరుగు మనిషి మేలుకోసం పడే తపనలోని నిస్వార్థం చూశాక నాలో ఎంత స్వార్థం వుందో తెలుస్తుంది. నేను నా జీవితాన్ని నా గమ్యాన్ని చూశాక నా తల్లిని ఎంత నిర్లక్ష్యంగా చూశానో తెలుసుకున్నాను. నీ మనసు నా కోసం, నాకుటంబం కోసం, మాతో ఆత్మీయంగా మెలగడం కోసం ఎంత తపించిందో తెలుసుకున్నాను", అని పశ్చాత్తాపపడతాడు. కొడుకు తన తప్పిదం తెలుసుకున్నందుకు కాంతమ్మ మనసు కుదుటపడుతుంది. ఆమె రామచంద్రా అంటుంది. ఆ నాలుగక్షరాలు మాతృప్రేమకు దర్పణం పట్టాయి. ఎనలేని తృప్తి ఆ గొంతుల్లో ధ్వనిస్తుంది. యుగ యుగాలుగా అనుస్యూతంగా వస్తోన్న తల్లీ కొడుకుల రాగ భావనకు మరో మొగ్గతొడిగింది. తల్లి స్థానంలో ఉన్న స్త్రీ ఒంటరిగా ఉన్నా బిడ్డల యోగక్షేమాలను కోరుకుంటుందే తప్ప తన స్వార్థాన్ని చూసుకోదని కథకుడు చెప్పాడు.

కొందరు స్త్రీలు బాధ్యతాయుతంగా తమ విధ్యుక్త ధర్మాన్ని నిర్వరిస్తారు. మరికొందరు ఇక తప్పదన్నట్లుగా చేస్తారు. 'ఇంటికిదీపం ఇల్లాలు' సామెతను కొందరు రుజువు చేస్తుండగా మరికొందరు పాడు చేస్తుంటారు. ఆ కోవకి చెందిన స్త్రీ డి.రామచంద్రరాజు గారి **'తృప్తి'** కథలోని పాత్ర శారదమ్మ. ఈమె మామ పట్ల (భర్త తండ్రి) నిర్లక్ష్య ధోరణితో మసలుకుంటుంది. క్షయ వ్యాధితో బాధపడుతున్న

ముసలివాన్ని ఇంట్లోంచి బయటకు నెడుతుంది. భర్తకు చెప్పి అతనికి ప్రత్యేకంగా ఒక గుడిసె ఏర్పాటు చేయిస్తుంది. వేళకు ఒక ముద్ద సంగటి అతని కంచంలో వేస్తుంది. ఒకరోజు అన్నం ఎత్తునుండి ముసలోడి కంచంలో వేయడం వల్ల చేయి జారి కంచం కిందపడుతుంది. దాంతో అన్నం కింద పడటంతో శారదమ్మకు ఒళ్లు మండుతుంది.

"ఏం ముసలోడా? కంచం పట్టుకోనురాదా నీకు? చూడు అన్నం నేల పాలైంది? కంచం యెంత నొక్కు పోయిందో?" అని గట్టిగా కేకలేస్తుంది" ఆమె మాటకు ముసలాయన భయంతో వణికిపోతాడు. వయస్సులో ఎంతో ఉన్నతంగా బతికి, చివరికి అవసానదశలో ఇలా దీనంగా బతకడం జీర్ణించుకోలేకపోతాడు. అయినా ఏమీ చేయలేక ఊరకుండిపోతాడు.

స్త్రీలు పౌరుషంలో కూడా తక్కువేమీకాదని నిరూపిస్తూ కొందరు కథలు రాశారు. అలాంటి వాటిలో చెప్పదగిన కథ **"కూలిన బురుజు"** ఈ కథలో శంకరరెడ్డి ఫ్యాక్షన్ కక్ష్యల్లో చంపబడతాడు. అపుడు అతని భార్య లక్ష్మమ్మ కథకునితో ఇలా అంటుంది.

"మీ బావను చంపినోడు కుక్క చావు చచ్చేదాకా ఆ గాజులు పగలగొట్టుకోను. ఈ బొట్టు చెరుపుకోను అన్నాను నువ్వు చదువుకున్నోడివి చెప్పు. ఇది తప్పంటావా!" అని తన ఆవేదనను ఆక్రోశాన్ని వెళ్లగక్కుతుంది. లక్ష్మక్క ప్రశ్న విన్నాక కథకుని నోటివెంట మాట రాలేదు. ఆమెలోని పట్టుదలా దాని పర్యవసానాలు ఊహించాడు. కానీ ఆమెను హెచ్చరించాలో, సమర్థించాలో అభినందించాలో తెలియక తికమకపడ్డాడు. చివరికి తన దారిన తాను వెళ్లిపోయాడు.

ముస్లిం స్త్రీల దుర్భర జీవితాన్ని గూర్చి షేక్ హుస్సేన్ సత్యాగ్ని గారు **'యంత్రం'** కథలో కళ్లకు కట్టినట్లు చిత్రించాడు. రజియా సుల్తానాకు రాజాఖాన్‌తో పెళ్లి జరుగుతుంది. వారికి ముగ్గురు పిల్లలు కలుగుతారు. ముగ్గురు ఆడపిల్లలు

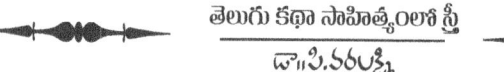

కావటంతో రాజాఖాన్ భార్యకు "తలాక్" చెప్పి విడాకులిస్తాడు. విధిలేని పరిస్థితిలో ఆమె పుట్టినింటికి చేరుతుంది. తల్లిదండ్రులు ఆమెకు తిరిగి పెళ్లి చేయాలని ప్రయత్నిస్తారు. వారి ప్రయత్నాన్ని ఆమె వ్యతిరేకిస్తుంది. తాను స్వతంత్రంగా స్వేచ్ఛగా బ్రతకగలనని తల్లిదండ్రులకు హామీ ఇస్తుంది. దాన్ని సాకారం చేయటానికి 'లా' కోర్సులో చేరుతుంది. బిడ్డ ధైర్యాన్ని, ఆత్మాభిమానాన్ని వారు మెచ్చుకుంటారు. అయితే తన ముగ్గురు బిడ్డలు తనకు కాకుండా పోయినందుకు ఆమె ఎంతగానో ఆవేదన చెందుతుంది. తల్లి ప్రేమ ఎలాంటిదో కథకుడు ఈ కథలో అద్భుతంగా చిత్రించాడు.

"నా బిడ్డలు ప్రతిరోజు కాన్వెంట్‌కు మా యింటి ముందునుండేపోతారు. మా యింటి ఆవలి సందులో వుంది కాన్వెంటు. రాత్రి పగలు దిగులు నన్ను చిత్రవధ చేస్తుంది. నా పిల్లల్ని చూచిన పది నిముషాలే నాకు వూరట, ఆనందం. వాళ్లను గుండెకు హత్తుకున్నపుడు నా బాధంతా ఆవిరైపోతుంది. నా ప్రేగులు త్రెంచుక పుట్టిన అనురాగపు ముద్దులు వాళ్లు. తియ్యని అనుభూతులతో నవమాసాలు మోసికన్నాను. కానీ ఈ రోజు నా బిడ్డలని చెప్పుకునే తాహతు లేదు. ఇప్పుడు రాజాఖాన్ బిడ్డలు. నాకు ఏమీ కాదు" అంటూ బాధపడుతుంది. ఒక స్త్రీకి కన్నబిడ్డలపై ఉన్న మమకారం ఎలాంటిదో ఈ కథలో చక్కగా చిత్రించబడింది.

ఈ విధంగా చూస్తే ఎందరో స్త్రీలు మానసికంగా శారీరకంగా క్రుంగిపోతున్నారు. వారి వేదననూ రోదనను కథకులు కథలుగా మలిచి అద్భుతంగా చిత్రించారు. ఆధునిక సమాజంలో స్త్రీలు విద్యావంతులై అన్ని సమస్యలను అధిగమించటానికి తీవ్రంగా కృషి చేస్తున్నారు. ఒక స్త్రీ, తల్లిగా చెల్లిగా భార్యగా, వదినగా, అవ్వగా వివిధ బాధ్యతలను నిర్వరిస్తున్నది. ఆ పరంపరలో ఎన్నో వృత్తులను ఆచరిస్తున్నారు. ఆ సందర్భంగా ఎదురయ్యే ఒడిదుడుకులను ధైర్యంగా ఎదుర్కొంటున్నారు. అలాంటి అన్ని అంశాలను వస్తువుగా స్వీకరించి కథకులు కథలు రాస్తున్నారు.

Made in the USA
Monee, IL
22 August 2025

23935689R00134